ĐỖ TRƯỜNG

MEN CÒN ĐỌNG LẠI
NƠI ĐÁY VÒ
(Chân dung và phê bình)

NHÂN ÁNH
2022

MEN CÒN ĐỌNG LẠI NƠI ĐÁY VÒ
Đỗ Trường
Chân Dung & Phê Bình
Bìa: Uyên Nguyên Trần Triết
Dàn trang: Đỗ Trường – Lê Hoàng
ISBN: 979-8-3305-9089-6
Nhân Ánh Xuất Bản 2022
Copyright©DoTruong

MỤC LỤC

Phạm Tín An Ninh | 7
Cao Xuân Huy | 21
Nguyễn Tất Nhiên | 39
Phan Nhật Nam | 58
Đinh Thị Thu Vân | 73
Du Tử Lê | 86
Vũ Thư Hiên | 101
Nguyễn Đức Sơn | 121
Nguyễn Văn Gia | 135
Đỗ Chu | 148
Cao Đông Khánh | 158
Hữu Loan | 169
Hoàng Minh Tường | 179
Trương Văn Dân | 195
Hòa thượng Thích Như Điển | 208 & 224
Văn Biển | 237
Sông Lam | 240
Thế Dũng | 246
Thơ Việt Ở Đức – Tập 2 | 254
Tuyển Thơ Nối Hai Đầu Thế Kỷ | 267
Như Một Lời Tự Sự Của Mùa Xuân | 276

PHẠM TÍN AN NINH –
CON ĐƯỜNG GIẢI OAN
CHO MỘT CUỘC BỂ DÂU

Sau chiến tranh, tuy bị bức tử, nhưng Văn học miền Nam vẫn hồi sinh, phát triển, để bước sang một trang sử mới. Văn học Hải ngoại, một hình thức, hay tên gọi văn chương tị nạn, là sự nối dài của nền Văn học ấy. Và từ đó, ngoài các nhà văn tên tuổi, ta thấy, xuất hiện một loạt các cây viết mới. Họ xuất thân từ những người lính, tù nhân, thuyền nhân tị nạn, như: Cao Xuân Huy, Song Vũ, hay Phạm Tín An Ninh... Chiến tranh, con đường giải oan cho cuộc bể dâu ấy, là đề tài đã được các nhà văn đào sâu, tìm kiếm làm sáng tỏ một cách chân thực, sinh động. Và khi đi sâu vào nghiên cứu, ta có thể thấy, Phạm Tín An Ninh là một trong những nhà văn tiêu biểu nhất viết về đề tài này.

Nếu bút ký Phan Nhật Nam sắc nhọn, hừng hực khói lửa, thì vẫn nơi chiến trường ấy, ngòi bút, lời văn Phạm Tín An Ninh nhẹ nhàng, sâu lắng và trong sáng. Có thể nói, ngoài sự tài hoa, với bút pháp hiện thực, Phạm Tín An Ninh còn là một nhà văn đức độ, có sự cảm thông và tình yêu sâu sắc đối với tha nhân. Văn thơ Phạm Tín An Ninh như một luồng gió mới thổi vào hồn không chỉ những người lính đồng đội, bạn bè ông, mà còn cho cả những người lính một thời ở bên kia của chiến tuyến. Phải nói, ông là một trong những nhà văn mà tôi đã học được nhiều điều, khi đọc. Bút pháp, và tư tưởng ấy, Phạm Tín An Ninh đã gieo vào nhiều thế người hệ đọc, từ hải ngoại về đến quốc nội, dù cho đến nay, ông mới cho in ấn, phát hành 4 tác phẩm: Ở Cuối Hai Con Đường, Rừng Khóc Giữa Mùa Xuân, Vẫn Còn Vương Tơ, và Sau Cuộc Bể Dâu. Bốn tập truyện ngắn, bút ký này, tôi đã đọc nhiều lần. Có thể nói, truyện nào của Phạm Tín An Ninh cũng sâu sắc, và cảm động. Kể cả truyện viết đầu tay. Một đặc điểm nổi bật nhất trong văn thơ Phạm Tín An Ninh ta có thể nhận thấy, không chỉ trong tư tưởng, bút pháp, mà lối hành văn, câu cú, chính tả cũng sáng, đẹp và chuẩn mực. Dường như, cho đến nay, không có nhiều nhà văn, trang sách hội đủ những đặc điểm này.

Nhà văn Phạm Tín An Ninh sinh năm 1943 tại Khánh Hòa. Thi đậu tú tài, ông nhập ngũ, khóa 18 Sĩ quan trừ bị Thủ Đức. Mười một năm lính chiến, để rồi sau tháng 4-1975, Phạm Tín An Ninh bị cải tạo, tù đày từ Nam ra đến Bắc. Năm 1984 ra tù, ông vượt biển, xin tị nạn ở Na Uy. Hiện ông sống và viết văn tại Cali, Hoa Kỳ.

* Chiến tranh với cái nhìn chân thực của người lính.

Có thể nói, sau mười một năm cầm súng, và gần chục năm cải tạo tù đày, cùng những tháng ngày trốn chạy, tị nạn nơi đất khách, quê người, Phạm Tín An Ninh có đủ độ lùi thời gian để nhìn lại cuộc chiến đã qua, một cách sâu sắc và trung thực nhất. Và chỉ có cầm bút người lính Phạm Tín An Ninh mới có thể tìm lại linh hồn đồng đội và chính mình. Sự trả tính chất cuộc chiến về đúng vị trí, tên gọi của nó, như một món nợ đối với người lính, tù nhân, tị nạn còn sống sót vậy. Do đó, về mặt tâm lý, Phạm Tín An Ninh hoàn toàn không có sự chuẩn bị để trở thành nhà văn. Tuy nhiên, chính những điều không tưởng này, cho Phạm Tín An Ninh một tâm lý thoải mái, tự nhiên khi viết, và sáng tạo. Từ những đặc tính riêng biệt ấy, (hiển nhiên) làm nên tên tuổi nhà văn Phạm Tín An Ninh.

Cũng như Song Vũ, nhà văn Phạm Tín An Ninh đi lên từ một sĩ quan trẻ chỉ huy cấp trung đội. Mười một năm dài đằng đẵng lăn lộn khắp các chiến trường miền Trung, Cao Nguyên và ông trở thành một vị chỉ huy dày dạn kinh nghiệm chiến trường. Những ngày tháng gian khổ, bi thương ấy, như nhát dao đâm nát hồn người. Bởi, hằng ngày, hằng giờ ông phải chứng kiến cái chết, không chỉ của những người lính (trẻ cùng một dòng máu) ở bên kia chiến tuyến, mà còn phải vuốt mắt cho đồng đội, người thân của mình. Nỗi ám ảnh ấy, thường trực đeo bám ông. Và chỉ khi ngồi đối diện với ngòi bút và trang sách, thì dường như gánh nặng tâm hồn ông mới trút bỏ. Do vậy, ta có thể thấy, tính hiện thực xuyên suốt những tác phẩm của Phạm Tín An Ninh.

Rời quân trường, Phạm Tín An Ninh ra đơn vị tác chiến, phải thế chỗ cho một trung đội trưởng vừa tử trận. Hiện thực ấy, tác động đến tâm lý, làm cho người sĩ quan trẻ không khỏi bùi ngùi giao động. Những Mùa Mưa Trong Ký Ức, tuy không phải là bút ký hay của Phạm Tín An Ninh, song đã nói lên phần nào cái không khí, cục diện mới của chiến tranh, cũng như tâm trạng chung của người lính lúc đó:

"Nghi thức ra mắt vừa xong, tất cả tháp tùng ông tiểu đoàn trưởng đến Quân Y Viện Nguyễn Huệ để dự tang lễ của một ông thượng sĩ vừa qua đời do bị trọng thương trong cuộc hành quân tại Lâm Đồng tuần trước. Tôi bất ngờ và có cảm giác xốn xang khi biết ông thượng sĩ này là Trung đội trưởng Trung Đội 3/3 mà tôi là người đến thay thế ông...ngày đầu ra nhận đơn vị lại là ngày phải tiễn đưa người tiền nhiệm mà mình chưa hề biết mặt ra nghĩa trang, nên ít nhiều nghĩ tới phần số của mình trong nay mai và sớm bị ám ảnh bởi tiếng khóc than của người góa phụ"

Nếu ta đã đọc bút ký, truyện ngắn nơi chiến trường của những: Phan Nhật Nam, Cao Xuân Huy, hay Song Vũ...thì thấy được trước cái chết, sự hy sinh tình đồng chí, đồng đội, mới dừng lại ở sự miêu tả cái khoắc khoải, tàn khốc, đớn đau. Song đến Phạm Tín An Ninh đã có sự liên tưởng. Với phương thức liên tưởng này, cùng những ca khúc trữ tình, lãng mạn ấy, làm cho hình ảnh người lính dường như đi vào bất tử, và cái chết của họ nhẹ nhàng, dịu bớt nỗi đau trong lòng người đọc chăng?. Vẫn trích đoạn trong bút ký, Những Mùa Mưa Trong Ký Ức dưới đây, không chỉ chứng minh cho điều đó, mà còn cho ta thấy, nỗi đau và tình đồng đội của người lính:

"Người tôi ướt đẫm máu, nước mưa, và cả nước mắt (cho người đồng đội thương binh không có chút hy vọng sống còn)...Khuya hôm ấy, anh lính bị trọng thương của tôi, vốn là một tân binh quân dịch, quê tận Gò Công, đã trút hơi thở cuối cùng trên tay tôi, sau khi giao cho tôi cái bóp có hai tháng tiền lương và thì thào lời trối trăng đứt đoạn, nhờ chuyển lại cho vợ và đứa con gái đầu lòng chưa đầy một tuổi, mà anh chỉ mới về phép thăm cháu một lần. Đó là người lính đầu tiên dưới quyền đã chết, trên tay tôi. Anh có cái tên rất dân dã mà tôi không bao giờ quên được: Nguyễn văn Tý. Trùng tên người nhạc sĩ sáng tác bài Dư Âm mà tôi thường hay hát. Và sau này, cứ mỗi lần nghe bản nhạc này, tôi lại nhớ đến anh..."

Có thể nói, Chuyện Người Lính Trinh Sát là một trong những truyện ký hay nhất của Phạm Tín An Ninh. Đọc nó, tôi cứ bị ám ảnh mãi, bởi câu kết: "Trong cuộc chiến này, quả thật, có những điều mà người ta không thể nào hiểu được". Dường như, đó là câu hỏi, một vấn đề buộc nhà văn, người lính Phạm Tín An Ninh phải đi tìm. Có lẽ, không một ai hiểu được tâm trạng của một người vợ có chồng theo Cộng sản, bị lính Việt Nam Cộng Hòa bắn chết, và người con trai duy nhất đi lính VNCH lại bị bộ đội giết? Sự đau đớn ấy, không thể làm một phép tính so sánh, song cái giằng xé, đau đớn, âm thầm của bà nhân lên gấp bội, bởi không người xẻ chia, cảm thông. Thật vậy, thông qua bà, nhà văn Phạm Tín An Ninh đã cho ta thấy rõ, hình ảnh thu nhỏ của cuộc chiến hai mươi năm, anh em tương tàn này. Tuy nhiên, hơi bị tiếc, bởi tác giả dường như, chưa khai thác hết mâu thuẫn nội tâm của người vợ, người mẹ đau khổ này. Nếu tác giả khoét sâu vào khía cạnh này, tôi tin rằng, truyện hay lên gấp nhiều lần, và câu chuyện không dừng lại chỉ một người lính trinh sát can trường. Có thể, tác giả phải đặt lại tên "Chuyện Về Mẹ" thay cho truyện "Chuyện Người Lính Trinh Sát" không chừng.

Vâng! Và cuộc chiến hai mươi năm được đặt lên đôi vai gầy của mẹ. Có cái đau nào bằng nỗi đau nhìn chồng chết mà không dám nhận, không dám khóc, không dám vấn khăn tang?. Và có những nỗi đau chồng lên nỗi đau, khi bà mẹ nhìn con trẻ chết tan xác, bởi hỏa tiễn đồng đội của chồng, khi nỗi đau mất chồng chưa kịp nguôi ngoai? Đọc xong Chuyện Người Lính Trinh Sát, tôi cứ phân vân tự hỏi: Nếu có ghi tên vào Trang sử của chiến tranh, người vợ, người mẹ này thuộc về những người lính chiến VNCH, hay là của những anh Bộ đội? Và có phải đó là nỗi đau chung, nỗi đau khó xóa nhòa? Ta hãy đọc lại những lời thoại, với sự cảm thông, chia sẻ giữa người lính VNCH và người đàn bà trong: Chuyện Người Lính Trinh Sát dưới đây, để thấy rõ cái trớ trêu, cũng như bản chất của cuộc chiến, và nỗi đau tận cùng của con người, hay của cả một dân tộc này:

"Chờ cho người mẹ thắp hương và bớt xúc động, tôi hỏi nhỏ:

- Ở làng Long Giang, chị có biết bà Lê Thị Đúng, có người con chỉ huy du kích, bị chết cách nay khoảng tám năm?

Người mẹ ngạc nhiên nhìn tôi, thoáng dò xét rồi cúi xuống, nói thật nhỏ chỉ đủ tôi nghe:

- Bà là mẹ chồng tôi, và con tôi đây là đích tôn, cháu nội duy nhất của bà. Vừa nói chị vừa đưa tay chỉ vào nấm mồ mới toanh trước mặt.

Khi về lại đơn vị, tôi xin Ban Tài Chánh ứng trước nửa tháng lương. Trích ra một phần, bỏ vào bì thơ, tôi tìm đến đại đội trinh sát gặp và biếu cho bà mẹ của người lính trẻ vừa mới lẫm liệt hy sinh. Bà thoáng một chút xúc động ngạc nhiên nhìn tôi, nói lời cám ơn...Chia tay bà, trên đường trở về Bộ Chỉ Huy Chiến Đoàn, tôi suy nghĩ mông lung. Trong cuộc chiến này, quả thật, có những điều mà người ta không thể nào hiểu được."

Tôi không nghĩ, ngòi bút của nhà văn Phạm Tín An Ninh đại diện chung cho người lính VNCH. Nhưng tư tưởng, sự cảm thông mang tính nhân văn có được trên những trang sách, bởi ông đã nhận ra bản chất của cuộc chiến này. Thật vậy, đọc Người Góa Phụ Giờ Thứ 25, ta có thể thấy, ngoài sự dũng cảm với những cái chết tang thương của người lính, cùng sự cảm thông, kính phục, nhà văn Phạm Tín An Ninh còn chỉ ra, bàn cờ chính trị bẩn thỉu đã quyết định số phận người lính ở nơi chiến trường. Tôi đã đọc nhiều bút ký, hồi ký của những nhà văn từ cả hai phía viết cuộc chiến này, song phải nói, rất ít gặp được những nhận định rạch ròi, mang tư tưởng sâu sắc như Phạm Tín An Ninh:

"Sau khi Mỹ bất chấp những phản đối của VNCH, đã tự cho mình ngồi ngang hàng với Cộng Sản Bắc Việt và đơn phương nhượng bộ quá nhiều điều trong Hiệp Định Paris ký kết ngày 27.1.1973, chứng tỏ ý định sớm bỏ rơi đồng minh, phủi tay cuộc chiến. Lợi dụng điều này, Cộng quân đã ồ ạt tung nhiều sư đoàn với lực lượng chiến xa, từ miền Bắc và Lào, theo đường mòn Hồ Chí Minh xâm nhập Nam Việt Nam, đồng loạt mở các cuộc tấn công qui mô vào các đơn vị phòng thủ của ta. Phước Long là tỉnh đầu tiên bị thất thủ vào ngày 6 tháng 1/1975 nhưng không có bất cứ dấu hiệu nào từ phía Hoa Kỳ can thiệp hay phản đối CSBV vi phạm hiệp định. Điều này đã báo hiệu cho số phận của VNCH." (Người góa phụ giờ thứ 25)

Có thể nói, đọc Phạm Tín An Ninh mở ra cho tôi nhiều kiến thức, cái nhìn (đa chiều) về cuộc chiến tàn khốc nhất của dân tộc mà ông, thế hệ ông đã đi qua. Tôi nghĩ, với lăng kính, cái nhìn khách quan như vậy, trang viết của ông không chỉ giá trị về mặt văn học, mà còn có giá trị về lịch sử. Đây là một trong những yếu tố quan trọng làm nên chân dung nhà văn Phạm Tín An Ninh.

*Tính nhân bản, lòng vị tha vượt lên trên ngục tối tù đày.

Đi sâu vào đọc và nghiên cứu, ta có thể thấy, truyện của Phạm Tín An Ninh luôn mang tính điện ảnh, kịch tính với mâu thuẫn, tình tiết éo le được đẩy lên cao độ, và bất ngờ. Tuy thắt nút được mở, cái kết vỡ òa có hậu, song làm cho người đọc không khỏi bùi ngùi, xót xa. Đà Lạt Trời Mưa là một truyện hay, tiêu biểu cho đặc tính này trong truyện ký, văn xuôi của ông. Thật vậy! Chiến tranh kết thúc, nhà tù, cải tạo là nơi người lính thất trận phải đi đến. Ở địa ngục trần gian này, cái chết chưa phải là điều đáng sợ nhất đối với người lính cải tạo tù đày, mà cực nhọc, đói khát, đày đọa về vật chất, giam hãm tinh thần mới là nỗi ám ảnh thường trực, kể cả khi họ đã thoát ra khỏi nơi địa ngục ấy. Ta hãy đọc lại trích đoạn trong Đà Lạt Trời Mưa dưới đây, để thấy rõ, cái chết rẻ mạt và bất ngờ của họ, dẫn đến những bi kịch của con người ở một xã hội luật pháp, đạo lý đảo lộn tùng phèo này: "Họ bắt chúng tôi phải tìm những cây gỗ lớn và thẳng. Có những thân cây lớn đến hai vòng tay ôm không hết. Trời mùa đông với những cơn mưa phùn không dứt, nên những con đường mòn trơn như mỡ…Ăn uống quá thiếu thốn, đám tù chúng tôi triền miên trong cơn đói. Sức ngày càng yếu mà phải lao động quá nặng nhọc… Thống mệt quá nên lảo đảo rồi ngã sấp trên thân cây, đúng lúc cây này lăn xuống suối, bật luôn theo Thống. Chúng tôi chỉ còn nghe tiếng hét của Thống trước khi anh bị văng xuống lòng suối nằm sâu dưới vực."

    Tuy viết về chiến tranh, người lính, và cải tạo tù đày, song chất trữ tình là nghệ thuật đặc trưng nhất xuyên suốt truyện ngắn, văn xuôi của Phạm Tín An Ninh. Do vậy, đọc ông luôn cho ta cảm giác nhẹ nhàng, sâu lắng ăm ắp tình người. Ta có thể thấy, cùng với, Thằng Bé Đánh Giày Người Nghĩa Lộ, Ở Cuối Hai Con Đường là truyện ngắn hay nhất về tình người, lòng nhân đạo cao cả, sâu sắc của Phạm Tín An Ninh. Nếu ở, Thằng Bé Đánh Giày Người Nghĩa Lộ, sự cảm thông của người mẹ, người dân miền Bắc đối với những người lính cải tạo tù đày, thì Ở Cuối Hai Con Đường, thì cái tình người ấy, thể hiện ngay trong tình cảm, hành động của người quản giáo (một cựu tù binh ở chiến trường Kontum, đã được những người lính VNCH đối xử nhân đạo). Có thể nói, tôi đã đọc rất nhiều bút ký, hồi ký của những cựu cải tạo, tù nhân từ Nam ra đến Bắc, song có rất ít nhà văn, người viết tìm ra khía cạnh này. Tôi nghĩ, đây là cái nhìn công bình, không mang tính định kiến, hận thù của một nhà văn có tình yêu và lòng vị tha cao cả. Cho nên, trong một lần điện đàm, bàn luận về nhà văn Phạm Tín An Ninh, nhà thơ Trần Trung Đạo cho rằng: Phạm Tín An Ninh chinh phục được độc giả như vậy, vì khi viết anh có cái tâm trong sáng.

Thật vậy, đoạn văn miêu tả tình cảm, tình người dưới đây, sẽ chứng minh cho chúng ta điều đó:

"Đêm đó, như thường lệ, anh Thà xuống sinh hoạt với anh em bên bếp lửa. Anh bảo nhỏ anh đội trưởng:

- Tôi để một giỏ cá đằng sau lán. Trước giờ ngủ, anh ra mang vào, chia cho mấy anh bị bệnh kiết ly đang mất sức để các anh bồi dưỡng. Nhớ giữ kín, đừng để trên biết.

Bây giờ anh em mới hiểu, người mà chiều nay, đặt lờ bắt cá ngoài đồng ruộng chính là quản giáo Thà. Ai cũng cảm động.

Biết là anh em tù bị đói triền miên, nhất là sau mùa đông dài, một buổi sáng đầu mùa xuân, quản giáo Thà đưa cả đội 50 người tù lên một đồi trồng toàn sắn của một hợp tác xã nào đó. Sắn đầu mùa, củ còn nhỏ. Anh chỉ cho anh em cách đào lấy củ mà thân sắn vẫn còn nguyên. Rồi đào mấy cái bếp "Hoàng Cầm" để luộc sắn mà không ai phát hiện có khói. Anh dắt hai anh tù xuống đồi xách hai thùng nước mang lên, căn dặn anh em thay phiên nhau luộc sắn ăn cho no. Anh đích thân ở lại đứng gác. Nếu có ai vào, anh vờ ra lệnh "chuẩn bị đi về", anh em tức khắc giấu hết "tang vật" xuống một cái hố đã đào sẵn." (Ở Cuối Hai Con Đường)

Nghỉ Hè Ở Mallorca là một truyện ký, tôi cho rằng, hay, và toàn bích nhất của Phạm Tín An Ninh. Cùng với Ra Biển Gọi Thầm của Trần Hoài Thư, Nghỉ Hè Ở Mallorca là truyện độc đáo nhất về tình yêu ở nơi cải tạo tù đày. Tính chất trữ tình tựa như cơn mưa đầu làm dịu mát cái nắng nóng hừng hực giữa hè của văn chương về chiến tranh, tù đày sau 1975, ở hải ngoại vậy. Vâng! Vẫn thủ pháp nghệ thuật hồi tưởng, chập chờn ký ức của nhân vật lồng vào tác giả, Phạm Tín An Ninh đã đưa người đọc trở về với những ngày tù tội, nơi có mối tình cao thượng tuyệt đẹp, giữa một nữ kỹ sư lâm trường và người tù cải tạo. Tình yêu, và sự cao thượng trong hoàn cảnh ấy, tuy nghiệt ngã, song nó đã mở ra một lối thoát, một nghị lực sống của con người: "Tội nghiệp, em yêu anh Đôn trong một hoàn cảnh quá nghiệt ngã. Điều duy nhất mà em có thể làm được cho người yêu của mình là giúp anh trốn trại, vượt ra khỏi khung cảnh đày ải man rợ, để anh ấy luôn được xứng đáng với những điều anh đang có. Bởi vì chính những điều ấy đã làm cho trái tim em rung động, để em biết thế nào là một tình yêu, mà nếu không gặp anh ấy, có lẽ suốt cả đời em không có được. Quan trọng hơn, đó lại là thứ vũ khí tốt nhất, hiệu quả nhất giúp em đủ can đảm và nghị lực để chống lại số phận, mà trước đó em nghĩ là tới một ngày em sẽ phải đầu hàng, buông xuôi, bất lực." (Nghỉ Hè Ở Mallorca)

Dường như, càng bị đọa đày, thì Phạm Tín An Ninh càng tĩnh tâm hơn. Nhất là khi ông bước vào nghiệp viết. Lòng nhân bản, tình người giúp ông bước ra khỏi hận thù. Cho nên, mỗi trang viết của ông như một liều thuốc, lời ru làm xoa dịu nỗi đau của con người vậy.

*Quê hương với nỗi đau và mất mát.

Bước ra khỏi nhà tù nhỏ, nhưng con đường trước mặt Phạm Tín An Ninh còn bế tắc hơn nữa. Nỗi đau của đất nước, và gia đình như đám mây đen bao kín cả bầu trời. Và đi hết biển, con đường duy nhất, là nơi ông phải đến. Tâm trạng ấy, được Phạm Tín An Ninh ủ vào bài viết, mà tôi không thể gọi thành tên. Bởi, ông trộn tất cả các thể loại văn học vào trong đó. Vâng! Những Đám Mây Trên Đỉnh Núi Phổ Đà là bài viết như vậy. Có thể nói, đây là một trong những bài văn cảm động nhất của Phạm Tín An Ninh. Vẫn lối viết giản dị, lời văn mộc mạc, nhưng giàu hình tượng làm cho người đọc phải rưng rưng ngấn lệ. Những hình tượng so sánh ấy, trải ra, rồi cuộn tròn thành nỗi đau, nỗi u hoài trong lòng tác giả, trong lòng người đọc. Thành thử, tôi không thể lược bỏ bất cứ từ ngữ, câu cú nào trong đoạn trích dưới đây, dù có thể khá dài:

"Chỉ có dãy núi Phổ Đà vẫn còn đứng nguyên ở đó. Hôm đầu tiên ra cổng nhìn lên, tôi không còn thấy cánh đại bàng hùng vĩ ngày xưa. Cả đỉnh núi bị bao phủ bởi những đám mây đen buồn thảm, làm tối cả một vùng trời ảm đạm. Tôi hình dung đến cha mẹ tôi, hai ông chú và cả những đồng đội bạn bè, trong đó có Phan. Tất cả như đang ẩn hiện trong các đám mây mù buồn thảm ấy. Lòng tôi đau đớn như đang có trăm ngàn vết chém. Tôi thắp hương, nhắm mắt tưởng nhớ và cầu nguyện cho tất cả được siêu thoát trong một thế giới bình an, không còn có đau khổ, hận thù. Nghe tiếng sấm chớp, tôi giật mình mở mắt ra. Trời đang vần vũ một cơn mưa. Nhìn mưa trút nước từ những đám mây đen trên đỉnh núi Phổ Đà, tôi có cảm giác như suối nước mắt của bao nhiêu người thân bất hạnh. Mưa dứt. Những đám mây đen biến mất. Tôi cũng vừa nhìn thấy cánh chim đại bàng trên vách núi vỗ cánh bay đi. Mất hút cuối chân trời."

Và Phạm Tín An Ninh đã đi gần hết biển. Xứ lạnh Nauy là nơi ông cập bến đỗ. Cuộc sống yên bình, hạnh phúc nơi đây càng làm cho ông day dứt khôn nguôi. Với đồng đội, với quê hương, một món nợ, buộc ông phải trả. Như một cánh chim biệt xứ, ông biết về đâu, khi thành phố xưa đã thực sự không còn, và những dấu tích, kỷ niệm xưa chỉ còn là cổ tích. Một nỗi đau, không thể giãi bày. Hoàn cảnh ấy, chỉ có trang viết mới làm ông nguôi ngoai nỗi nhớ thương. Và khi viết Chim Bay Về Biển, dường như Phạm Tín An Ninh đã vắt hết nỗi đau, và niềm nhớ thương nơi quê nhà vào trong đó. Thật vậy, Chim Bay Về Biển là những trang văn đẹp nhất, và cũng buồn nhất, mà tôi đã được đọc trong thời gian gần đây. Ta hãy đọc lại một trích đoạn trích dưới đây, để thấy rõ điều đó: "Bỗng lòng tôi chợt thoáng lên một chút băn khoăn. Những cánh chim di xứ ấy sẽ bay trở về đâu, khi Nha Trang ngày xưa của họ đã thực sự không còn. Thành phố đã cho họ một thời tuổi thơ đẹp đẽ hoa mộng, nhưng cũng đã để lại trong lòng họ quá nhiều đớn đau, mất mát sau cuộc đổi đời. Những hang động tuổi thơ và dấu tích của những cuộc tình ngày xưa, tất cả giờ chỉ còn là cổ tích. Tôi nhớ lời thằng bạn còn ở lại Nha Trang, nhớ tới thầy tôi, nhà văn Cung Giũ Nguyên và tác phẩm Le Domaine Maudit viết từ năm 1961, như là một tiên tri của Thầy"

Có lẽ, thời gian đẹp, nhiều kỷ niệm nhất của Phạm Tín An Ninh là lúc mặc áo lính, nên truyện của ông chủ yếu viết về lính, viết về chiến tranh. Có điều đặc biệt, trên trang sách của ông, tôi ngửi thấy mùi khét của bom, nghe thấy tiếng súng, nhưng tôi không thấy có địch, có ta, không có hận thù và những cảnh khát máu giết người, mà chỉ thấy ngun ngút tình người trong đó. Và ước nguyện của Phạm Tín An Ninh, dường như cũng là ước nguyện chung cho tất cả những người lính đã đi qua cuộc bể dâu này. Chính vì vậy, tôi xin mượn một đoạn văn trong truyện ký: Tháng 4 Nhớ Bạn (của ông) nhằm làm sáng tỏ thêm chân dung nhà văn Phạm Tín An Ninh, cũng như để kết thúc bài viết này:

"Lịch sử dân tộc nhất định sẽ có ngày viết lại những chiến công vinh quang hiển hách, và cả những hy sinh, đau đớn, khổ nhục mà thế hệ chúng tôi đã từng đạt được, trải qua, trong một giai đoạn bất hạnh và đau thương nhất của dân tộc".

Leipzig ngày 27-12-2019

CAO XUÂN HUY – NGƯỜI KHÔNG THỂ THOÁT RA KHỎI CUỘC CHIẾN

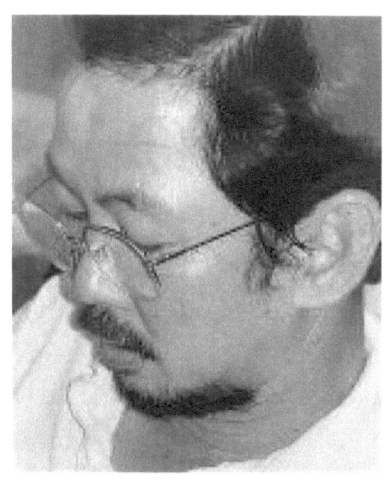

Sau 1975, Văn học cũng như con người buộc phải trốn chạy, tìm đường vượt biển. Tưởng chừng, nơi miền đất lạ, dòng văn học tị nạn ấy sẽ chững lại.

Nhưng không, nó như những nhánh sông âm thầm vặn mình bồi lên mảnh đất khô cằn đó. Chiến tranh, người lính vẫn là đề tài nóng bỏng để các nhà văn tìm tòi, khai thác. Vào thời điểm ấy, những nhà văn quân đội Phan Nhật Nam, Trần Hoài Thư, Thế Uyên…đang ở độ chín và sung sức. Và sau đó, xuất hiện hàng loạt nhà văn xuất thân từ những người lính chiến đã trải qua những năm tháng tù đày, như: Phạm Tín An Ninh, Song Vũ hay Cao Xuân Huy… Tuy văn phong, thi pháp riêng biệt, nhưng tựu trung, mỗi trang viết của họ đều để lại những ấn tượng thật sâu sắc trong lòng người đọc. Nếu văn của Phạm Tín An Ninh đẹp, sáng và nhẹ nhàng, thì từ ngữ trên những trang viết của Cao Xuân Huy nặng tính khẩu ngữ trần trụi, mãnh liệt. Có một điều rất thú vị, đọc Cao Xuân Huy, tôi lại nhớ đến nhà thơ người lính Nguyễn Bắc Sơn. Bởi, tính đặc trưng ngôn ngữ làm nên hình tượng, chất lính rất đặc biệt trong thơ văn của hai ông văn sĩ này.

Cao Xuân Huy sinh năm 1947 tại Bắc Ninh. Năm 1954, ông theo mẹ di cư vào Nam. Tốt nghiệp tú tài, năm 1968 ông vào lính. Tháng 3- 1975, Cao Xuân Huy bị bắt tù cải tạo. Năm 1982 ông vượt biển, và định cư tại Hoa kỳ. Ông mất năm 2010 bởi căn bệnh ung thư.

Cũng như nhà thơ người lính Nguyễn Bắc Sơn, Cao Xuân Huy có người cha ở bên kia của chiến tuyến. Nhưng Cao Xuân Huy không hề có mâu thuẫn nội tâm, do dự trên đầu súng như Nguyễn Bắc Sơn. Vớ ông, có sự phân định trách nhiệm rạch ròi của người lính. Tuy nhiên, suốt những năm tháng dài cầm súng, nhất là những ngày đầu năm 1975 buộc người lính phải buông súng, di tản, luôn làm cho Cao Xuân Huy day dứt khôn nguôi. Một câu hỏi, suốt những năm tháng tù đày, và nơi đất khách Cao Xuân Huy mải miết đi tìm, song dường như, không lời giải đáp? Và đó cũng là mục đích, tư tưởng trải dài trên những trang viết của nhà văn Cao Xuân Huy.

Cao Xuân Huy đến với văn thơ khá muộn, viết ít, và rất chắt lọc. Cùng với Vài Mẩu Chuyện, Tháng Ba Gãy Súng là tác phẩm chân thực, gây tiếng vang làm nên chân dung nhà văn tài hoa dân dã Cao Xuân Huy. Nó là một trong những tác phẩm hay và đặc sắc nhất viết về chiến tranh của nền văn học Việt Nam.

*** Sự tàn khốc, tính chân thực qua từng con chữ.**

Nếu buộc phải đưa ra một lời nhận xét về những tác phẩm viết về chiến tranh gần đây, (bỏ qua tư tưởng, ý thức hệ) thì với tôi, Nỗi Buồn Chiến Tranh của Bảo Ninh, và Tháng Ba Gãy Súng của Cao Xuân Huy là hai tác phẩm tiêu biểu nhất. Cùng bóc trần sự tàn khốc của chiến tranh, nếu tài năng phân tích, miêu tả diễn biến tâm lý của người lính làm nên Nỗi Buồn Chiến Tranh của Bảo Ninh, thì sự khắc họa hình ảnh, thân phận bi thương của người lính, một cách trung thực nhất đã làm nên tác phẩm Tháng Ba Gãy Súng của Cao Xuân Huy. Xuyên suốt dòng văn học sử Việt, ta thấy, dường như có rất ít cuốn truyện dài, tiểu thuyết đầu tay nào, đóng đinh vào lòng người đọc như tác phẩm Tháng Ba Gãy Súng. Theo lời tự bạch của Cao Xuân Huy, ông viết cuốn hồi ký Tháng Ba Gãy Súng theo bản năng, chứ chẳng có tí tẹo về khái niệm văn chương, văn chiếc gì ở đó. Có lẽ, Cao Xuân Huy quá khiêm tốn đến mức không cần thiết như vậy chăng? Bởi, ngay cái tựa Tháng Ba Gãy Súng đã được tác giả hình tượng hóa từ nỗi đau, cùng sự tan đàn xẻ ghé của người lính, với cái lệnh rút quân một cách quái đản ở Thừa Thiên Huế, sau khi mất Buôn Mê Thuộc. Đây là cái tựa hay. Nó như một cái hom giỏ đã tóm được toàn bộ hồn cốt của tác phẩm vậy. Với tôi, Tháng Ba

Gãy Súng là hình tượng hoán dụ hay hơn rất nhiều cái tựa: Nỗi Buồn Chiến Tranh của Bảo Ninh. Vâng, thưa hương hồn bác Cao Xuân Huy, đó là văn, là câu trả lời, khi bác cứ phân vân tự hỏi, văn chương là cái quái quỷ gì ấy nhỉ?

Tôi nghĩ, viết Tháng Ba Gãy Súng, Cao Xuân Huy đã làm không vừa lòng rất nhiều người, trong đó có cả một số người là đồng đội của ông. Thật vậy, sự giết chết những người đồng đội khác binh chủng của nhóm lính thủy quân lục chiến, chỉ vì tranh giành lên tàu khi di tản, làm cho người đọc phải rùng mình kinh sợ. Là kẻ sinh sau đẻ muộn, nên đọc nó, tôi không thể tin đó là sự thật, song hoàn toàn không tìm ra lời giả đáp. Và có lẽ, chỉ còn có thể an ủi mình bằng cụm từ: Chiến tranh điều gì cũng có thể xảy ra. Đoạn trích dưới đây, Cao Xuân Huy cho chúng ta chứng kiến lại cái giờ phút lạnh lùng và bi thương ấy:

"...Chưa kịp tìm chỗ ngồi, tôi nghe một tiếng súng nổ.

Hai người lính Thủy Quân Lục Chiến cúi xuống khiêng xác một người lính Bộ Binh vừa bị bắn chết ném xuống biển. Một người lính Thủy Quân Lục Chiến khác đang gí súng vào đầu một trung úy Bộ Binh ra lệnh:

"Đụ mẹ, có xuống không?"

"Tôi lạy anh, anh cho tôi đi theo với."

"Đụ mẹ, tao đếm tới ba, không nhảy xuống biển tao bắn."

"Tôi lạy anh mà, tôi đâu có gia đình ở ngoài này."

"Đụ mẹ, một."

"Tôi lạy anh mà, anh đừng bắt tôi ở lại, anh muốn lạy bao nhiêu cái tôi cũng lạy hết. Tôi lạy anh, tôi lạy anh."

"Đụ mẹ, hai."

"Trời đất, mình đồng đội với nhau mà, anh không thương gì tôi hết. Tôi lạy anh mà."

"Đụ mẹ, ba."

Tiếng ba vừa dứt, tiếng súng nổ.

Người trung úy Bộ Binh ngã bật ngửa ra, mặt còn giữ nguyên nét kinh hoàng. Viên đạn M-16 chui vào từ đỉnh đầu. Xác của anh ta được hai người lính Thủy Quân Lục Chiến khác khiêng ném xuống biển...."

(Tháng ba gãy súng - chương 5)

Tuy nhiên, cách nay mấy năm, khi đọc, viết phê bình cho một số nhà văn nguyên là sĩ quan cấp tá Quân đội Việt Nam Cộng Hòa, và đều chỉ huy trung đoàn ngoài mặt trận, tôi đưa ra những thắc mắc của mình. Rất may, các anh đều viết trả lời, và giải thích khá tường tận. Nhân đây, cũng xin phép các anh, tôi trích một đoạn bức thư ấy lên đây, để làm sáng tỏ thêm những thắc mắc trong lòng người đọc chăng:

"2/- Về chuyện đám lính TQLC bắn giết các quân nhân không cùng binh chủng trên các tàu di tản (theo Tháng Ba Gãy Súng của Cao Xuân Huy) là chuyện có thật. Là một vết nhơ đáng lên án...

Vì đám lính này thuộc loại vô kỷ luật. (Có nhiều thanh niên du đảng, phạm pháp, sau thời gian thụ xong án, cũng được đưa vào lính, bổ sung cho một số đơn vị hao hụt quân số). Với bản chất (xấu) ấy, lợ dụng khi đơn vị gặp lúc xáo trộn, mạnh ai nấy sống, không còn được sự chỉ huy chặt chẽ nữa, thì những con người này trở về với bản chất xấu của họ, giết người, cướp bóc. Vì vậy, sau khi các chiếc tàu di tản từ miền Trung vào Nam, đã không cho cặp bến Vũng Tàu hay Sài gòn, mà tất cả được lệnh cặp vào Đảo Phú Quốc. Một Tòa Án Mặt Trận đã được thành lập khẩn cấp tại đây, hầu hết những người lính TQLC phạm tội đều bị xử bắn...”

Đọc và đi sâu vào nghiên cứu, ta có thể thấy, sự thẳng thắn, dân dã của người lính Cao Xuân Huy đã hiện lên rất đậm nét trên những trang viết của mình. Tính hiện thực với khẩu ngữ trần trụi nhanh, dứt khoát làm cho lời văn súc tích là bút pháp đặc trưng, xuyên suốt những tác phẩm của ông. Tôi không dám nói, tính cách ấy, con người ấy của Cao Xuân Huy là hình ảnh chung của người lính. Nhưng nó là một trong những yếu tố, không thể thiếu để làm nên hình tượng người lính VNCH:

"...tôi cũng không phải là một người lính gương mẫu, đúc khuôn theo những điều được huấn luyện trong quân trường, thi hành đúng 8 điều, 10 điều tâm niệm của mấy ông Chiến Tranh Chính Trị đẻ ra, mà chính mấy ông ấy lại không bao giờ thi hành. Tôi là một thằng lính ba gai, cờ bạc, rượu chè, trai gái đủ cả, nhưng đánh giặc cũng rất tận tình. Chưa một ai, thượng cấp cũng như thuộc cấp, phải than phiền về tôi trong những trận đánh..." (Tháng ba gãy súng trang 6)

Nếu không có lệnh buông súng, di tản tại mặt trận Thừa Thiên Huế, với những năm tháng tù đày, rồi trốn chạy, tị nạn, thì có lẽ Cao Xuân Huy không viết văn, và bất ngờ trở thành một nhà văn tên tuổi trên văn đàn. Những trang viết ấy, như một lời tự sự, giãi bày của chính ông, của đồng đội ông gửi đến quê hương đất nước và người đọc vậy. Không phân bua, chạy tội, song ông cho ta thấy rõ, thân phận rẻ mạt của người lính, và chỉ ra sự dốt nát, tàn nhẫn, hay những mệnh lệnh quái đản của các cấp chỉ huy trong trận chiến này:

"Tại quán nhậu, tôi gặp mấy người lính Lôi Hổ đóng tại Đà Nẵng, họ cho biết nửa khuya này họ phải nhảy vào Ban Mê Thuột. Tôi nghĩ bụng, quả là chó má khi cố tình giết thêm một ít người nếu đúng như họ phải nhảy vào Ban Mê Thuột. Hy vọng điều này không đúng với sự thật. Quyết định thí quân hay quyết định sai lầm của một cấp chỉ huy có thể giết chết hàng đơn vị lớn cũng không đáng trách, nhưng quyết định thảy một toán lính vào một nơi mà hàng Sư Đoàn không chống giữ nổi, kéo theo cả một Quân Đoàn phải rút chạy thì cái chết của họ phí quá. Ai là người chịu trách nhiệm về những cái chết kỳ cục vô ích này ? Lính cũng là người chứ đâu phải đồ chơi cho những ông xếp lớn!" (Tháng ba gãy súng trang 7)

Có thể nói, sau thi sĩ, người lính Nguyễn Bắc Sơn, thì Cao Xuân Huy là người đưa nhiều khẩu ngữ trần trụi, hay những câu đệm, chửi thề thẳng vào trang viết, không cần gọt dũa. Tuy sinh động, và như những thước phim quay ngược dòng thời gian đến với người đọc, song là một điều rất kị húy đối với quan niệm văn thơ bác học từ trước đến nay. Ngôn ngữ điện ảnh này, không còn xa lạ với văn học cũng như người đọc Âu- Mỹ. Và Cao Xuân Huy là người đã thổi hồn nó vào Văn chương Việt, làm thay đổi quan niệm mỹ học cho người đọc. Do vậy, văn của Cao Xuân Huy không chỉ đến với người lính, giới bình dân, mà còn rung động cả giới trí thức, người kén đọc. Ta có thể thấy, từ trước đến nay, phim ảnh, kịch nghệ của Việt Nam rất ít người xem. Tôi có ông bạn mấy chục năm, chưa khi nào xem hết một cuốn phim Việt, dù hắn cũng xuất thân từ thứ nghệ thuật này. Có lẽ, trước nhất là ngôn ngữ phim, kịch hiện nay, là thứ ngôn ngữ ở cõi trên, chứ không phải khẩu ngữ sinh hoạt gần gũi thường nhật. Cho nên, phim, kịch rất rời xa với con người, và xã hội đương thời. Lỗi này, thuộc về người viết, soạn kịch bản chăng?. Dài dòng một chút như vậy, để ta thấy rõ, Tháng Ba Gãy Súng của Cao Xuân Huy là một cuốn hồi ký văn học đích thực. Bởi, nó gắn chặt với thân phận, cũng như tiếng nói và tâm tư, hành động của người lính một cách chân thực nhất.

Đoạn trích dưới đây, không chỉ cho ta thấy, cái giá trị ngôn ngữ trần trụi bình dân ấy, mà còn bật lên nỗi đau của người lính, trước sự hèn nhát của những tướng tá, quan lại:

"Một nỗi buồn dâng lên trong tôi, không khóc nhưng mắt tôi đoanh tròng. Bao nhiêu gian truân, bao nhiêu xương máu, bao nhiêu xác người, bao nhiêu mồ hôi nước mắt của bạn bè, của anh em đồng đội tôi đã đổ xuống cho cái vùng địa đầu nghiệt ngã này. Bản thân tôi cũng đã hai lần đổ máu ở nơi này, bây giờ bỗng chốc bỏ đi, hỏi ai là người không tức tưởi. Đù má, những thằng chịu trách nhiệm trong vụ bỏ Huế này, lịch sử sẽ bôi tro trát trấu vào mặt chúng! Những ai đã từng tuyên bố, từng hô hào tử thủ Huế giờ này ở đâu ?

Khốn nỗi, những thằng đánh trận mà luôn luôn đi đàng sau và luôn luôn bỏ chạy trước lại là những thằng có quyền, có quyền mà hèn nhát, đốn mạt nên bây giờ bao nhiêu người khốn đốn, rút chạy như một lũ thua trận. Nhưng thực sự chúng tôi đã đánh nhau đâu để bị gọi là thua! Đồ tiếp liệu trong Thành Mang Cá dư sức cung cấp cho Lữ Đoàn tôi ít nhất là ba tháng, tại sao không cho chúng tôi vào Thành Nội ? Ờ mà tử thủ làm chó gì, bao nhiêu thằng xếp cút mẹ nó hết rồi, vợ đẹp con khôn và tiền bạc bao năm ăn bẩn không lẽ lại vứt bỏ." (Tháng ba gãy súng- trang 25)

Nếu chưa đọc những tác phẩm viết về chiến tranh, và người lính của Mikhail Sholokhov, Trần Hoài Thư, hay Thế Uyên…thì có lẽ, tôi không thể tin, người lính đi vào cái chết, dưới ngòi bút của Cao Xuân Huy bình thản đến vậy. Vâng, với người lính, chiến tranh như một trò đùa chăng?. Không, tôi không nghĩ như vậy. Bởi, sự chết chóc của người lính là điều không thể tránh khỏi. Nó diễn ra bình thường như miếng ăn, nước uống hàng ngày của họ vậy. Chỉ có tiếng cười, đùa tưởng chừng vô cảm ấy mới vơi đi nỗi đau tâm lý, nỗi sợ hãi của con người. Do vậy, đọc Cao Xuân Huy, càng cho ta thấy sự tàn khốc của chiến tranh, và xót xa cho những thân phận mỏng mảnh của người lính:

"…cứ thế họ đặt súng chỗ này bắn một hai quả, đặt súng chỗ khác bắn một hai quả. Vừa bắn vừa cười nói bô bô. Một viên đạn bất ngờ ghim sâu vào ngực người lính cầm mũ sắt, quả đạn bên tay phải rơi phịch xuống cát, mũ sắt bên tay trái văng ra xa. Một người lính khác tay cầm mũ sắt, chạy tới nhặt quả đạn tiếp tục bắn. Người lính ôm nòng súng nhìn người bạn vừa ngã chết, miệng cười tươi như không có gì xảy ra:

- Đụ má, chết sớm dzậy mày?

Người xạ thủ thứ hai rướn người lên rồi ngã xuống vì viên đạn trúng vào bụng.

Người thứ ba cầm mũ sắt chạy ra. Vừa ra đến nơi chưa kịp bắn viên nào thì cả xạ thủ lẫn người ôm nòng súng ngã vật ra chết." (Tháng Ba Gãy Súng)

Lệnh di tản, dưới ngòi bút của Cao Xuân Huy, ta có thể thấy, như một sự bức tử đối với người lính chiến. Họ không chỉ chết dưới tầm đạn pháo của địch, hay tranh giành nhau lên tàu rút chạy, hoặc đầu bị nghiền nát bởi những cái bánh xích, mà còn ngồi tụm với nhau thành một vòng tròn nhỏ, rồi tự sát bằng một quả lựu đạn nổ bung ở giữa. Cùng tự sát, với cái chết tập thể như vậy, có thể nói là tận cùng của sự chán chường, và bi quan. Tuy nhiên, phần nào cho ta thấy được khí tiết, cũng như sự phản kháng của người lính.

Vâng, cái chết của những người lính chiến ấy đọc lên, ai cũng phải xót xa, và căm phẫn. Và có lẽ, nhìn lại chiều dài lịch sử của dân tộc, chưa có cuộc chiến nào tàn khốc, đau thương đến vậy:

"...Dòng người chúng tôi đang chạy, một người tách ra ngồi lại trên cát, một người khác cũng tách dòng người ra ngồi chung, người thứ ba, người thứ tư, người thứ năm nhập bọn, họ ngồi tụm với nhau thành một vòng tròn nhỏ, một quả lựu đạn nổ bung ở giữa.

Dòng người chúng tôi tiếp tục chạy, lại một người tách ra ngồi trên cát, lại người thứ hai, người thứ ba, người thứ tư... nhập bọn, lại tụm với nhau thành một vòng tròn nhỏ, lại một quả lựu đạn nổ bung ở giữa. Dòng người chúng tôi vẫn cứ tiếp tục chạy, lại một người tách ra ngồi trên cát, lại người thứ hai, người thứ ba, người thứ tư...

Tôi không thể nhớ để mà đếm nổi là đã có bao nhiêu quả lựu đạn đã nổ ở giữa những vòng tròn người như vậy..." (Tháng ba gãy súng)

Tuy bút pháp hiện thực, cùng khẩu ngữ dân dã, làm cho câu văn sinh động, song những trang văn thường trải dài, thiên về cảm xúc, cho nên Cao Xuân Huy mắc khá nhiều lỗi về câu cú. Có lẽ, đây cũng là nhược điểm chung của dạng văn này. Câu văn dưới đây, ta có thể thấy, tác giả đã lặp lại đến bốn lần đại từ nhân xưng tôi. Nó làm cho lời văn thừa, lòng thòng rối rắm, và tối nghĩa:

"Ăn nhậu ở đây quá phí tiền nên không đợi Tiểu Đoàn Trưởng gia hạn giấy phép, tôi biết chắc chắn là tôi sẽ không được gia hạn và cũng không đợi để đi theo chuyến liên lạc, tôi tự động coi như mình đã hợp lệ chuyện kéo dài ngày phép, tôi lên xe đò về Sài Gòn sau một chầu nhậu say mềm với bọn đệ tử ở hậu cứ." (Tháng ba gãy súng- trang 4)

*Tính nhân đạo qua tiếng cười hài ước, trữ tình.

Đến với Vài Mẩu Chuyện, ta có thể thấy, nghệ thuật cũng như bút pháp trong truyện ngắn của Cao Xuân Huy tinh tế và sâu sắc hơn. Tính hài ước, dí dỏm mang đến cho người đọc tiếng cười cảm thông, và chua xót. Đọc Vài Mẩu Chuyện, trong đầu tôi bất chợt bật ra một câu hỏi: Chẳng biết, Cao Xuân Huy và Tưởng Năng Tiến có quan hệ (huyết thống) gì hay không? Mà cái tính phúng dụ trong truyện của hai ông nhà văn này, cho tôi cảm xúc gần nhau lắm. Nếu ta đã cảm được nỗi đau và tình người, khi đọc truyện ngắn Trận Cuối Cùng của Tưởng Năng Tiến, thì mới thấy hết giá trị của hòa bình, tình yêu của con người, dù ở hai đầu chiến tuyến trong Chờ Tôi Với. Một truyện ngắn thấm đẫm nước mắt của Cao Xuân Huy. Tôi đã đọc khá nhiều truyện ký của cả hai phía viết về lệnh ngừng bắn, ở nơi chiến trường của những ngày đầu năm 1973. Nhưng có thể nói, Chờ Tôi Với của Cao Xuân Huy là một truyện ngắn hay nhất về đề tài này. Cái sự cả tin của những người lính ở cả hai phía, nơi chiến trường, phải trả bằng mạng sống của mình, trên bàn cờ của những kẻ bán mua chiến tranh. Hình ảnh tương phản dưới đây, không chỉ cho ta thấy, cái chết của họ (những người lính ở cả hai phía), mà còn thấy được ngòi bút nhân bản của nhà văn. Vâng! Nếu nói đến tàn nhẫn, thì đây là sự tột cùng của đểu cáng, và tàn nhẫn, buộc những thanh niên, người lính Việt Nam phải gánh chịu:

"Lính hai bên ùa lên phía trước, ôm nhau hò hét:

"Hết đánh nhau rồi! Hết chiến tranh rồi!"

Những bộ quân phục rằn ri miền Nam trộn lẫn những bộ quân phục cứt ngựa miền Bắc. Cố không khóc nhưng nước mắt Toàn cứ ứa ra, không kềm được. Nhưng việc gì phải kềm chứ! Toàn mặc cho nước mắt trào ra.

Có tiếng nghẹn ngào bên cạnh:

"Anh khóc đấy à?"

Toàn quay qua, một người bộ đội nước mắt cũng đang nhòe nhoẹt. Chẳng nói chẳng rằng, cả hai ôm chầm lấy nhau...

Đêm thứ hai của ngày hòa bình, đơn vị Toàn bị tấn công...Khi địch tràn ngập, lưỡi lê và lựu đạn thay cho súng. Sau một lúc quần thảo bằng lưỡi lê, Toàn gặp người, ngã chúi xuống phía trước, mắt hoa đi, mũ sắt văng ra. Mất mũ là mất mạng. Phản xạ tự nhiên của bản năng sinh tồn bật dậy, Toàn nhoài người, với... Cuối cùng, tay Toàn cũng chạm được vào cái mũ...Mắt Toàn dại đi, cái mũ trong tay không phải là mũ sắt, mà là mũ cối...Tiếng gào thét giết chóc vẫn vẳng vào tai cùng lúc loáng thoáng hình ảnh Toàn sánh vai người bộ đội đồng hương lang thang bên hồ Hoàn Kiếm... Đột nhiên, một tiếng gọi bật ra trong đầu Toàn: Anh bộ đội ơi, chờ tôi với...."

Chiến tranh kết thúc, nhà tù là nơi người lính thất trận buộc phải đến. Thông thường, hình ảnh những hung thần cai tù, quản giáo là nhân vật, đề tài cho các nhà văn tìm tòi và khai thác. Tuy nhiên, đọc Vài Mẩu Chuyện, ta có thể thấy, Cao Xuân Huy đã đi ngược lại lẽ thông thường ấy. Hành động, tâm lý của con người trong chốn lao tù mới là đối tượng, khía cạnh chính Cao Xuân Huy đưa vào những tác phẩm của mình.

Cái sự phân cấp nhìn từ đồ tiếp tế, với miếng ăn hàng ngày, trở thành nhân cách để Cao Xuân Huy soi rọi vào tác phẩm của mình. Miếng Ăn là một truyện ngắn được Cao Xuân Huy viết thông qua cái nhìn như vậy. Miếng ăn dường như, đã tạo nên khoảng cách giữa những người lính trong lao tù ấy. Tuy không phải là điển hình, nhưng tôi nghĩ, một chi tiết nhỏ đôi khi cũng đủ làm nên một tác phẩm văn học đặc sắc. Phải nói, nhà văn Cao Xuân Huy có tài sử dụng hình ảnh, hình tượng so sánh ẩn dụ. Nghệ thuật này, thường tạo nên những bất ngờ, mang đến tiếng cười chua cay cho người đọc. Truyện ngắn Ngu Như Lợn là tiêu biểu cho thi pháp này của ông. Đọc nó, làm tôi nhớ đến những tiếng cười (phê phán) trong truyện ngắn của nhà văn Thổ Nhĩ Kỳ: Azit Nêxin. Viết về những người lính trong tù cải tạo, dường như lời văn Cao Xuân Huy nhẹ nhàng và sâu cay hơn. Để bóc trần giá trị con người và đạo đức trong một cái xã hội đảo lộn tùng phèo ấy, ông đi sâu vào khai thác triệt để đặc điểm, tính cách, mâu thuẫn diễn biến nội tâm của nhân vật. Và tiếng cười được bật ra, khi nút thắt được cởi bỏ ở kết đoạn, hay những con chữ cuối cùng. Thật vậy, ta có thể thấy, nếu người bác sĩ tên Thông (trong truyện Vải bao cát) bỏ dao băm bèo cám lợn để đi thẳng vào phòng cầm dao mổ người, thì bác sĩ Mạnh chuột (trong truyện Ngu như lợn) phải nuôi chuột tăng gia, bà đỡ cho lợn. Những hình ảnh điển hình bi hài này, có thể nói, như nhát dao chọc thẳng vào ung nhọt của xã hội vậy. Một bi hài kịch trong trích đoạn truyện Ngu Như Lợn dưới đây, không chỉ thấy tài năng nghệ thuật so sánh của Cao Xuân Huy, mà còn cho ta tiếng cười ứa ra nước mắt, ngậm trong nỗi đau thân phận con người, và xã hội:

"...Mạnh chuột bị gọi lên chất vấn để bổ túc thêm cho bản lý lịch.

"Anh học đến đâu?"

"Bác sĩ."

"Chúng tôi biết anh là bác sĩ rồi, nhưng anh học đến đâu?"

"Bác sĩ y khoa."

"Này, tôi không đùa đấy nhé. Anh là bác sĩ thì chúng tôi biết rồi, nhưng anh học đến lớp mấy?"

Mạnh chuột ngớ ra. Cán bộ y tế vừa để khoe và cũng vừa để giải thích thật cặn kẽ cho tên bác sĩ Ngụy ngu dốt này hiểu câu hỏi:

"Tôi biết anh là bác sĩ rồi, nhưng anh học đến lớp mấy. Như tôi cũng là bác sĩ, tôi vừa học bổ túc xong lớp sáu…"

Nếu Tháng Ba Gãy Súng lời văn khẩu ngữ trần trụi, thì đến Vài Mẩu Chuyện, văn của Cao Xuân Huy nhẹ nhàng, đằm thắm hơn. Với tôi, Vải Bao Cát là truyện ngắn hay nhất của Cao Xuân Huy. Bởi, cái chất trữ tình, với những phân tích diễn biến tâm lý sâu sắc. Và nó là một trong những đặc điểm làm nên truyện ngắn này, cũng như tập truyện ngắn Vài Mẩu Chuyện của ông. Nếu ở truyện ngắn Quyền Tối Thiểu, người lính tù từ chối được hưởng ân huệ ngủ với vợ, khi đến thăm, thì người lính tù ở Vải Bao Cát đã mua người bạn tù bằng một bữa cơm sáng, để được cầm đèn, và cởi quần áo cô gái trúng mảnh đạn cho bác sĩ phẫu thuật. Cái khao khát sinh lý của người lính tù lâu ngày: "Toàn háo hức đắm chìm theo những tưởng tượng…Bất chợt, hai mắt đang hau háu chợt dịu lại. Lúng túng. Hai tay đang tụt quần cô gái chợt khựng lại.". Vâng, và bàn tay ấy dừng lại, bởi chiếc quần lót của cô gái nghèo bằng vải bao cát, dùng để làm hầm trú ẩn trong chiến tranh. Và tình người của người lính tù đã vượt lên cái ham muốn tầm thường ấy. Có thể nói, đây là những trang văn trữ tình, tuyệt đẹp về những ước vọng của Cao Xuân Huy, cũng như của cả dân tộc này:

"... Nhưng chiến tranh đã qua rồi, chiến tranh đã qua lâu rồi mà, mọi chuyện rồi sẽ phải qua đi. Yên tâm đi cô bé, vết thương cô sẽ lành. Mọi vết thương đều sẽ phải lành. Ngủ yên đi cô. Thôi nhé, hãy ngủ yên và đừng sợ hãi. ...Một ngày nào đó, chúng ta sẽ không còn phải dùng bao cát để làm gì nữa. Không dùng bao cát để làm hầm trú ẩn, không bao cát để đắp giao thông hào. Và, như những phụ nữ may mắn được sống trong những nước không bị tan nát bởi chiến tranh, như đất nước chúng ta, cô sẽ có lụa là mềm mại để mặc lên thân mình con gái, chứ không còn phải dùng bao cát để làm vải che thân nữa! Chiến tranh đã hết rồi mà..." (trích Vải bao cát)

Khi người lính được bước ra khỏi cái nhà tù nhỏ, Cao Xuân Huy đã mượn cái ham muốn tầm thường, để thông qua truyện ngắn Trả Tiền, đề cao sự cảm thông và tình người cao cả. Đây là truyện ngắn độc đáo, với những câu đối thoại cực ngắn cộc lốc. Dạng truyện ngắn này khó viết, bởi tính chặt chẽ của bố cục, và thiếu một từ, sai một chữ, truyện trở nên nhạt phèo. Nhưng có thể nói, với truyện này, Cao Xuân Huy đã thành công. Văn của Cao Xuân Huy không hề có sự thù hận, và yêu ghét cũng không mang tính cực đoan. Đọc truyện ngắn Trả Tiền, cho tôi một cảm giác như đang xem một bức tranh vậy. Có lẽ, Cao Xuân Huy muốn lật cho chúng ta thấy có một bức tranh (xã hội) khác, con người khác, tình người khác ở đằng sau cái xã hội thối nát, và nhem nhuốc này:

"...Tiếng gã phân bua:

"Tôi mới được thả. Lâu ngày... Thèm quá..." Tên dân phòng nhỏ giọng:

"Anh tui cũng bị mấy năm như cha, mà đâu có tầm bậy tầm bạ như dzầy. Phải kiếm chỗ kín kín một chút chớ."

"Tôi cũng muốn vậy, nhưng tiền đâu mà mướn phòng."

"Nó lấy cha nhiêu?"

"Năm đồng."

"Năm đồng?" Tên dân phòng bật tiếng cười.

Quay sang phía ả đàn bà, hắn ra lệnh:

"Trả lại tiền cho người ta!"

Ả ngập ngừng định lên tiếng, nhưng đành im lặng trả lại tiền.

Gã đàn ông lên xe, đạp đi. Đợi tên dân phòng đi khuất, hắn vòng lại, đến gần ả.

"Này, tôi trả lại năm đồng."

Ả quay lại. Cái nhìn đậu trên mặt gã vài giây, rồi nói:

"Thôi, giữ lấy xài đi."

Cũng như những người lính viết văn Phạm Tín An Ninh, hay Song Vũ... Cao Xuân Huy đến với văn chương bởi ám ảnh, với sự thôi thúc của đồng đội (cả những người còn sống, hay đã hy sinh). Tuy viết rất ít, nhưng có thể nói, mỗi trang văn của Cao Xuân Huy không chỉ làm sáng tỏ cho một giai đoạn đắng cay của Quân sử, mà còn như lời giãi bày, tình tự của ông, đồng đội ông gửi đến người đọc. Nếu nói: Văn là người, thì chắc chắn, tư tưởng, cách sống nhập vào hồn vía, văn phong của ông không thể lẫn lộn với bất kỳ văn nhân, thi sĩ nào. Chính vì vậy, dù đã đi hết cuộc đời, song Cao Xuân Huy vẫn không thể thoát ra khỏi cuộc chiến này.

Leipzig ngày 28-4-2019

NGUYỄN TẤT NHIÊN – MỘT TRƯỜNG THIÊN KỊCH BẢN BI AI

Khi ngôi sao mai Nguyễn Nho Sa Mạc chợt vụt tắt, khoảng trống để lại tưởng như khó có thể bù lấp, thì may mắn thay, trên vòm trời thi ca xuất hiện một Nguyễn Tất Nhiên. Tuy còn tuổi học trò, và khác nhau về thi pháp sáng tạo, nhưng có thể nói, Nguyễn Nho Sa Mạc và Nguyễn Tất Nhiên là hai thi sĩ đích thực. Sự xuất hiện của họ góp phần làm dịu mát, và giải tỏa sự bế tắc của văn thơ, cũng như âm nhạc miền Nam trong giai đoạn chiến tranh khốc liệt nhất của dân tộc.

Đọc và đi sâu vào nghiên cứu, ta có thể thấy, thi sĩ Nguyễn Tất Nhiên tên thật là Nguyễn Hoàng Hải, sinh năm 1952 tại Biên Hòa. Ông là hiện tượng rất đặc biệt của văn học miền Nam. Cái đặc biệt ấy, không chỉ ở tài năng chín sớm, mà ta còn thấy rõ ý tưởng, cũng như hình tượng và ngôn ngữ mới lạ trong thơ Nguyễn Tất Nhiên.

Thật vậy, 14 tuổi (năm 1966) cùng với Đinh Thiên Phương, cậu học trò Nguyễn Hoàng Hải với bút danh Hoài Thi Yên Thi đã cho xuất bản tập thơ đầu tay Nàng Thơ Trong Mắt. Năm 16 tuổi, Hoài Thi Yên Thi in chung tập thơ thứ hai Dấu Mưa Qua Đất cùng với bút đoàn Tiếng Tâm Tình. Và sau khi đổi bút danh thành Nguyễn Tất Nhiên, ông cho xuất bản Thiên Tai vào năm 1970. Thi tập này là thẻ thông hành, đã đưa Nguyễn Tất Nhiên thẳng vào làng văn. Đây là dấu mốc quan trọng nhất trong sự nghiệp sáng tạo của Nguyễn Tất Nhiên. Dù lúc đó ông vẫn còn ngồi trên ghế trung học Ngô Quyền, Biên Hòa. Ngay sau đó, một loạt thi phẩm của Nguyễn Tất Nhiên được các nhạc sĩ Nguyễn Đức Quang, Phạm Duy phổ nhạc, tên tuổi ông càng đóng đinh vào lòng người đọc nhiều hơn, nhất là giới sinh viên, học sinh. Năm 1978, Nguyễn Tất Nhiên vượt biên, và tị nạn tại Pháp. Và ở đó, nhà xuất bản Nam Á đã ấn hành thi tập "Thơ Nguyễn Tất Nhiên" vào năm 1980. Khi đến định cư tại Hoa kỳ, Nguyễn Tất Nhiên cho in ấn và phát hành Chuông Mơ (1987) Tâm Dung (1989) cùng thi tập Minh Khúc. Đặc biệt tập nhạc Những Năm Tình Lận Đận của ông sáng tác từ khi còn ở trong nước cho đến ra hải ngoại, do nhà xuất bản Tiếng Hoài Nam, Hoa

Kỳ ấn hành, vào năm 1984. Nếu đọc, và nghiên cứu đầy đủ, ta có thể thấy, ba khía cạnh chính làm nên chân dung nhà thơ tài hoa Nguyễn Tất Nhiên: Tình yêu, ý tưởng và những hình tượng trong thơ, cũng như chiến tranh, sự phân ly tác động đến tư tưởng, cùng cuộc sống bế tắc với nỗi đau tuyệt vọng của ông.

Năm 1992, bước vào tuổi bốn mươi, có lẽ trái tim mong manh, dễ vỡ của người nghệ sĩ Nguyễn Tất Nhiên, không vượt qua được cái bế tắc của cuộc sống, cũng như tâm hồn, nên ông đã tự kết thúc cuộc đời mình. Sự ra đi đang ở độ chín, và sung sức nhất của Nguyễn Tất Nhiên, làm cho rất nhiều người ngơ ngác và tiếc nuối. Và khoảng trống ông để lại không hề nhỏ, suốt mấy chục năm qua, chưa người (thi sĩ học trò) nào có thể thay thế, bù lấp.

*Tình yêu, ý tưởng và hình tượng mới lạ trong thơ.
Tình yêu chiếm một vị trí quan trọng nhất trong sự nghiệp sáng tạo của Nguyễn Tất Nhiên. Đọc ông, làm tôi nhớ đến thi sĩ Đinh Hùng. Bởi, cái chất cuồng nhiệt đến tận cùng, với những hành động mà người đời cho là điên điên khùng khùng, tỉnh tỉnh say say ấy trong tình yêu của hai thi sĩ quyện chặt vào nhau đến vậy. Không rõ, Nguyễn Tất Nhiên có đọc, hoặc chịu ảnh hưởng tí ti nào từ Đinh Hùng hay không? Bởi, khi đọc ông sự ám ảnh cứ vẩn vơ đeo bám tôi, y như đọc thơ Đinh Hùng vậy. Tuy nhiên, một chừng mực nào đó, tôi nghĩ, Nguyễn Tất Nhiên có chịu ảnh hưởng ý

tưởng, xây dựng hình tượng từ Du Tử Lê, ở một số bài viết vào khoảng năm 1970- 1971. Ta có thể thấy, cùng viết nỗi đau của tình yêu: "Tình yêu như dao nhọn/ Anh đâm mình, lút cán" và "Về như dao nhọn/ ngọt ngào vết đâm" hai hình tượng so sánh trong Khúc Thụy Du của Du Tử Lê, và Khúc Tình Buồn của Nguyễn Tất Nhiên khá tương đồng. Và tất nhiên, Khúc Thụy Du đã ra đời sớm hơn Khúc Tình Buồn của Nguyễn Tất Nhiên hai năm.

Cái Tôi, cái nghệ thuật vị nghệ thuật là nền tảng, xương sống để làm nên khung thơ Nguyễn Tất Nhiên. Mỗi bài thơ được vắt ra từ cảm xúc của những mối tình đơn độc, nghiệt ngã trong ông. Và thủ thuật đưa tên tuổi thật của người yêu vào thơ, để gõ vào tâm lý (tò mò) của người đọc, nhằm đào sâu vào giá trị chân thực. Tuy nhiên, thủ pháp này, không phải là mới.

Bởi, trước Nguyễn Tất Nhiên có Vũ Hoàng Chương, Đinh Hùng hay Du Tử Lê... đã sử dụng nghệ thuật này. Nhưng ở lứa tuổi học trò dám sử dụng, và sử dụng hay như Nguyễn Tất Nhiên, không phải nhà thơ nào cũng làm được. Do những đặc tính trên, nên những bài thơ này, thường có sức sống rất lâu dài. Hoặc trở thành những giai thoại, hay câu chuyện tình sử để lại cho hậu thế:

"...nếu vì em mà ta phải điên tình cơn giận
dữ đã tận cùng mê muội thì đừng sợ,
Duyên ơi, thiên tài yếu đuối tay tre khô mối
mọt ăn luồn dễ gãy dòn miếng vụn tả tơi
xương khi tàn bạo siết cổ người yêu dấu!

em chẳng bao giờ rung động cũ ta năm
năm nghiệt ngã với tình đầu..."
(Duyên của tình ta con gái Bắc)

Thơ và tình yêu, hai thứ đam mê, cuồng nhiệt nhất đối với Nguyễn Tất Nhiên. Thất bại tình yêu đầu đời như một nhát dao chém tâm hồn ông. Để rồi, mang theo những vết thương bốn mùa luôn mưng mủ ấy, cùng nỗi thất vọng và cô đơn, Nguyễn Tất Nhiên cuộn mình vào trong thơ. Và tưởng chừng thơ ca sẽ làm giảm bớt nỗi đau, giải thoát linh hồn người thi sĩ. Nhưng không phải vậy, bởi cái thất vọng ấy, nỗi đau ấy ủ trong thơ còn nhức nhối, và day dứt hơn sức chịu đựng của con người. Chỗ Tôi, là một bài thơ đã bật ra từ cái ung ủ như vậy của Nguyễn Tất Nhiên. Xét về nghệ thuật, đây là một bài thơ dở của ông, nhưng đọc, ta thấy được sự đắng cay, ê chề, như một lời tự thú của thi nhân vậy:

"Tôi có chỉ cho gia đình Người tôi
yêu
Là một nàng con gái Bắc
Mẹ tôi hai lần nhìn
Dáng em đi
Và nói nó còn nhỏ dại
Không hiểu nó thương mày chỗ nào
Tôi trả lời chỗ con làm thi sĩ
Tuy nhiên tôi vừa đau nhói trái tim
Vì hiểu rằng
Muôn đời
Em vẫn ngó tôi nửa mắt
Có gì đâu
Thiên hạ lâu nay cứ nhạo báng tôi khùng!"

Cũng như Lục bát, thơ Ngũ ngôn rất dễ làm, song khó hay. Bởi, từ thơ đến vè có khoảng cách rất gần, nếu nhà thơ không thực tài. Tuy nhiên, ta có thể thấy, những bài thơ hay của Nguyễn Tất Nhiên thường thuộc về thể thơ này. Ngũ ngôn thơ Nguyễn Tất Nhiên hay, không phải chỉ ở tài năng sử dụng từ ngữ, mà còn ở sự hình tượng hóa, cũng như ý tưởng mới lạ.

Nhìn lại văn học sử, dường như chưa ai dám cả gan đưa những hình tượng thánh thiện nơi Thánh đường, cửa Phật để ẩn dụ, so sánh với những cái được cho là kỵ húy như Nguyễn Tất Nhiên. Sự so sánh, tưởng chừng như bất nhã ấy, nhưng thật kỳ lạ, hình ảnh trong thơ Nguyễn Tất Nhiên hiện lên rất độc đáo và tinh tế, đẹp một cách trong sáng và hồn nhiên. Và Ma Soeur là một trong những bài thơ như vậy. Vâng, dù bao nhiêu hạt mưa rơi cũng chưa đủ, chưa thấm bằng tình của người thi sĩ rụng xuống linh hồn thánh thiện ấy: "vai em tròn dưới mưa/ ướt bao nhiêu cũng vừa/ cũng chưa hơn tình rụng/ thấm linh hồn ma-sơ". Một hình tượng so sánh ẩn dụ, dường như, thi nhân muốn khỏa lấp nỗi đắng cay, bất lực, cùng thủ thuật nhân cách hóa, (hay tưởng tượng) để tự ru hồn mình vậy. Đây là bài thơ rất hay của Nguyễn Tất Nhiên. Và Phạm Duy phổ thành ca khúc: Em hiền như Ma Soeur, được nhiều người ưa thích từ gần nửa thế kỷ qua:

"...em hiền như ma-sơ
vết thương ta bốn mùa
trái tim ta làm mủ ma-
sơ này ma-sơ có dịu
dàng ánh mắt có êm

đềm cánh môi ru ta
người bệnh hoạn ru ta
suốt cuộc đời
cuộc đời tên vô đạo vết
thương hành liệt tim!..."

Có thể nói, Nguyễn Tất Nhiên là nhà thơ giàu trí tưởng tượng. Tài năng sáng tạo từ mới, cụm từ mới để tạo nên những hình tượng độc đáo, táo bạo gây sửng sốt, thú vị cho người đọc, xuất hiện ngay từ ngày đầu cầm bút của ông. Nếu ở bài Ma Soeur, Nguyễn Tất Nhiên đã dùng thủ pháp so sánh hình tượng hóa sự thánh thiện của người tình, thì đến với Linh Mục, ông hóa thân cho chính mình, để tìm dĩ vãng, đi đến tận cùng sự thật của cái địa ngục tình yêu ấy: "Vì tôi là linh mục/ giảng lời tình nhân gian/...tín đồ là người tình/ người tình là ác quỷ/ ác quỷ là quyền năng". Thật vậy, những cụm từ so sánh ẩn dụ cũ kỹ và dân dã này, đã được thi sĩ đặt đúng văn cảnh trong cái ý tưởng độc đáo của mình, nó trở thành nghĩa mới, hình tượng mới. Bởi vậy, nó gây cảm hứng cho nhạc sĩ Nguyễn Đức Quang chuyển thành ca khúc Vì Tôi Là Linh Mục, được mọi tầng lớp đón nhận, yêu thích, nhất là giới trẻ. Đây là một trong những đặc tính làm nên hồn thơ đặc trưng riêng Nguyễn Tất Nhiên. Đặc tính này xuyên suốt sự nghiệp sáng tạo của ông:

"dĩ vãng là địa ngục giam
hãm đời muôn năm tôi -
người yêu dĩ vãng nên
sống gần Satan ngày kia
nghe lời quỷ giáng thế

*thêm một lần trong kiếp
người linh mục xao gầy
cơn điên trăng!
--- vì tôi là linh
mục giảng lời
tình nhân gian
nên không có
thánh kinh nên
không có bổn
đạo nên không
có giáo đường
một tín đồ duy
nhất vừa thiêu
huỷ lầu
chuông!... "*

Tôi không cân đong, đo đếm kỹ lắm, nhưng dường như thơ Nguyễn Tất Nhiên nằm trong Top được phổ nhạc nhiều nhất từ trước đến nay? Bởi, ngoài ngôn ngữ giầu nhạc tính, thanh âm, thì ý tưởng mới lạ trong thơ của ông tạo ra rất nhiều cảm hứng cho các nhạc sĩ sáng tạo. Và cái ý tưởng ấy, như một luồng gió mới thổi vào cái không khí âm nhạc thời chiến lúc đó. Thật vậy, một loạt các ca khúc của Phạm Duy ra đời từ thơ Nguyễn Tất Nhiên. Đặc biệt có ca khúc Cô Bắc Kỳ Nho Nhỏ, Phạm Duy đã mượn ý tưởng bài thơ Cô Bắc Kỳ Nho Nhỏ và cảm hứng từ Đám Đông để viết nên. Có thể nói, đây là bài thơ điển hình về tài năng trí tuệ liên tưởng của Nguyễn Tất Nhiên, đã giúp cho Phạm Duy chuyển thành một ca khúc hay đến vậy. Và hơn thế nữa, với tài năng của mình, Phạm Duy vẫn giữ nguyên được sự nhẹ nhàng, tính vui nhộn cùng từ ngữ mộc mạc của bài thơ: "cô Bắc Kỳ nho nhỏ/ tóc "demigarçon"/ chiều đạp xe vô chợ/ mắt như trời bao dung/ đời chia muôn nhánh khổ/ anh tận gốc gian nan/ cửa chùa tuy rộng mở/ tà đạo khó nương thân/...qua giáo đường kiếm Chúa/ xin được làm chiên ngoan/ Chúa cười rung thánh giá/ bảo: đầu ngươi có sừng!". Vẫn mang tâm trạng oán trách buồn đau, khắc khoải của Hai Năm Tình Lận Đận, do Phạm Duy phổ nhạc, Anh Bằng đã đưa bài lục bát Trúc Đào vào âm nhạc mượt mà, và nhẹ nhàng hơn. Song nó vẫn giữ nguyên được hồn vía của bài thơ. Với tôi, Trúc Đào là một bài thơ hay nhất ở thể lụt bát của Nguyễn Tất Nhiên. Nó không chỉ hay về nội dung tư tưởng, mà có lời thơ rất mượt mà: "Chiều xưa có ngọn trúc đào/ Mùa thu lá rụng bay vào sân em...". Tuy nhiên, Khúc Tình Buồn được Phạm Duy phổ nhạc với lời tựa Thà Như Giọt Mưa, cho tôi nhiều cảm xúc nhất. Khúc Tình Buồn thuộc thể tứ ngôn, là một trong những bài thơ hay nhất của Nguyễn Tất Nhiên. Bài thơ, ông viết khi đang là học sinh năm cuối trung học. Vẫn thủ pháp so sánh ẩn dụ, Nguyễn Tất Nhiên đã mượn hiện tượng của tự nhiên giãi bày nỗi lòng đớn đau, sự bất lực của kẻ si tình, của một tình yêu đơn phương: "thà như giọt mưa/ vỡ trên tượng đá/ thà như giọt mưa/ khô trên tượng đá/ có còn hơn không". Để rồi, từ trong nỗi bất lực, và tình si ấy, người đọc mới chợt nhận ra, cái giá trị tuyệt đối và vĩnh cửu của tình yêu. Tuy nhiên, bác nào đang bị tình phụ, hay tình đơn phương, tim mạch yếu kém, thì chớ nên đọc bài thơ này:

"người từ trăm năm
về qua sông rộng ta
ngoắc mòn tay
trùng trùng gió lộng

người từ trăm năm
về khơi tình động ta
chạy vòng vòng ta
chạy mòn chân"

Nếu trước đó, văn học sử Việt không có những thi sĩ thiếu niên Chế Lan Viên với Điêu Tàn, Tế Hanh với Nghẹn Ngào, hay Nguyễn Nho Sa Mạc với Trăng Lạnh, thì có lẽ không ai tin thi phẩm Thiên Tai là do người học trò trung học Nguyễn Tất Nhiên viết ra. Bởi, sự già dặn của bút pháp cũng như tư tưởng, với những câu thơ được ủ chín tâm hồn thi nhân. Tôi không biết chính xác, bài thơ Oanh được Nguyễn Tất Nhiên viết từ khi nào. Nhưng chắc chắn, nó được viết trước tập Thiên Tai, lúc đó ông đang học lớp 10 hoặc lớp 11. Một bài thơ già dặn, và lời thơ tuyệt đẹp: "Hãy yêu chàng, yêu chàng như yêu cánh gió/ Chơi giỡn tung tăng hai vạt áo dài/ Gió đưa mây về, trời mưa, bong bóng vỡ/ Chàng đưa tình về, xót ngọn cỏ may".

Bài Thiên Thu viết năm Nguyễn Tất Nhiên 18 tuổi. Với bài thơ này, Nguyễn Tất Nhiên có thể ngồi cùng mâm nhấc lên đặt xuống với các cụ Đinh Hùng, Bùi Giáng... Du Tử Lê rồi. Với tôi, đây là bài thơ toàn bích nhất của Nguyễn Tất Nhiên. Đọc nó, tôi bị ám ảnh, mộng mị hết mấy đêm liền. Cả bài thơ là một câu hỏi tu từ. Không một lời giải đáp, buộc Nguyễn Tất Nhiên lìa hồn mình ra khỏi của cái thế giới hiện thực.

Ông co giò chạy trốn quá khứ. Nhưng chạy đâu cũng thấy "chạy vòng vòng" đang "chạy mòn chân" rồi quay về với cái hiện hữu của chính mình. Vâng, đó cũng như một trường thiên kịch bản bi ai, vận vào chính cuộc sống cũng như tâm hồn Nguyễn Tất Nhiên vậy: "...sao thiên thu không là thiên thu?/ nên những người yêu là những ngôi mồ/ tôi đứng một mình trong nghĩa địa/ và chắc không đành quên khổ đau!". Đang định viết lời kết cho giai đoạn này, cũng như nguyên nhân dẫn đến sự thành công rất sớm của Nguyễn Tất Nhiên, chợt làm tôi nhớ đến câu chuyện. Hôm rồi, tân gia nhà một người bạn, trong lúc khật khừ, tôi buột miệng nói với một bác nhà thơ cộng đồng đến từ Berlin: Với tôi, kể từ sau 1954 đến nay (2019) văn học Việt Nam ở tuổi học trò, có hai thi sĩ tài năng nhất. Đó là Nguyễn Nho Sa Mạc, người xứ Quảng, với tập thơ Vàng Lạnh, và nhà thơ Nguyễn Tất Nhiên người xứ Nam, với tập thơ Thiên Tai. Bác nhà thơ này, goặc lại tôi: Ông nói thế chó nào ấy chứ, xứ Bắc có không ít các thần đồng thơ, chả lẽ không đáng nói đến sao. Tôi bảo bác ấy: Đây là ý kiến chủ quan của cá nhân tôi, có thể là sai. Nhưng ta có thể thấy, trong giai đoạn đó ở miền Bắc cũng xuất những tài năng thi phú trẻ, và được gắn mác mỏ thần đồng như: Hoàng Hiếu Nhân, hay Trần Đăng Khoa... Tuy nhiên, các thần đồng thi ca này, được các nhà thơ tên tuổi Xuân Diệu, Chế Lan Viên, Trần Nhuận Minh... chăm sóc, định hướng tư tưởng rất kỹ càng. Do vậy, có những câu thơ của họ đọc lên cứ tưởng của Diệu, của Chế, của Minh. Hơn nữa, mấy "thần đồng" này chỉ làm được thơ thiếu niên, nhi đồng. Sau này, Hoàng Hiếu Nhân bị tịt ngòi không viết lách được nữa. Còn Trần Đăng Khoa viết lay lắt, với những dấu ấn mờ nhạt. Thành thật mà nói, nếu ngoa ngôn dùng danh từ thần đồng để đo lường tài năng thi phú, thì với tôi, kể từ khi xuất hiện thơ mới đến nay, chỉ xảy ra một lần duy nhất. Đó là cậu bé thần đồng Chế Lan Viên với thi tập Điêu Tàn. Một tập thơ vừa ra đời đã trở thành cổ thi.

Kinh hơn nữa, thời gian gần đây chẳng hiểu ăn phải cái bả gì, mà ông Giáo sư Phong Lê, ông Phó chủ tịch Hội nhà văn Việt Nam "cựu thần đồng" Trần Đăng Khoa cùng một số nhà thơ, nhân vật tên tuổi phát động cuộc thi "Sáng tác văn tế Đại thi hào Nguyễn Du". Một việc làm hoặc ấu trĩ, hoặc của chùa cùng nhau chia oản. Quả thực, xa Việt Nam đến quá nửa đời người, vậy mà nghe cái từ phát động, với phong trào tôi sởn hết cả người.

Nghệ thuật Lục bát, tài năng thi phú của cụ Nguyễn Du đã được khẳng định từ mấy trăm năm qua cùng với Kiều Truyện. Không còn bàn cãi. Tuy nhiên, hồn vía của tác phẩm này thuộc về anh ba Tàu phương bắc. Do vậy, với tôi những tác phẩm Việt thuần chủng (Việt tính) đi vào lòng người hơn, từ mấy trăm năm qua phải là: Đặng Trần Côn với Chinh Phụ Ngâm, hay Nguyễn Gia Thiều với Cung Oán Ngâm Khúc.

Dài dòng một chút về vấn đề này để cho thấy, miền Bắc không phải, không có những tài năng trẻ, từ khi còn ngồi trên ghế nhà trường. Nhưng với sự dẫn dắt, tư tưởng đến nay vẫn còn như thế này, thì tài năng nào không thui chột, hoặc biến dạng mới là chuyện lạ.

Cũng may, Nguyễn Tất Nhiên sinh trưởng ở miền Nam, bằng không cũng mất hút con mẹ hàng lươn như "thần đồng thơ" Hoàng Hiếu Nhân trên thi đàn là cái chắc.

*Chiến tranh, cùng nỗi thống khổ sau cuộc chiến.

Sinh ra và lớn lên trong giai đoạn tang thương nhất của đất nước, tuy không phải là người lính, song Nguyễn Tất Nhiên cũng không thể bước ra khỏi cuộc chiến ấy. Tuy nhiên, cứ tưởng, thơ văn thi phú của ông chỉ ngắc ngư với giăng hoa, ong bướm, Oanh, Duyên, Minh Thủy. Nhưng tôi đã lầm. Mảng viết về thế sự, xã hội tình người của Nguyễn Tất Nhiên không hề nhỏ. Viết về chiến tranh, dường như bút pháp, cũng như nội dung hiện thực ông đào sâu vào khía cạnh rất khác so với các thi sĩ cùng thời. Bởi, đọc ông, tôi không hề thấy tiếng bom rơi, đạn nổ, vậy mà khói lửa, chết chóc thương đau trải dài trên trang thơ của ông. Thật vậy, vừa rời ghế nhà trường, (19 tuổi) Nguyễn Tất Nhiên đã viết "Chiều Mệnh Danh Tổ- Quốc". Một bài thơ, không chỉ người lính, hoặc những người trải qua chiến tranh, mà tôi, kẻ chưa hề biết đến súng đạn, vậy mà ngồi đọc, và viết cũng phải rưng rưng:

"...Chiều quân đội nghĩa trang
Chiều mệnh danh tổ quốc
Có muôn ngàn câu kinh
Có muôn ngàn tiếng khóc
*
Có chuyến xe nhà binh
Đưa "Thiên Thần" xuống đất
Còn ai, còn ai chăng ?... "

Có thể nói, từ thơ tình đến thơ thế sự của Nguyễn Tất Nhiên bài nào cũng vậy, rất nhẹ nhàng, không hề lên gân, song đã gieo vào lòng người đọc nỗi đau day dứt khôn nguôi. Vào giai đoạn cuối của cuộc chiến, thân phận người lính càng bi đát hơn. Sự kiên cường của họ trước sự hèn nhát, tháo chạy của những cấp lãnh đạo cao nhất, làm cho Nguyễn Tất Nhiên xúc động: "Về trên nạng gỗ mà trông/ Lô nhô lãnh đạo cong lưng bôn đào". Thật vậy, sự đồng cảm đối người lính trong thơ ông, không chỉ trong chiến tranh, mà ngay sau cuộc chiến, ta càng thấy đậm nét hơn. Chiến tranh qua đi, nỗi đau về thể xác lẫn tâm hồn của người lính thương phế binh, và những hệ lụy cho gia đình, cháu con còn bi thương, rách nát hơn gấp nhiều lần. Về Trên Nạng Gỗ là một bài thơ như vậy. Nó là một trong những bài thơ thế sự hay nhất, từ trước đến nay, mà tôi đã được đọc. Tính hiện thực như một bản cáo trạng đối với chế độ xã hội đương thời của nhà thơ, cùng lời cảm thông sâu sắc, xoa dịu nỗi đau của con người. Đọc xong bài thơ này, tôi không còn biết đây là thơ, hay là lời ru nỗi đau của Nguyễn Tất Nhiên. Các bạn đọc lại đoạn trích dưới đây, xem có cảm giác như tôi không:

"...Về trên nạng gỗ mà trông
Chín năm chinh chiến đeo tròng ngụy quân
Con thơ nhục nhã đến trường
Ê a phỉ báng máu xương cha mình
Cha "lính ngụy" - con tự nhiên
Thành phần không được ngóc lên làm người
Học vừa đủ biết đọc thôi
Đủ làm gia súc hiểu lời Đảng sai
Hãy cười đi phế binh ơi
Một tay cũng rán mà... moi củ mì

Từ đây dỗ đói thường khi
Ru con tôi hát não nề ca dao"

Cái đau của người thi sĩ là ru được người chứ không thể ru được chính mình, tâm hồn mình. Do vậy, trong cái bi đát đó, Nguyễn Tất Nhiên buộc phải trốn chạy, hay tìm đến: "Ta mời ta viếng mộ/ Lìa thảm cảnh dương gian". Và cầu Nại Hà cũng đã bị gãy nhịp, người thi sĩ quay về nơi địa ngục. Không nghe lời sám hối, mà vọng lên tiếng kêu than thỉnh cầu của thi nhân: "Phải sống nơi địa ngục/ Mới hiểu thấu thân ta". Dường như không có lời đáp vọng lại. Bởi, sự bất lực, hấp hối tro tàn ấy, đâu chỉ riêng thi sĩ:

"...Ta mời ta viếng mộ
Lìa thảm cảnh dương gian
Chúc Phật còn lui chân Trước bạo quyền chế độ
Huống hồ chút hư danh
Nguyễn Tất Nhiên thống khổ
Ôi chữ nghĩa văn chương
Bất lực, càng bất lực
Phải sống nơi địa ngục
Mới hiểu thấu thân ta
Đôi mắt người ngây thơ Không hề vương vấn tội
Có chở tình ta theo
Tới cõi nào diệu vợi?
Lửa đời ta đã lụn
Đang hấp hối tro tàn"
(Tháng 11, Thơ Mưa)

Thành thật mà nói, chỉ khi đi sâu vào đọc, tôi mới nhận ra thơ văn Nguyễn Tất Nhiên luôn gắn liền với xã hội và đời sống của con người. Thơ của ông có tính thời sự cao. Tôi nghĩ, mảng đề tài này góp phần không nhỏ làm nên sự nghiệp sáng tạo của ông. Nhưng dường như, bấy lâu nay chúng ta đã quên hẳn nó. Do vậy, văn học sử Việt Nam rất cần những nhà nghiên cứu khai quật, đánh giá cho thật đầy đủ, và khách quan về thơ văn Nguyễn Tất Nhiên.

* Chia ly, với cuộc sống bế tắc, cùng những nỗi đau tuyệt vọng.

Ra đi là con đường duy nhất để giải thoát Nguyễn Tất Nhiên ra khỏi nơi địa ngục. Con thuyền lá tre kia vừa cập bến tự do, thì linh hồn ông đã chết ngay khi đặt chân lên miền đất lạ: "kẻ vượt biển đã tới bến mạnh lành/ nhưng chết ngay khi đặt chân lên bờ đất". Những mâu thuẫn nội tâm, và bi kịch của người thi sĩ bắt đầu từ đó. Để rồi, cuộc sống và thi ca Nguyễn Tất Nhiên luẩn quẩn trong cái vòng tròn định mệnh ấy. Có thể nói, đây là tâm lý chung của tất cả các văn nghệ sỹ trốn chạy sau biến cố 1975, chứ không riêng Nguyễn Tất Nhiên. Tuy nhiên, sự hòa nhập, nghị lực và khát vọng tự do, khát vọng sống của mỗi con người khác nhau. Bài thơ Paris, Khúc Tháng Chín được Nguyễn Tất Nhiên viết trong tâm trạng, và hoàn cảnh như vậy.

Đây là bài thơ hay, một lần nữa chứng minh cho ta thấy, sự liên tưởng, trí tưởng tượng phong phú của ông:

"...kẻ leo rào đã chụp được Tự Do

nhưng tức thời buông tay bổ ngửa là

ta ---

phải, ta đánh rơi ta nát

vụn

sau khi đánh rơi Việt Nam bên

kia bờ biển mịt

---

cây cối sẽ phục sinh vào đầu tháng tư năm tới

phần ta cách gì tươi tắn lại khi đời đã sang thu

cộng với lần bứng gốc..."

Những năm tháng ly hương, cuộc sống Nguyễn Tất Nhiên, dường như hồn đã lìa khỏi thân xác. Với ông, đó là những nỗi đau và cô đơn không có thể bù lấp: "Quê hương đã lìa/ Người tình đã xa/ Bạn bè đã tàn/ Mọi thứ đã rã tan cùng đại dương xanh". Do vậy, với tâm hồn, nghị lực mong manh yếu đuối luôn làm cho người thi sĩ Nguyễn Tất Nhiên chán nản bi ai: "Có lẽ em không hay/ Đôi cách chàng đã gãy". Tuy vậy, cùng nỗi nhớ thường trực, trái tim mẫn cảm của người nghệ sĩ luôn hướng về quê hương, đất nước. Nhớ Nội, là một bài thơ thất ngôn như vậy. Một bài thơ hay và cảm động, tiêu biểu cho tâm trạng của Nguyễn Tất Nhiên trong giai đoạn này: *"...từ lúc giặc về, con biệt xứ nát lòng chim quốc nhớ quê hương mấy thu vàng úa đời xa cội chẳng biết mộ phần nội có yên?"*

Bi kịch gia đình, bi kịch xã hội ảnh hưởng trực tiếp đến tư tưởng, và thi pháp sáng tác của Nguyễn Tất Nhiên. Đây là giai đoạn nặng nề, cùng cực, cô đơn nhất của ông. Do vậy, những bi ai, u uất đã trải dài từ thi tập Tâm Khúc cho đến Minh Khúc. Sự chia ly, đổ vỡ của tình yêu và gia đình *"...như dao nhọn/ ngọt ngào vết đâm"* tan nát trái tim Nguyễn Tất Nhiên. Ông bất lực trong nỗi bơ vơ, và trống trái: "bây giờ em đã xa tôi/ hay là sông núi xa đời lãng du...chim đêm hót tiếng đau tình/ đau tim tôi chở lòng thành kiếm em... ". Giai đoạn này, dường như ông hoàn toàn quay về với thể thơ lục bát. Những câu thơ của ông đọc lên như có tiếng ru đời và ru mình vậy. Vâng, hai tập thơ lục bát, cũng không thể cứu rỗi được hồn người thi sĩ. Đoạn trích về nỗi đau, và cô đơn trên con đường mịt mù sương khói trong bài Minh Khúc 90 đã báo hiệu số phận của Nguyễn Tất Nhiên:

*"đường không gian – đã phân ly
đường thời gian- đã một đi không về
những con đường mịt sương che tôi vô
định lái chuyến xe mù đời cu tí ngủ gục
đâu rồi?
băng sau, ngoái lại, bời bời nhớ con... "*

Có thể nói, nghị lực, và trái tim đa cảm của thi sĩ Nguyễn Tất Nhiên không thể vượt qua được nghịch cảnh ở nơi miền đất lạ. Nó làm cho ông khủng khoảng tinh thần trong nỗi cô đơn đến tuyệt vọng. Nếu nói, cuộc đời Nguyễn Tất Nhiên là một bi kịch, thì diễn viên là ông, và đạo diễn cũng là ông. Và kịch bản ông viết từ hai mươi năm trước đã vận vào đúng cuộc đời, cái chết của diễn viên Nguyễn Tất Nhiên vậy:

*"Ta phải khổ cho đời ta chết trẻ
Phải ê chề cho tóc bạc với thời gian
Phải đau theo từng hớp rượu tàn
Phải khép mắt sớm hơn giờ thiên định".*

Tôi thuộc thế hệ sau Nguyễn Tất Nhiên khá xa, và cũng chưa một lần gặp gỡ, hoặc được quen biết ông. Tuy nhiên, tên tuổi Nguyễn Tất Nhiên, tôi đã biết khá lâu, khi đọc, hoặc viết về một số nhà văn gốc miền Nam khác. Đôi lúc tâm trạng buồn, vui tôi thường đàn hát những bản nhạc phổ từ thơ của ông, hoặc do ông sáng tác. Và Không hiểu tại sao, vài tuần nay như có một sợi dây tâm linh nào đó thôi thúc, buộc tôi tìm đọc, rồi viết về Nguyễn Tất Nhiên. Dù tôi cũng là "tên vô đạo" như ông. Đọc và viết trong vài tuần, sau giờ làm việc, do vậy, tôi nghĩ, không tránh khỏi những thiếu sót, hoặc sai lệch. Nhưng đã đọc, mà không viết, cứ để ứ hự ở trong lòng thì quả thật, có lỗi với Nguyễn Tất Nhiên thi sĩ.

Leipzig ngày 15-3-2019

PHAN NHẬT NAM – HÈ VẪN CÒN ĐỎ LỬA

Nếu buộc phải chọn hai gương mặt tiêu biểu nhất cho thơ văn chiến tranh của nền Văn học miền Nam, thì có lẽ, tôi nghĩ ngay đến nhà thơ Tô Thùy Yên và nhà văn Phan Nhật Nam. Tuy khác nhau về hoàn cảnh, xuất thân, song hai bác này có những nét khá tương đồng, kể từ khi mặc áo lính, cho đến những năm tháng tù đày (dài lê thê) sau chiến tranh. Nhìn lại văn học sử Việt Nam có ba người lính cầm bút tài năng: Cao Xuân Huy, Nguyễn Bắc Sơn, và Phan Nhật Nam đều có người cha ở bên kia của chiến tuyến. Tuy nhiên, cũng như Cao Xuân Huy, nhà văn Phan Nhật Nam đã phân định trách nhiệm rạch ròi của người lính, không hề có sự mâu thuẫn nội tâm, do dự trên đầu súng và cây viết như Nguyễn Bắc Sơn. Có thể nói, nếu không có cuộc chiến này, thì chưa chắc chúng ta đã có một Phan Nhật Nam nhà văn của ngày hôm nay. Thật vậy, chính chiến trường đạn bom, khói lửa, chết chóc và tù đày đã đưa ông đến với những trang văn. Và chỉ có đối diện với những trang giấy, Phan Nhật Nam mới giải tỏa được tâm lý cũng như cứu rỗi linh hồn người lính trận. Món nợ với đồng đội với đất nước, cùng cái trớ trêu của cuộc chiến này, ngay từ những ngày đầu cầm bút cho đến nay luôn ám ảnh và xuyên suốt sự nghiệp sáng tạo của Phan Nhật Nam. Do vậy, nếu đọc một cách có hệ thống, ta có thể nhận thấy những đặc điểm nổi bật trong văn thơ, cũng như con người Phan Nhật Nam: Chiến tranh đưa đến tan vỡ tâm hồn, và lẽ sống của người lính. Sự tàn khốc của cuộc chiến ấy dưới ngòi bút sắc sảo của Phan Nhật Nam hiện lên một cách trung thực, sinh động. Và không chỉ trên chiến trường, mà trong tăm tối ngục tù cũng vậy, ta luôn thấy sự giải thoát. Thật vậy, lời dự báo, hay sự phản kháng là con đường giải thoát của ông đôi khi có tính tiêu cực, nhưng nó bật lên cái chí khí, tính nhân đạo cao cả. Chính bởi những đặc điểm này, đã làm nên tên tuổi nhà văn thật vạm vỡ Phan Nhật Nam.

Phan Nhật Nam sinh năm 1943, tại Thừa Thiên - Huế. Sau khi đậu tú tài, ông vào lính và tốt nghiệp Trường võ bị Đà Lạt năm 1963. Với mười bốn năm khoác áo lính, và 14 năm tù cải tạo sau 1975. Hiện ông sống và viết văn tại Cali- Hoa kỳ.

Tuy gian nan với khói lửa binh đao như vậy, nhưng có thể nói, Phan Nhật Nam viết đều, và khỏe, tập truyện nào của ông cũng hừng hực mang không khí, hơi thở của thời cuộc. Dấu Binh Lửa, Dọc Đường Số 1, Ải Trần Gian, Dựa Lưng Nỗi Chết, Mùa Hè Đỏ Lửa, Tù Binh và Hoà Bình được viết trước 1975 là những tác phẩm toàn bích, được nhiều người đọc, và yêu mến nhất. Với tôi, ở thể ký sự chiến trường này, không chỉ ở thời điểm đó, mà cả đến ngày nay, có lẽ chưa có tác giả, tác phẩm nào (kể cả hai phía) vượt qua được Phan Nhật Nam. Sau 1975 dù trong hoàn cảnh tù đày, hay khi đã định cư ở nước ngoài, bút lực của ông còn dồi dào và mãnh liệt lắm. Vẫn dòng chảy của mạch bút ký hàng loạt các tác phẩm mới được ra đời có tính chiêm nghiệm sâu sắc: Chuyện Cần Được Kể Lại, Đường Trường Xa Xăm, Đêm Tận Thất Thanh, Những Cột Trụ Chống Giữ Quê Hương, Mùa Đông Giữ Lửa, Chuyện Dọc Đường, Phận Người Vận Nước...

Thế nhưng, có một điều làm cho người quan tâm, nghiên cứu đến văn học nước nhà luôn phải trăn trở. Bởi, thời gian này, những tác phẩm trước đây của Phan Nhật Nam đã bị khai tử, và những tác phẩm mới này của ông cũng bị cấm (tiệt) ở trong nước. Người đọc ở nước ngoài rất ít, dẫn đến nhiều hạn chế và thiệt thòi cho độc giả, cũng như cho nền Văn học Việt Nam. Tuy vậy, nếu phải đưa ra một tác phẩm tiêu biểu nhất của Phan Nhật Nam, thì với tôi chắc chắn là bút ký: Dấu binh lửa. Một tác phẩm đầu tay, được in ấn và phát hành năm 1969. Có thể nói, ngoài tính chân thực, giá trị nghệ thuật, và nhân đạo, Dấu binh lửa (còn) như một liều thuốc làm thức tỉnh người đọc đang gà gật trước cuộc chiến tang thương nhất của dân tộc.

Nói bút ký, hồi ký là thể loại văn học mang tính chân thực. Song nếu không có sự sáng tạo mang tính nghệ thuật cao, với sự quan sát tỉ mỉ, cùng tài năng miêu tả cảnh vật, tâm lý nhân vật, sự kiện được thông qua lăng kính, tư tưởng của tác giả, thì tác phẩm đó sẽ khô và rời như cơm nguội vậy. Điều này đã được minh chứng qua những tác phẩm tuyên truyền nhạt phèo:

Bất Khuất về Nguyễn Đức Thuận của Trần Đĩnh trước đây, và Hồi ký của Võ Nguyên giáp do Hữu Mai chấp bút gần đây. Tuy nhiên, đọc tùy bút, hồi ký của Phan Nhật Nam, ta thấy khác hoàn toàn. Bởi, người đọc không chỉ thấy tài năng, sự sáng tạo, mà dường như thể loại văn học này đã được ông nâng lên một nấc cao mới về cả giá trị nội dung lẫn hình thức nghệ thuật.

* Chiến tranh-sự đổ vỡ tâm hồn, và lẽ sống.

Cùng lớn lên vào giai đoạn (đầu) khốc liệt của cuộc chiến, không như nhà văn Trần Hoài Thư cầm súng mặc áo lính là nghĩa vụ bắt buộc, với Phan Nhật Nam đó là sự tự nguyện, trách nhiệm của tuổi trẻ. Sự vô tư trong sáng đã mở cho người lính Phan Nhật Nam những ước mơ với chân lý, hiện thực. Tôi không dám nghĩ đây là lý tưởng, song chắc chắn đó là tâm lý chung, không chỉ riêng của Phan Nhật Nam ở cái buổi đầu đời ấy: " Tôi đi lính năm mười tám tuổi ... tôi tự động hăng hái, hãnh diện để trở thành một sinh viên sĩ quan với ý nghĩ đã chọn đúng cho mình hướng đi, một chỗ đứng dưới ánh mặt trời. Tôi có những rung động thật thành thực khi đi trong rừng thông, hương nhựa thông toả đặc cả một vùng đồi, sung sướng vì thấy đã đưa tuổi trẻ vào trong một thế giới có đủ mơ mộng và cứng rắn, một thế giới pha trộn những ước mơ lãng mạn hào hùng" (Dấu binh lửa). Tuy nhiên, những ước mơ lãng mạng và hào hùng ấy của người sĩ quan trẻ Phan Nhật Nam đã bị dập tắt ngay từ những trận chiến đầu. Chiến tranh không những giết chết thể xác, mà còn giết chết nhân phẩm, lòng tin của con người. Với thi pháp tự sự, nỗi thất vọng ấy đã được Phan Nhật Nam trải lên trang sách. Đọc lên ai cũng phải chạnh lòng, chua xót. Truyện Người chết dưới chân Chúa

(Dấu binh lửa) có những đoạn văn miêu tả cảm động, diễn biến tâm lý sâu sắc, và thấm đẫm tình người như vậy của ông. Và cái tính chân thực, hồn nhiên của người lính, khi đọc Dấu binh lửa cứ làm cho tôi vẫn vơ suy nghĩ đến tiểu thuyết Nỗi buồn chiến tranh của Bảo Ninh và tác phẩm Vô đề của Dương Thu Hương. Có lẽ, khi viết những tác phẩm này, Bảo Ninh cũng như Dương Thu Hương chưa được đọc Dấu binh lửa. Nếu đã đọc, tôi nghĩ hành động của những người lính thám kích đối với các nữ bộ đội có lẽ, sẽ khác đi nhiều lắm trên những trang văn của họ. Dù là tiểu thuyết, một thể loại được phép hư cấu. Và đoạn trích dưới đây gợi lên nỗi buồn thất vọng (ban đầu) của nhà văn, nhưng phần nào nó cũng làm sáng tỏ thêm nhân cách, và sự cảm thông của người lính:

"... Chị không hiểu được lời nói của tôi, một người Việt Nam ở cùng trên một mảnh đất. Chị tưởng tôi thèm muốn thân xác và đòi hiếp dâm! Tội nghiệp cho tôi biết bao nhiêu, một tên sĩ quan hai mươi mốt tuổi làm sao có thể biết đời sống đầy máu lửa và đớn đau tủi hổ đến ngần này. Tôi đi lính chỉ với một ý nghĩ: Đi cho cùng quê hương và chấm dứt chiến tranh bằng cách góp mặt. Thê thảm biết bao nhiêu cho tôi với ngộ nhận tủi hổ này. Tôi muốn đưa tay lên gài những chiếc nút áo bật tung, muốn lau nước mắt trên mặt chị, nhưng chân tay cứng ngắc, hổ thẹn. Và chị nữa, người đàn bà quê thật tội nghiệp. Cảnh sống nào đã đưa chị vào cơn sợ hãi mê muội để dẫn dắt những ngón tay cởi tung hàng nút áo, sẵn sàng hiến thân cho một tên lính trẻ, tuổi chỉ bằng em út, trong khi nước mắt chan hòa trên khuôn mặt đôn hậu tràn kinh hãi." (Dấu Binh Lửa)

Không chỉ giật mình, trước cái chết phơi thây giữa đồng của những du kích quân tuổi mới mười bốn, mười lăm, mà người lính trẻ Phan Nhật Nam còn đau xót, thẫn thờ và thất vọng trước cái chết quá bi thảm cô gái trẻ vô tội. Những cái chết này như ngọn roi quất vào hồn nhà văn, người lính vậy. Đi sâu vào đọc ta có thể thấy, Phan Nhật Nam là một trong những nhà văn có tài miêu tả, mượn cảnh vật thiên nhiên để bộc lộ tư tưởng, giãi bày cảm xúc của mình. Ta hãy đọc lại đoạn trích dưới đây để thấy rõ tâm trạng của nhà văn trước cái chết bi thảm của đồng loại, cũng như tài năng sử dụng hình ảnh so sánh ẩn dụ của Phan Nhật Nam:

"Khi tôi bước ra đàng sau nhà thờ, qua khu nhà ở của những người chết, một chiếc áo tím chắc hẳn của cô gái còn phơi phới bay trong gió... Nhìn ra xa, xác cô gái nằm thẳng trên sàn gạch, nắng thật sáng rọi lên rực rỡ. Người tôi ai cắm một lưỡi dao oan nghiệt vào tim, thật buồn. Tôi loay hoay đốt một điếu thuốc. Cái chết qủa bi thảm, nhưng hình ảnh của cô gái nằm chết khi chiếc áo còn bay trong gió vang vang nơi trí não tôi như một tiếng kêu thê thảm không dứt âm" (Dấu binh lửa)

Bom đạn, khói lửa chiến trường chưa phải là điều đáng sợ, và nó không thể giết chết niềm tin, và lẽ sống của người lính trận. Nhưng chính cái khối ung nhọt ở nơi hậu phương kia mới giết chết linh hồn, và khát vọng của họ. Thật ra, vào thời điểm đó, không phải riêng Phan Nhật Nam đã nhận ra điều này, mà trên những trang văn của mình, Trần Hoài Thư cũng chọc thẳng vào cái khối ung nhọt này. Khi ông đã nhận ra, sự hy sinh cả một thế hệ để phục vụ cho những kẻ lãnh đạo không lương thiện, thiếu tài năng. Và hơn thế nữa, gần đây nhất bút ký Sau Cơn Binh Lửa của Trung tá, nhà văn Song Vũ cũng chỉ ra, những con sâu ở giới lãnh đạo thượng tầng, hay những ông vua tôn giáo này, góp phần không nhỏ dẫn đến sụp đổ của chế độ Việt Nam Cộng Hòa. Thật vậy, đây cũng là một trong những nguyên nhân chính làm sụp đổ tâm hồn, phá vỡ niềm tin dẫn đến sự chán chường cho người lính Phan Nhật Nam:

"Chúng tôi rời Sài Gòn trong thở dài nhẹ nhõm, một tháng ở Thủ Đô đủ để tạo thành sụp đổ tan hoang trong lòng, đủ thấy rõ sự phản bội của hậu phương, một hậu phương lừa đảo trên máu và nước mắt của người lính. Một tháng đủ để chúng tôi hiểu ti tiện hèn mọn của loại lãnh tụ ngã tắt, những anh hùng đường phố, những ông vua biểu tình theo ngẫu hứng, vua tôn giáo đầy thù hận và dục vọng... Một tháng "vỡ mặt" lính non cũng như lính già. Chúng tôi bây giờ biết rõ: Máu và đời sống của mình đã đổ ra cho một xã hội lừa lọc." (Dấu binh lửa)

Tôi không dám nói, sự đổ vỡ tâm hồn, lẽ sống của nhà văn Phan Nhật Nam là tâm trạng chung của những người lính trẻ lúc đó. Tuy nhiên, chiến tranh đã biến sự trong sáng, nhiệt huyết của một bộ phận giới trẻ trở nên hoài nghi và chán nản. Dù miền Nam khá cởi mở về suy nghĩ, và tư tưởng, nhưng trong lúc nước sôi lửa bỏng đó, viết thẳng tưng ra những điều này, quả thực phải nói đến dũng khí của nhà văn Phan Nhật Nam vậy.

* Sự tàn khốc của chiến tranh, với nỗi ám ảnh của con người.

Nếu ta đã đọc truyện ngắn, bút ký chiến trường của Trần Hoài Thư, hay Số Phận Con Người của nhà văn Nga Mikhail Sholokhov, thì có lẽ giảm đi được nỗi ám ảnh, khi đọc bút ký, văn xuôi của Phan Nhật Nam. Bởi, sự chết chóc về thể xác, và linh hồn ấy qua bút pháp hiện thực, với những hình ảnh so sánh sinh động, sắc như lưỡi dao cứa vào lòng người đọc vậy. Phải nói, Phan Nhật Nam có cái nhìn, quan sát rất sâu sắc và tỉ mỉ, khi miêu tả, hay trần thuật. Và Những Ngày Gãy Vụn là một trong những bút ký như vậy của ông. Đây là những trang văn rùng rợn nhất mà tôi đã được đọc. Đoạn trích dưới đây một lần nữa sẽ chứng minh nghệ thuật, tài năng lồng tâm trạng của mình vào cảnh vật, thiên nhiên của Phan Nhật Nam. Và thi pháp, thủ thuật này đã xuyên suốt sự nghiệp sáng tạo của ông:

"Thoạt đầu còn e ngại nhưng đến xác thứ tư thứ năm lớp thịt nhũn của xác chết tiếp xúc với bàn tay hóa thành quen. Đi từ nơi để xác trở vào rừng, tôi không dám nhìn vào hai bàn tay của mình, thịt da người chết đã phết một lớp dầy trên da tay. Hai giờ chiều, xác chết đã nhặt được hết, tôi chà tay xuống mặt đất như muốn bóc hẳn lớp da.

Thèm điếu thuốc lá nhưng không dám đưa bàn tay lên môi... trời miền Nam bắt đầu vào mùa mưa, đất đỏ từ lối đi vào đến nơi chứa xác lầy lội tưởng như có pha máu người. Thân nhân người chết than khóc, lăn lộn trên lớp bùn non, áo sô trắng lấm đất đỏ như dấy máu. Hơi đất, hơi người sống, người chết, mùi hương đèn lẫn lộn ngây ngấy nồng nặc, choáng váng...”

Nếu ta thấy cái tĩnh khi đọc truyện ngắn, bút ký của Phạm Tín An Ninh, thì ta sẽ tìm được cái động trong bút ký của Phan Nhật Nam. Thật vậy, với lối hành văn phóng khoáng, dứt khoát nhưng truyền cảm, cùng khẩu ngữ trong sáng đơn giản, đọc lên tưởng chừng như có lửa vậy. Nó không chỉ sáng rực lên trên trang sách Phan Nhật Nam, mà còn cháy trong lòng người đọc. Cho nên, đã cầm sách của ông lên, thì thật khó mà bỏ xuống, khi chưa đọc đến trang cuối cùng. Và đến với Mùa hè đỏ lửa thì chiến tranh, nỗi đau, sự tàn nhẫn đã đến tận cùng, vượt qua sức tưởng tượng của con người. Vẫn với thủ pháp hình ảnh so sánh, Phan Nhật Nam cho ta thấy rõ, chiến trận với những cái chết, xác người ở Quảng trị dài dằng dặc, rùng rợn, tàn nhẫn gấp bội lần so với lò sát sinh, giết người tập thể của phát xít ở Auschwitz. Thật vậy, đọc mùa hè đỏ lửa, tôi không rõ đây là nỗi kinh hãi hay bản cáo trạng của Phan Nhật Nam:

"Làm được gì bây giờ? Bịt mũi, che mồm, nhưng tất cả vô ích, hơi chết đọng trên da, chui vào mũi, bám trên áo, hơi chết hít vào phổi trôi theo máu. Tôi đang đứng trong lòng của sự chết. Tránh làm sao được, ai có thể ra khỏi khối không khí của nơi sống? Những cảnh chết tập thể của người Do Thái ở các trại tập trung gây nên niềm bàng hoàng xúc động vì người chứng kiến thấy được "xác người," xác chồng chồng lớp lớp có thứ tự, gọn ghẽ nguyên vẹn... 9 cây số đường chết của Quảng Trị không còn được quyền dùng danh từ "xác chết" nữa, vì đây chết tan nát, chết tung tóe, chết vỡ bùng..." (Mùa hè đỏ lửa)

Đọc Những Ngày Gãy Vụn được Phan Nhật Nam viết sau thất bại đau đớn ở Đồng Xoài (1965), buộc tôi phải liên tưởng đến truyện ký Thế Hệ Chiến Tranh của Trần Hoài Thư. Ở cùng thời điểm, với hai mặt trận khác nhau, nhưng những người lính ấy có cùng chung một số phận. Bởi, họ phải thi hành mệnh lệnh của những người lãnh đạo quan liêu, và dốt nát. Cũng như Thế Hệ Chiến Tranh, đọc Những Ngày Gãy Vụn ngoài tính bi hài, ta còn thấy được tính cái tính quân kỷ của người lính giữa sự sống và cái chết, dù trong lòng tràn đầy mâu thuẫn, uất hận. Ta hãy đọc lại đoạn trích với ngôn ngữ, lời thoại mang đậm chất điện ảnh dưới đây để thấy rõ điều đó. Và đây cũng là một trong những đặc điểm tạo nên những câu văn sinh động trong văn xuôi Phan Nhật Nam:

"Riêng chúng tôi ở đầu hàng quân đều nhận thấy rõ rằng: Địch đang dụ chúng tôi vào bẫy. Nhưng nhà binh là tuân lệnh, nguyên lý cứng nhắc đó không đủ để dẹp hết e ngại.

- Báo cáo không thể tiến thêm được nữa, địch quá đông, xin pháo binh. Tôi gọi về đại đội nói như hét. - Không bắn pháo binh được, khu đồn điền có dân và có nhà thờ.

- Dân con mẹ gì! Tôi la muốn vỡ phổi để phản đối: Không phải dân đâu, toàn là Việt cộng thôi...

- Bộ chỉ huy hành quân quyết định không cho bắn, anh về đó mà kiện...''

Và may mắn người lính ấy còn sống sót trở về, và nỗi ám ảnh, hoảng loạn chìm trong những cơn say. Và rượu là liều thuốc an thần tốt nhất cho người lính trận. Chập chờn ký ức hiện về, cùng những tình tiết hiện thực đan xen, buộc người lính Phan Nhật Nam phải độc thoại nội tâm, tự thú trên trang giấy trước mặt. Sự ám ảnh đó tạo nên những hình ảnh so sánh có tính kịch trường sân khấu, làm cho người đọc phải chờn chờn, rợn rợn.

Với nghệ thuật độc thoại nội tâm mang tính tự thú này, đã được Bảo Ninh làm xương sống dựng nên tiểu thuyết Nỗi Buồn Chiến Tranh của mình. Thật vậy, sự ám ảnh, la hét đập phá của người lính Phan Nhật Nam trong Dấu binh lửa, mấy chục năm sau ta bắt gặp lại hình ảnh đó từ Kiên (Bảo Ninh) trong Nỗi Buồn Chiến Tranh. Có lẽ, cũng như khoa học tự nhiên, bằng cách này hay cách khác có sự kế thừa của văn học ở đây chăng (?):

"Đưa quan tài của Dũng lên máy bay, chào trước mộ của Kỳ và Đỗ lần cuối, sau một tuần lăn lộn với người chết, người tôi tan đi trong một cơn mê nồng nặc đầy hơi chết và lòng tràn giông bão. Những xác chết ám ảnh tôi đến kỳ quái, ngay trong giấc ngủ, sự yên lành cũng không có, tôi la hét, khóc lóc đập phá trong cơn mê. Và nỗi tỉnh thì không còn nữa, rượu uống vào hoài hoài, chưa bao giờ thấy rượu ngon và cần thiết đến thế - Một khỏang đời đã đổi tôi thành kẻ lạ rồi... Một tên hung bạo, trí não căm hờn và thù hận. Tôi chết một phần người trong tôi." (Dấu binh lửa)

Có thể nói, cuộc chiến tàn khốc vừa qua sản sinh ra nhiều nhà văn tài năng, ở cả hai phía. Số phận, cây viết của họ gắn liền với những tang thương, và vận mệnh của đất nước. Bỏ qua định kiến tư tưởng, chính trị, ta có thể thấy những người lính phía Bắc viết ký sự chiến trường tài năng như: Chu Cẩm Phong, hay Dương Thị Xuân Qúy..., nhưng rất tiếc, họ đã tử trận khi còn quá trẻ. Những người lính phương Nam: Phan Nhật Nam, Trần Hoài Thư... may mắn còn sống sót. Tù đày và nỗi ám ảnh sẽ đi đến hết cuộc đời họ. Tuy nhiên, các tác phẩm xương máu của họ vẫn còn đó trong lòng người. Âu cũng còn một chút may mắn cho nền Văn học Việt vậy.

* Ngục tù - sự phản kháng, hay giải thoát bế tắc.

Cũng như những người lính, nhà văn khác, sau 1975 Phan Nhật Nam buộc phải vào tù cải tạo. Tôi có tìm đọc được một số truyện ngắn của ông về thời gian này. Vẫn bút pháp hiện thực, với khẩu ngữ dân dã góc cạnh, do vậy những trang viết của ông được mọi tầng lớp đón nhận, và đi sâu vào lòng người đọc. Do hoàn cảnh tù đày, với độ lùi của thời gian, Phan Nhật Nam đi sâu vào thi ca có tính chiêm nghiệm: "Bóng tối cóc ngồi gục./ Ừ thì Tâm có Phật!/ Sao trong ta cuồng lưu,/ Chẳng lẽ trời sinh người,/ Để chịu đời khốn khổ?/ Không thể dựng Ngôi Lời,/ Trần thế ngập gian dối./ Tôi đây ! Chúa trông đây!/ Tận đáy sâu khổ nhục/ Trần trụi ngỡ ma trơi/ Hỡi nào ra nhân dạng?!"(Vào một buổi nào đó). Hay những câu thơ giãi bày tâm trạng u uất của kẻ trên đường bị đi lưu đày: "Chen chúc lũ tù ngồi lăn lóc... /Đầu gối đầu/ Xe lắc từng cơn/ Nhướng cao mắt, mở trợn trừng,/ Chung quanh núi đá, mịt mù đồng hoang./ Đây là đâu? Mênh mang đất dữ,/ Trên quê hương chịu chữ đi đầy..." (Nhập Lam Sơn). Tuy nhiên, với tôi Chuyện Công Cắn là truyện ngắn hay, và đặc trưng nhất của Phan Nhật Nam viết về những năm tháng tù tội, lưu đày. Đọc nó, ta thấy được tận cùng của sự khốn nạn. Nhân phẩm con người không bằng loài súc vật. Những hình ảnh dưới đây, cho ta thấy thân phận tủi nhục của người tù trốn trại, bị bắt nhốt vào cùm biệt giam sáu tháng:

"Sáu tháng sau, Công được tháo cùm cho về buồng. Nó bò với hai tay, hai gối, nhích tới từng khoảng ngắn, xong nằm bẹp lên đất.. Quản giáo Chuyên đi theo, dùng chân đè lên lưng, đầu, đá vào hai chân lê lết, cong queo của nó nói lời khinh bỉ.. Mầy có thành con dòi cũng không trốn khỏi đây được. Tao có thể bắn chết mầy ngay bây giờ nhưng cho mầy sống để ăn cứt! Thằng Công lết chậm im lặng, mắt ráo hoảnh, không cảm giác, tròng đen khô như hòn than."

14 năm tù đày, cùm biệt giam trên đất Bắc chưa hẳn bởi can tội mặc áo lính, viết văn, hay Phan Nhật Nam từng là sĩ quan ở Ban liên hợp quân sự bốn bên, và đã ra nghị đàm ở Hà Nội, mà có lẽ còn do cái tính khí khái, thẳng tưng của ông. Có lẽ, ông đã đưa những đặc điểm, tính khí này vào những trang viết của mình. Do vậy, ta có thể thấy tính

phản kháng luôn đậm nét trong truyện ngắn, văn xuôi của Phan Nhật Nam. Có thể nói, tôi đã đọc khá nhiều trang sách viết về cải tạo tù đày, nhưng ít thấy có sự phản kháng trực diện như Chuyện Công Cắn của Phan Nhật Nam. Có thể nói, ông luôn mở ra một lối thoát, và giải quyết bế tắc dù có mang tính tiêu cực. Đoạn trích rùng rợn, xã hội, con người chỉ còn lại thú tính dưới đây, vẫn trong truyện ngắn: Chuyện Công Cắn, sẽ chứng minh cho chúng ta thấy rõ điều đó:

"Gã tù lê ống tre bươm trên sân cỏ, lúc lắc thân người rề rà hướng về phía hầm chứa phân khu kỷ luật. Đổ vào đây... Địt mẹ đổ vào đây! Nhiền hét lớn chỉ vào hố chứa.. Mầy làm rơi vãi tao bắt mầy phải ăn cho hết! Địt mẹ... đồ ăn cứt! Gã tù đã đến bên hố chứa phân, gã lóng cóng với ống bươm... Phân, nước giải rơi vãi tung toé... Đổ xuống hố... Địt mẹ thằng chó... Nhiền xoay xoay chùm chìa khoá buồng giam tiến gần chực đánh. Gã tù với một phản ứng nhanh nhẹn bất ngờ tạt ống bươm vào mặt Nhiền. Tên nầy hét lớn hốt hoảng đưa tay vuốt những mảng phân thối, dòng nước dơ. Gã tù nhảy thoắt đến viên đá chận nắp hố phân. Nó nâng lên.. Đập mạnh xuống khuôn mặt lầy nhầy chất bẩn. Nhiền ngã quay quắt trên đất.

Thằng Công nhảy lên ngồi trên ngực Nhiền, thọc tay vào ổ mắt... Móc ra!!! Nó nuốt khối nhầy ươn ướt máu và cứt. Súng trên chòi canh nổ sắc, gọn, chính xác từng phát một. Lưng thằng Công ưỡn lên, nẩy nẩy..."

Nếu nói giá trị cơ bản của văn học bao gồm giá trị hiện thực, và giá trị nhân đạo, thì tôi cho rằng, những tác phẩm của Phan Nhật Nam không những hội đủ những đặc tính này, mà còn hơn thế nữa. Ngoài giá trị về văn học, những tác phẩm của ông còn ghi lại dấu ấn lịch sử thật rõ ràng. Cả cuộc đời Phan Nhật Nam lặn ngụp trong chiến tranh, kể cả thể xác lẫn tâm hồn.

Có thể nói, chưa khi nào ông bước được ra khỏi cuộc chiến này. Thân phận, và linh hồn ông dường như cũng uống trọn nỗi khổ đau, oan trái của dân tộc vậy. Do đó, dù sức cùng lực kiệt Phan Nhật Nam vẫn cần mẫn đi tìm một lời giải, một lối thoát cho cuộc chiến, và con người… Vâng! Và 45 năm hậu chiến, hè vẫn còn đỏ lửa trong ông là như vậy.

Leipzig ngày 15-7-2020

ĐINH THỊ THU VÂN – THỀM RÊU LẶNG LẼ ĐỢI CHÂN NGƯỜI

Khi Đinh Hùng rời cõi tạm vào chớm thu 1967, thì tưởng chừng vòm trời thi ca đã để lại một khoảng trống không thể bù đắp.

Nhưng may mắn thay, đúng mười năm sau (1977) thì tình yêu, khát khao, sự cuồng say đến tận cùng ấy được sống lại bởi Đinh Thị Thu Vân. Có lẽ, con đường thơ độc đạo còn dang dở ấy của Đinh Hùng, được tiếp nối, và mở ra bằng hồn thơ Đinh Thị Thu Vân chăng? Dù thơ ca của hai thi sĩ này có ngôn ngữ, hình thức, thể loại rất khác nhau. Và cũng chẳng hiểu, hai thi sĩ họ Đinh này có quan hệ (huyết thống) gì hay không? Mà làm cho tôi, khi đọc Đinh Hùng nhớ đến Đinh Thị Thu Vân, và đọc Đinh Thị Thu Vân lại nhớ đến Đinh Hùng. Và có thể nói, hình tượng cái tôi trữ tình, và phương pháp tu từ, mang tính tự sự là nghệ thuật đặc trưng đã làm nên hồn vía thơ ca Đinh Thị Thu Vân.

Nhà thơ Đinh Thị Thu Vân sinh năm 1955 tại Long An. Năm 1977 chị tốt nghiệp Đại học sư phạm Saigon, và khởi nghiệp thơ văn tại quê nhà từ đó cho đến nay. Đinh Thị Thu Vân viết không nhiều. Dường như, hơn bốn mươi năm cầm bút, chị mới cho in ấn, phát hành 5 thi tập: Thay cho lời hát ru, Rồi sẽ có một ngày ta ngoái lại, Trần trụi tình yêu, Bóng, và Đừng trôi nữa tình yêu mang phận cỏ. Tình yêu, nỗi cô đơn đợi chờ và sự khắc khoải của linh hồn là đề tài xuyên suốt những trang thơ Đinh Thị Thu Vân: "nếu có kiếp sau, em xin làm bậc cửa/ làm thềm rêu, lặng lẽ đợi chân người". Tuy nhiên, thông qua một số tác phẩm viết về đề tài xã hội, ta chợt nhận ra, sự mâu thuẫn trong tư tưởng của chị.

* Những câu thơ em viết mất linh hồn.

Nhìn vào văn học sử Việt Nam, sau Lưu Quang Vũ, tôi đánh giá cao cái Tôi trong thơ của Đinh Thị Thu Vân. Và cùng cái chất trữ tình ấy, những câu thơ của chị ám ảnh, làm cho người đọc "vãi" cả linh hồn: "Dẫu mai này lòng không còn nguyên vẹn/ những câu thơ em viết mất linh hồn". Có thể nói: Ru là một trong những bài thơ như vậy của chị. Đọc nó, dường như tôi không thể phân biệt được rạch ròi, hồn vía thi nhân đã mất, hay hồn thơ đã rụng, khi: "Câu thơ nào em viết cho anh/ Xin vĩnh viễn đi vào kỷ niệm". Và rồi nhà thơ cũng chợt nhận ra, những câu thơ kia đã lạc mất linh hồn. Phũ phàng, buồn đau là thế, nhưng đọc lên, ta thấy hồn thơ vẫn có sự ấm áp và bao dung:

"...những câu thơ rồi sẽ mất linh hồn
mùa phai nhạt lòng em, chừng sẽ đến
khi em khóc đời em không bờ bến
những câu thơ trôi nổi lạc nhau rồi

anh có buồn trong những lúc đơn côi
đầu hãy tựa lên những câu thơ, yên ấm ngủ
những câu thơ một thời anh bạc bẽo
xin hãy cứ tựa đầu, khi thiếu một lời ru..."
(Ru)

Ước mơ trở về cái thuở ban đầu, cái thuở chưa có thơ, và chưa hề biết bạc bẽo dường như là một điều không tưởng (hay không còn trọn vẹn) trong tâm hồn Đinh Thị Thu Vân. Đọc Ngày anh trở lại, tôi cứ ngỡ, đó là một bài thơ nối lại hồn vía, nối lại thi phẩm (lời) Ru của chị. Và làm tôi chợt nhớ lại mấy câu thơ mang tính triết lý nhân sinh của Khánh Nguyên: "Trước không em bình thản sống vô tư/ giờ không em, lòng tràn đầy bão tố/ Cứ tưởng rằng sẽ về nguyên như cũ/ Có đâu ngờ không lại chẳng bằng không". Và cái không lại chẳng bằng không đó, như một phép so sánh trong sự mất mát khôn cùng, âu cũng là kết quả mà Đinh Thị Thu Vân phải đón nhận vậy. Đoạn trích có lời thơ dân dã, trần trụi, trong bài "Ngày anh trở lại" dưới đây, không chỉ cho ta cảm giác chờn chờn rờn rợn, mà còn thấy được ước mơ, cùng những bi lụy đắng cay chìm vào cái hồn thơ nồng nàn thuở ấy:

"Em quỳ xuống xin em đừng thương tiếc
đớn đau kia không đủ sức nhận hai lần!
Em quỳ xuống. Ôi ước gì tất cả
chỉ là mơ, chưa trần trụi bao giờ
em chưa khóc. Anh chưa hề bạc bẽo
ôi ước gì chưa có những bài thơ"

Sở trường Đinh Thị Thu Vân là thơ tự do, với những câu thơ dài ngắn vắt ra từ cảm xúc, trải lên trang viết của mình. Nhưng đến với "Có ai buồn với tôi không" chị đã viết theo thể lục bát. Một thể thơ dễ viết, song rất khó hay, nếu nhà thơ không thực tài. Tuy nhiên, ta có thể thấy, Đinh Thị Thu Vân là thi sĩ giàu trí tưởng tượng, và tài năng làm mới từ ngữ, cũng như sử dụng hình tượng so sánh ẩn dụ: "dường như nhung nhớ thoáng rêu phong rồi". Do vậy, đọc "Có ai buồn với tôi không" cho ta một cảm giác, như chia đôi hồn người vào cơn gió chiều mông lung ấy. Thật vậy, cả bài thơ là một câu hỏi tu từ, cùng những lời độc thoại níu kéo, gạn chia nỗi buồn. Nhưng nỗi buồn bi đát ấy, dường như đã hóa thành rêu phong, làm sao có thể sớt chia. Vâng, một nỗi buồn cô đơn tuyệt vọng. Và những câu hỏi thay cho lời phủ định đó là tiếng kêu vọng lên trong đêm, hay điểm bấu víu cuối cùng của linh hồn người thi sĩ:

"có ai buồn với tôi không
hắt hiu ngàn gió thổi mông lung chiều
rạc rời hương sắc thương yêu
dường như nhung nhớ thoáng rêu phong rồi
dường như người chớm quên người

*dường như đêm bớt đầy vơi đẫm lòng
có ai buồn với tôi không
tàn tro lạc mất, còn mong mỏi gì!
này ai, buồn với tôi đi
lẻ loi đã đợi ôm ghì rỗng không
hắt hiu ngàn gió mông lung
có ai buồn với tôi trong kiếp này?"*

Nếu "Có ai buồn với tôi không" là một câu hỏi tu từ, níu kéo sẻ chia nỗi buồn, thì đến "Ru oan" như một lời ru, xoa dịu nỗi đau trong lòng người vậy. Có một điều đặc biệt, thơ của Đinh Thị Thu Vân luôn luôn có nhân vật. Và những nhân vật trữ tình này xuyên suốt trang thơ của chị. Với đặc tính này, thơ của chị khó có thể lẫn với bất cứ nhà thơ nào khác. Do vậy, trộn lộn thơ cả trăm tác giả vào, khi đọc ta vẫn có thể dễ dàng nhận ra thơ Đinh Thị Thu Vân. Và Ru oan là bài thơ điển hình như vậy của chị. Có thể nói, đây là một trong những bài thơ hay nhất của Đinh Thị Thu Vân. Vẫn thể lục bát, lời thơ tự sự đẹp, và nhẹ nhàng, chẳng biết lời ru cho anh, hay thi sĩ đang tự ru lòng mình: "là dăm ba phút lỡ làng/ em ru anh, để ru oan đời mình!". Và đoạn trích dưới không chỉ cho ta thấy rõ những điều đó, mà một lần nữa chứng minh thêm tài năng sử dụng từ ngữ, hình ảnh, cũng như trí tưởng tượng phong phú của nữ thi sĩ họ Đinh này:

*"gối đầu lên chân em đi
khép ngoan anh nhé rèm mi lặng buồn
em lần khuy áo mà thương
sâu trong lồng ngực anh dường như đau..."*

Nếu đọc Đinh Thị Thu Vân chỉ cảm được nỗi buồn đau chơi vơi của tình yêu lệch phía, thì quả thực ta mới thấy cái vỏ. Sự bao dung trong cái mất mát tàn phai mới là lõi trong hồn thơ chị. Vâng! Còn có con người đáng để cho chị yêu, chị sống đến tận cùng, đó mới là hạnh phúc trong cuộc sống, thơ văn của chị.

* **Em biết trốn vào đâu cho bớt nhớ.**

Khi đọc những câu thơ chân thực đến xót xa của Đinh Thị Thu Vân: "hôn em nhé, mai ta về với đất/ góc bể chân trời có lẽ bớt xa xôi..." làm cho tôi nhớ đến cái thiết tha đến tận cùng của Xuân Quỳnh: "Em trở về đúng nghĩa trái tim em/ Là máu thịt, đời thường ai chẳng có/ Cũng ngừng đập lúc cuộc đời không còn nữa/ Nhưng biết yêu anh cả khi chết đi rồi". Vâng, có lẽ, trái tim đa cảm như hai nữ thi sĩ này, trong thơ và trong cuộc sống hiện nay, dường như không còn có nhiều. Chẳng vậy, mà một kỷ niệm nhỏ cũng làm cho lòng người day dứt. Buộc Đinh Thị Thu Vân phải trốn chạy nỗi nhớ thương, cuộn hồn vào trang giấy mong manh ấy. Để rồi: Nhớ, một bài thơ bát ngôn được ra đời trong hoàn cảnh, tâm trạng như vậy của Đinh Thị Thu Vân. Cái tính chân thực, khẩu ngữ dân dã (thoảng qua như một câu hỏi tu từ), làm cho câu thơ hồn hiên hay đến bất ngờ: "em biết trốn vào đâu cho bớt nhớ". Có thể nói, Nhớ là một trong những bài thơ hay nhất, tôi đã được đọc trong thời gian gần đây:

"em nhớ lắm những lời anh chẳng nói
em nhớ lắm bàn chân anh bối rối
những ngón buồn không nỡ bước xa thêm

*anh đừng đi, em không cách chi tìm
em biết trốn vào đâu cho bớt nhớ..."*

Được toát ra từ nội tâm, do vậy thơ Đinh Thị Thu Vân mang tính nhất quán thật rõ ràng: "hương vẫn hương, gió vẫn gió vô cùng" (Sau những giấc mơ buồn). Tưởng rằng, anh đừng đi, em không cách chi tìm, nhưng rồi, anh yêu dấu không còn thuộc về ta nữa. Một nỗi đau, từ "Nhớ" cho đến "Ngày anh trở lại" như mạch nối dài tâm trạng và hồn thơ Đinh Thị Thu Vân vậy. Ngày anh trở lại gồm sáu khổ thơ, tác giả đã sử dụng điệp ngữ (cụm từ): Em quỳ xuống, đến 5 lần. Cứ tưởng rằng, đơn điệu lắm, nhưng không phải vậy, bởi mỗi lần nhà thơ bộc lộ diễn biến tâm lý khác nhau. Và động từ quỳ xuống trong câu thơ đã hoán đổi thành tính từ, như biểu hiện lời thỉnh cầu trong tâm trạng chia ly, và nỗi buồn đắng chát. Với tôi, "Ngày anh trở lại" là một bài thơ hay, và toàn bích nhất của Đinh Thị Thu Vân:

*"Em quỳ xuống lòng em mặn đắng
Xin đừng về đôi mắt ấm ngày xưa...*

*anh yêu dấu không thuộc về ta nữa
Trái tim em ngày ấy lạc đâu rồi
Tình yêu lạc cuối trời như chẳng có
Đời chúng mình con nước lỡ trôi xuôi"*

Tình yêu đã lạc nơi cuối trời, nhưng khát khao thèm muốn vẫn cháy bỏng trong lòng thi nhân. Những câu thơ đầy hình tượng lãng mạn như gieo vào người một chút gì yếu mềm, và mong manh: "vai anh rộng để em thèm bé nhỏ/ mơ một ngày yên ngủ giữa vòng tay/ một ngày thôi lơi lỏng áo quên cài…" (Nhớ). Và giấc mơ, sự thèm muốn đó đã bị dập tắt bởi: "những phũ phàng anh đã tặng cho em". Buồn đau là vậy, song người thi sĩ vẫn: "nếu có kiếp sau, em xin làm bậc cửa/ làm thềm rêu, lặng lẽ đợi chân người" (Gió bụi chông chênh). Vâng! Nếu buộc phải chọn, tôi nghĩ, đây là câu thơ hay nhất, hình tượng nhất của Đinh Thị Thu Vân. Và nó đã ôm trọn hồn cốt con người cũng như thơ ca của chị. Tuy đây là câu thơ hay và hình tượng, song nhìn tổng thể "Gió bụi chông chênh" không thuộc nhóm những bài thơ hay nhất của Đinh Thị Thu Vân:

"nếu có kiếp sau, em xin làm bậc cửa
làm thềm rêu, lặng lẽ đợi chân người
làm trang sách giấu một tờ thư cũ
 anh bỏ quên trong góc vắng lâu rồi!
nếu có kiếp sau, em xin đừng nước mắt
một ngày thôi, đừng quạnh quẽ lúc yêu người
xin một ngày ràng buộc với em thôi thôi
đơn chiếc giữa đêm dài khuya khoắt!..."

Trong cái nghiệt ngã, và cô đơn, Đinh Thị Thu Vân vẫn khát khao, dám đi đến tận cùng tình yêu, và cuộc sống. Đọc những câu thơ cuồng say ấy của chị:"em yêu anh, cuồng nhiệt đáy tâm hồn/ May mắn quá, lòng anh quen nguội lửa/. Không đốt được đời mình nơi chốn đó, /em trở về thương lấy trái tim đau" (May mắn) tôi chợt nhớ đến sự rung động, si mê tình ái làm người đọc phải sởn cả gai ốc của Đinh Hùng:

"Trời cuối thu rồi - Em ở đâu?
Nằm bên đất lạnh chắc em sầu?
Thu ơi! Đánh thức hồn ma dậy

Ta muốn vào thăm nấm mộ sâu"
(Gửi người dưới mộ)

Cùng bộc bạch cái độ cuồng mê ấy, nếu lời thơ Đinh Hùng mộng mị, sắc lạnh, thì ta có thế thấy, lời thơ Đinh Thị Thu Vân đằm thắm và nhẹ nhàng hơn nhiều lắm. Sự khác nhau này, mang đến tính đặc trưng riêng của từng thi sĩ, cũng như làm phong phú thêm sắc thái cho thi ca nước nhà vậy. Và đằng sau cái khát khao, ngọn lửa Đinh Thị Thu Vân dường như vẫn thường trực ở đâu đó, có lẽ chỉ còn thiếu ngòi dẫn nữa thôi.

Đoạn trích trong bài "Một nửa đường đang khuất" dưới đây, không chỉ cho ta thấy ngọn lửa khát vọng đó, mà còn thấy được sự mông lung trong tâm tưởng, súc tích trong lời thơ Đinh Thị Thu Vân: *"không ai đợi tôi về sau cánh cửa không nồng nàn không ấm áp bao dung tôi như sống nửa đời đêm giấu lửa một nửa dường đang khuất phía mông lung..."*

Cũng như cái gu rượu bia, (khẩu vị) mỗi người có khác nhau. Trong thơ văn cũng vậy. Với tôi, Văn học việt, kể từ khi có thơ mới đến nay, về mảng tình yêu đôi lứa, sau Đinh Hùng, có lẽ Đinh Thị Thu Vân là người gây cho tôi khoái cảm đặc biệt khi đọc. Và tôi có nói điều này với một gã bạn trên bàn nhậu. Gã bạn này tỏ vẻ không đồng ý, hỏi: Còn ông hoàng Xuân Diệu thì sao? Tất nhiên, ở khía cạnh nào đó, tôi cũng khoái đọc Xuân Diệu. Nhưng thơ ông có lẽ hợp với nơi đông người, đọc nơi hội trường, khác hẳn với Đinh Hùng, hay Đinh Thị Thu Vân. Nếu ví thơ Xuân Diệu là cái vỏ, thơ Đinh Hùng, Đinh Thị Thu như cái lõi vậy. Tôi nói thật suy nghĩ của mình. Dĩ nhiên, gã bạn không đồng ý như vậy, bởi gã có cái gu đọc khác. Âu cũng là điều cần tôn trọng.

* Từ mâu thuẫn tư tưởng đến trong thơ.

Mâu thuẫn tư tưởng dẫn đến sự không nhất quán trong cuộc sống, cũng như trên những trang viết là yếu điểm của khá nhiều các văn nghệ sĩ ở miền Bắc sau 1954, và trên toàn đất Việt sau 1975 mắc phải. Cái mâu thuẫn, và hạn chế ấy phần nhiều do xã hội, hoàn cảnh cuộc sống tác động đến họ, kể các các nhà văn, nhà thơ lớn, tên tuổi: Nguyễn Tuân, Xuân Diệu, Chế Lan Viên, hay Hữu Loan… Từ lẽ đó, cho nên không gây cho tôi một tí ti bất ngờ nào, khi đi sâu vào đọc Đinh Thị Thu Vân. Thật vậy, ngay từ những ngày đầu cầm bút Đinh Thị Thu Vân đã hồ hởi, reo vui: "Tháng Tư ơi xin đẹp mãi tâm hồn.". Và Ba mươi tháng Tư đến, nhà thơ như cởi bỏ dĩ vãng, gột rửa được tâm hồn. Lời tự thú ấy đã được Đinh Thị Thu Vân viết thành thi phẩm: Nếu không có ngày Ba mươi tháng Tư, rất đồng điệu với khí thế hừng hực của những ngày sau 30-4-1975. Qủa thực, nó chẳng khác gì một bản kiểm thảo trước chi bộ đảng đoàn vậy. Đọc nó, làm tôi nhớ đến lời tụng ca (với hình ảnh so sánh) cùng sự dày vò, sám hối của Chế Lan Viên trước Tố Hữu trong những ngày đầu đến với đảng:

"*Anh thấy trước ngày mai*
Cờ hồng treo trước ngõ…
Giữa nhà lao bóng phủ
Tìm đường cho lịch sử Qua
hai hàng cùm xai
Tôi nhìn ra tha ma
Hay quay vào trang sách
Ôi! dân Chàm nước mắt…
Khi đã buồn hiện tại
Thì quay về tháp xưa" (Ngoảnh Lại Mười Lăm Năm)

Xét riêng về mặt nghệ thuật: Nếu không có ngày Ba mươi tháng Tư, là bài thơ tự sự hay. Thay cho lời lên gân, sáo rỗng của những bài thơ về thế sự, xã hội thường gặp, ta có thể thấy lời thơ của Đinh Thị Thu Vân nhẹ nhàng, cùng những hình ảnh so sánh dân dã, mộc mạc. Tưởng như một lời thủ thỉ, tâm tình vo tròn trong cái bé nhỏ ấy, nhưng (với thủ pháp, lời thơ tự sự), nó thấm dần cái tư tưởng của tác giả vào người đọc, một cách tự nhiên vậy:

"...Nếu không có ngày Ba mươi tháng Tư
Em giờ vẫn như thuở nào, sợ tay mình lấm đất
Sẽ không biết tự khuyên mình những lời nghiêm khắc nhất
Không một lần dám sống hy sinh
Và giữa dòng người cuộc sống gấp bon chen
Em đâu biết tin ai một điều gì tuyệt đối
Em sẽ đến với tình yêu bằng nửa trái tim yếu đuối
Còn nửa tim kia đành giữ lại... để nghi ngờ

Sẽ... rất nhiều, anh hiểu phải không anh
Ngày tháng trước em là con ốc nhỏ Con ốc
đa nghi cuộn mình trong lớp vỏ
Sống vô tình mà ngỡ sống thông minh..."

Nếu "Nếu không có ngày Ba mươi tháng Tư" là lời tự thú, để rũ bỏ quá khứ, gột rửa tâm hồn, thì đến với Saigon Đau lại là sự tìm về dĩ vãng, trong cái tiếc nuối và nỗi đau mất mát của Đinh Thị Thu Vân. Có thể nói, Saigon Đau là bài thơ tiêu biểu, và rõ nét nhất cái mâu thuẫn tư tưởng trên những trang viết của Đinh Thị Thu Vân. Và nó cũng là một trong những bài thơ viết về thế sự xã hội hay nhất, mà tôi được đọc. Thật vậy, nỗi đau và sự luyến tiếc đó, dường như không phải của riêng nhà thơ, mà nó đưa đến, và nhận được sự đồng cảm của rất nhiều người. Vẫn những lời thơ tự sự, Saigon Đau như một mũi khoan xoáy vào lòng người đọc. Nhất là những kẻ buộc phải rời xa quê. Ta hãy đọc lại những trích đoạn có lời thơ dân dã, song rất đẹp dưới đây để thấy rõ, (và so sánh) cái mâu thuẫn tư tưởng, cũng như cái tôi, và chất trữ tình trong thơ thế sự xã hội của Đinh Thị Thu Vân:

"em yêu Sài Gòn, vì nơi đó có một người đau
một người mất những vàng son quá khứ...
Sài Gòn của anh
một thời Công Lý
một thời Tự Do
Sài Gòn của một thời Thương xá
em bước qua, ngơ ngẩn mắt quê mùa...
không có tình yêu, Sài Gòn như đất trống
như câu thơ lạc vận chẳng neo hồn!
không giữ lại dáng hình xưa được nữa
Sài Gòn đau ngơ ngác buổi em về
anh ở đâu những ngày cây lá đổ
có đợi chờ bàn tay nắm sẻ chia?..."

Có một điều đặc biệt, khi đi sâu vào đọc Đinh Thị Thu Vân cho ta thấy: Nếu thơ tình của chị mang tính nhất quán, thì mảng thơ thế sự có sự mâu thuẫn thật rõ rệt. Tuy nhiên, với tôi, khi nhận định hay đánh giá chân dung nữ thi sĩ này, thì cái cốt lõi nhất tạo dựng nên chân dung nhà thơ tài năng Đinh Thị Thu Vân là những trang thơ tình yêu của chị. Có được cái giá trị chân thực, tính đặc trưng, lời thơ đẹp, lãng mạn ru hồn người như vậy trong thơ Đinh Thị Thu Vân, ta có thể thấy, ngoài biện pháp tu từ, chất tự sự, với cái tôi trữ tình, thì phải nói đến sự can đảm, dám đi đến tận cùng yêu, tận cùng nỗi đau, và dám hy sinh, tôn thờ nó của chị.

Khi viết bài này, quả thực tôi không có tài liệu, hay một tập thơ nào của Đinh Thị Thu Vân, ngoài mấy chục bài thơ trên thivien.net, và đọc rải rác đâu đó, hay trên Facebook của chị. Do vậy, chắc chắn bài viết này chỉ nói được một phần nào đó về chân dung người thi sĩ tài hoa này, và cũng không thể tránh khỏi những sai sót.

Leipzig ngày 10-9-2020

DU TỬ LÊ –
ĐỜI LƯU VONG CHƯA TẬN TUYỆT
VỚI LINH HỒN

Trong năm 2019 này, Văn học Việt mất đi hai nhà thơ tên tuổi, Tô Thùy Yên và Du Tử Lê. Thơ văn của họ đã đi qua nhiều thế hệ người đọc. Đều xuất thân từ người lính Việt Nam Cộng Hòa, tuy nhiên số phận, tính cách, cũng như hồn vía thi ca của hai nhà thơ này, hoàn toàn khác biệt. Viết không nhiều, cho đến cuối đời Tô Thùy Yên chỉ in ấn, xuất bản vài ba tác phẩm, song những thi tập ấy cho người đọc sự đồng cảm, day dứt, kính trọng với sức nặng của một nhà thơ lớn.

Cùng đó, Du Tử Lê với 77 năm cuộc đời và 77 tác phẩm, để lại cho đời một nghệ sĩ tài hoa, chứ dường như, không (hay chưa) hiển hiện lên trong tôi, chân dung của một nhà thơ lớn. Có lẽ, người nghệ sĩ lớn, ngoài nhân cách, tài năng, ngòi bút của họ phải chọc thẳng vào hiện thực xã hội, cũng như cuộc sống và con người một cách trung thực nhất chăng?

Du Tử Lê viết nhiều thể loại, từ thơ, trường ca đến tiểu thuyết, truyện ngắn, phê bình, bút ký và tùy bút...Tên tuổi, sự nghiệp thơ văn của ông từ trước 1975 cho đến nay, không chỉ đóng khung ở trong nước. Một số trường Đại học ở Hoa kỳ đã đưa thơ ông vào giảng dạy cho sinh viên. Ông là người miệt mài đổi mới thi pháp, thử nghiệm thể loại ngay từ khi cầm bút cho đến năm tháng cuối đời. Thơ Du Tử Lê sang trọng, giàu hình tượng, điển tích cùng với mối liên tưởng phong phú đi sâu vào tầng lớp sinh viên, trí thức. Với đặc tính này, thơ Du Tử Lê kén người đọc, nhất là tầng lớp bình dân. Bởi, người đọc dường như cũng phải vắt óc, đào sâu liên tưởng cùng tác giả vậy. Nặng nhọc lắm. Chẳng vậy, mà tôi có người bạn rất thích, và yêu thơ. Đọc được vài bài của Du Tử Lê rồi bỏ. Hỏi sao? Hắn trả lời, chẳng hiểu chó gì, sao mà đồng cảm và đọc tiếp được.

Cũng như những nhà thơ, người lính cùng thời, thơ văn Du Tử Lê được chia làm hai giai đoạn trước và sau biến cố 1975. Tuy văn xuôi góp phần quan trọng trong sự nghiệp sáng tạo, nhưng thơ mới làm nên chân dung, tên tuổi Du Tử Lê. Và thơ Du Tử Lê cũng được chia thành hai mảng: Tình yêu đôi lứa, và tình yêu quê hương, đất nước. Có một điều đặc biệt, dù tình yêu đôi lứa, hay tình yêu quê hương, thơ ông luôn mang một nỗi ly biệt, nhớ thương và buồn đau. Du Tử Lê tên thật là Lê Cự Phách, sinh năm 1942 tại Hà Nam. Năm 1954, ông cùng gia đình di cư vào Nam. Tốt nghiệp Văn khoa Saigon, ông dạy học, rồi trở thành người lính. Biến cố 1975, Du Tử Lê đã kịp chạy sang Mỹ tị nạn. Nơi đây, ông vẫn tiếp tục sáng tác thơ văn, và làm việc cho Đài phát thanh Hoa Kỳ. Du Tử Lê mất vào ngày 7-10-2019 bởi bệnh tật và tuổi già.

* Tình yêu- nỗi cô đơn, mang mang nét nhạc u buồn.

Chẳng cần đưa Sigmund Freud với cái thuyết tâm phân học vào soi rọi, ta cũng có thể thấy: Chiến tranh, cuộc sống cùng cực, với bàn tay dị tật, do vậy ngay từ tuổi ấu thơ Du Tử Lê luôn luôn mặc cảm, tự ti:"tôi lớn lên trong vỏ ốc cuộn tròn/ triền nước mặn ướp xác thân nhăn nheo…" (Phù sa). Cuộc sống khép kín, và cô đơn ấy, đã đưa ông sớm đến với thơ văn: "Tôi tìm đến thơ rất sớm, khi 10 tuổi, bởi cuộc sống quá lẻ loi, và cô quạnh…". Cũng như nhà thơ Lưu Quang Vũ, tôi đánh giá cao cái tôi trong thơ Du Tử Lê. Sinh ra trong chiến tranh, lớn lên trong bom đạn, gây cho Du Tử Lê luôn luôn hoài nghi và chán chường. Ngay từ những bước chân đầu đời, nỗi bất hạnh ấy, không chỉ trong cuộc sống, mà tình yêu Du Tử Lê cũng vậy, dù có thay tên đổi họ, với mượn lốt mang danh, vẫn bi đát đến khôn cùng:

*"như lòng tôi bắt đầu mềm sũng
bắt đầu yêu ai bắt đầu bất hạnh
bắt đầu từ đó
tôi, du tử lê. tôi, du tử lê"*
(Tôi, Du Tử Lê)

Tuy đớn đau, dường như có phần tuyệt vọng, song cái tôi trữ tình vẫn xuyên suốt những trang thơ Du Tử Lê.

Tình Sầu là một trong những bài thơ như vậy của ông. Với tôi đây là bài thơ tình hay và toàn bích nhất của Du Tử Lê. Không chỉ có lời thơ đẹp, mà tính tự sự đặc trưng bộc lộ rõ nét trong thơ ca Du Tử Lê. Mỗi khổ thơ là một phép so sánh tu từ về tâm trạng, hoàn cảnh khác nhau của nhà thơ. Những hình ảnh hoán dụ ấy, tuy nhẹ nhàng nhưng quặn thắt lòng người. Đọc Tình Sầu của Du Tử Lê, làm tôi chợt nghĩ đến bài thơ cũng thất ngôn: Đường Khuya Trở Bước của Đinh Hùng. Có lẽ, Du Tử Lê và Đinh Hùng viết những bài thơ này trong cùng một hoàn cảnh, tâm trạng sầu đau chăng?

Nên cho người đọc hình ảnh, cảm xúc khá tương đồng, dù thi pháp có khác nhau. Có thể nói, hai bài này, nằm trong Top đầu thơ tình Việt Nam, kể từ ngày xuất hiện thơ mới đến nay. Hai khổ thơ trong bài Tình Sầu dưới đây, sẽ chứng minh cho ta điều đó:

"Ta như sương mà người như hoa
Dối gian nhau nát nụ hôn đầu
Tình đi từng bước trên lưng gió
Gieo xuống đời nhau hạt thương đau
Người một phương, ta cũng một phương
Phố cao ngày thấp nắng mưa trùng
Mắt sâu ẩn nhốt trời giông gió
Ta một hồn câm giông gió lên..."

Cùng với Đinh Hùng, Tô Thùy Yên...có thể nói, Du Tử Lê nằm trong số không nhiều các nhà nhà thơ Việt có tài về thơ thất ngôn. Ngoài từ ngữ, hình tượng ta có thể thấy, chất trữ tình đã làm nên đặc tính thơ Du Tử Lê. Kể cả những năm tháng tị nạn ở Hoa kỳ, tiếp xúc với nền Văn học phương Tây, nhưng cái chất cổ phong vẫn hiển hiện rõ nét trong thất ngôn thơ Du Tử Lê. Thật vậy, đọc: Chẳng Chiến Chinh Mà Cũng Lẻ Đôi được viết vào năm 1990, mà cứ ngỡ Du Tử Lê đang sống, và viết trong thời Thơ Tiền Chiến vậy. Sự xa cách, nỗi nhớ thương với tâm hồn cô đơn hiu quạnh xuyên qua bài thơ, như xuyên suốt cuộc đời người thi sĩ. Điệp ngữ "chỉ nhớ người thôi" mở đầu cho cả sáu khổ thơ, tưởng rằng đơn điệu lắm. Nhưng không phải vậy. Bởi, mỗi hoàn cảnh diễn ra, ta lại thấy một tâm lý, trạng thái khác của nhà thơ. Tâm trạng dẫn đến trí tưởng tượng và tài năng liên tưởng của Du Tử Lê, dường như chẳng khác gì trạng thái tâm lý từ hơn tám thập kỷ trước của Nguyễn Bính khi viết bài: Những Bóng Người Trên Sân Ga vậy. Chẳng Chiến Chinh Mà Cũng Lẻ Đôi, tuy không thuộc về nhóm những bài thơ hay nhất, song nó lại mang tính đặc trưng, điển hình thi ca Du Tử Lê:

"chỉ nhớ người thôi đủ hết đời
chim về góc biển. Bóng ra khơi
lòng tôi lũng thấp. tâm hiu quạnh
chẳng chiến chinh mà cũng lẻ đôi.
chỉ nhớ người thôi đủ hết đời
buổi chiều chăn, gối thiếu hơi ai!
em đi để lại hồn thơ dại
tôi, vó câu buồn sâu sớm mai..."

Cũng như Vũ Hoàng Chương và Đinh Hùng, có thể nói, Du Tử Lê đưa tình yêu, người tình lên như một thứ tôn giáo. Đứng trước nó, ông như một con chiên ngoan đạo vậy. Cái đặc tính này, có lẽ tiếp nối ông, Văn học Việt phải kể đến Nguyễn Tất Nhiên, và hiện nay là Đinh Thị Thu Vân. Vâng, và Trong Tay Thánh Nữ Có Đời Tôi, là một trong những bài thơ tiêu biểu cho đặc tính này của Du Tử Lê. Ở bài thơ Ma soeur, nếu Nguyễn Tất Nhiên dám cả gan đưa những hình tượng thánh thiện nơi Thánh đường, cửa Phật để ẩn dụ, so sánh với những cái được cho là kỵ húy, thì Trong Tay Thánh Nữ Có Đời Tôi, Du Tử Lê đã tôn người tình lên Thánh nữ còn thất kinh hơn. Vẫn biện pháp tu từ, với điệp từ, điệp ngữ, Du Tử Lê tạo ra mỗi khổ thơ như một điệp khúc của bản nhạc vậy. Nói vui, dường như Du Tử Lê đã dọn sẵn cỗ cho các nhạc sĩ vậy. Thật vậy, nhạc tính làm nên nhạc điệu thơ, qua ngữ điệu của ngôn từ (riêng biệt) Du Tử Lê. Và nhạc tính này, xuyên suốt những trang thơ của ông. Trong Tay Thánh Nữ Có Đời Tôi là một bài thơ thất ngôn lạ, u hoài tôi tâm đắc nhất của Du Tử Lê. Và bài thơ này, cũng đã được hai nhạc sĩ Hoàng Thanh Tâm và Trần Duy Đức phổ thành hai bản nhạc cùng tên, rất hay. Đây cũng là bản nhạc, tôi nghĩ, hay nhất phổ từ thơ của ông. Bởi, nhạc vẫn giữ được hồn cốt của bài thơ, và tư tưởng của tác giả:

"hỏi Chúa đi rồi em sẽ hay
tôi buồn như phố cũ như tay
bàn chân từng ngón ngưng không thở
lạc mất đường đi. tạnh dấu bày
hỏi nắng đi rồi em sẽ hay
tôi gầy như lá nhẹ như mây
gió khuya thổi rớt ngàn tâm sự
thiên đàng tôi là người hay ai?... "

Có thể nói, không riêng tôi, mà còn nhiều người rất đồng cảm, hứng khởi khi được nghe những bản nhạc được phổ từ thơ. Và mong mỏi, có nhiều thơ được phổ nhạc hơn thế nữa. Và nhân viết về Du Tử Lê, nên chăng có một vài lời bàn về vấn đề này: Có lẽ, cùng với Thái Thăng Long, thơ của Du Tử Lê được phổ nhạc nhiều nhất cho đến nay? Tuy nhiên, ta có thể thấy, thơ Du Tử Lê nặng tính kỹ thuật. Thơ ông, bài nào dường như cũng đã chuẩn bị sẵn cho một ca khúc vậy. Cho nên, nó không thoát khỏi sự gò ý, tìm từ hoán chuyển, đương nhiên sẽ mất hoặc giảm đi cái cảm xúc ban đầu của tác giả. Tôi nghĩ, nếu không bị trói buộc bởi đặc tính này, thơ của Du Tử Lê còn hay hơn thế nữa. Thành thật mà nói, mấy trăm bài thơ đã phổ nhạc của ông, tỷ lệ còn đọng lại trong lòng người đọc, người nghe là bao nhiêu?. Dường như, Khúc Thụy Du được Anh Bằng phổ thành bản nhạc cùng tên, được nhiều người yêu mến nhất. Tuy nhiên đến âm nhạc, bài thơ Khúc Thụy Du chỉ còn lại cái vỏ, cốt lõi, hồn vía biến mất. Như vậy, tư tưởng hồn vía mới hoàn toàn thuộc về nhạc sĩ Anh Bằng. Do vậy, xin cứ để cảm xúc đi vào thơ tự nhiên như vốn có. Chứ sử dụng (hay lạm dụng) kỹ thuật để có nhiều thơ phổ thành ca khúc chưa hẳn đã mang lại nhiều giá trị nghệ thuật.

* Quê hương, tình yêu và nỗi đau, cùng những thử nghiệm trong thi ca.

Sinh ra trong chiến tranh, lớn lên dưới bom đạn, với những cuộc trốn chạy, di cư như một vết thương tâm lý Du Tử Lê. Khi chiến tranh trở lại quê hương, thì bức tranh đen tối càng ảm đạm, luôn ám ảnh ông. Với sự tối tăm không lối thoát ấy, ông (dân tộc ông) đi tìm được gì cho tương lai của chính mình:"Giữa đêm/ Một người mù/ Đi tìm tương lai/ Hai hàng máu chảy" (Quê hương). Chiến tranh đã đi vào từng ngõ ngách của thành phố, bi thương nhân lên gấp bội. Sự thật đã được Du Tử Lê chứng kiến, để ông kết sự dã man ấy thành Khúc Thụy Du trần trụi, hay đến rợn cả người. Có điều đáng tiếc, khi phổ thành bản nhạc cùng tên, Anh Bằng đã đưa nó theo một chiều hướng khác. Có lẽ, ngoài thể Hành, thì Ngũ ngôn là thể thơ đưa cảm xúc, nỗi đau của tác giả đến người đọc thấu và nhanh nhất chăng. Ta hãy đọc lại đoạn trích Khúc Thụy Du dưới đây, không chỉ thấy rõ điều đó, mà còn thấy sự mất mát, trong cái tàn khốc của chiến tranh, và sự tàn nhẫn của con người:

"như con chim bói cá
trên cọc nhọn trăm năm
tôi tìm đời đánh mất
trong vụng nước cuộc đời
như con chim bói cá
tôi thường ngừng cánh bay
ngước nhìn lên huyệt lộ
bầy quạ rỉa xác người..."

Thân phận người lính trong bất cứ cuộc chiến nào cũng vô cùng rẻ mạt. Cái chết đến với họ đơn giản như bữa ăn hàng ngày vậy. Giữa những ngày chiến trận ác liệt nhất, dù đang yên bình, hạnh phúc nơi đất Mỹ, Du Tử Lê vẫn từ bỏ tất cả để trở về Tổ quốc, quê hương ông. Nơi đây, có thể cuộc sống của ông sẽ chấm dứt, một cái chết đã được báo trước. Nhưng tình yêu đất nước đã không cho phép người lính như ông trốn chạy. Và Vỡ Lòng Cho Một Cô Gái Mỹ là một bài thơ đã được Du Tử Lê trải lòng mình ra như vậy. Đây không phải là bài thơ hay của ông. Nhưng nó cho ta thấy phần nào không khí của chiến tranh, cũng như tâm trạng, tinh thần của Du Tử Lê nói riêng, và của người lính nói chung lúc đó:

*"Dù anh yêu em
Hơn bất cứ một thứ gì trên đời
Thì anh vẫn trở về...
Chiến đấu cho sự trường tồn và lý tưởng tự do của dòng giống
Mặc dù ngay khi anh vừa bước xuống phi trường Saigon
Anh có thể chết tan thây
Vì một miếng plastic
Một trái mìn nổ chậm từ xa..."*

  Chiến tranh kết thúc, bước chân lưu lạc, nỗi nhớ thương quê hương đất nước luôn thường trực trong lòng thi nhân. Và tâm trạng thân nơi đất khách, hồn nơi quê nhà ấy, là tâm lý chung của những kẻ xa quê, chứ không riêng giới văn nhân, thi sĩ như Tô Thùy Yên, Trần Hoài Thư, hay Du Tử Lê... Có khác chăng, văn nhân, thi sĩ viết ra được mà thôi. Nếu sự cô đơn, thiếu vắng buộc Tô Thùy Yên phải đi tìm hơi ấm, tình quê bằng hồn thơ Lục bát: "Vào đây, có lửa, có người/ Có cây rộng lượng che trời hộ ta/ Có câu thăm hỏi quê nhà/ Đường qua thế ấy, đường xa thế nào?" thì "Đêm, Nhớ Trăng Saigon" hồn thơ Du Tử Lê đã về tận nơi quê nhà. Đây là một trong những bài thơ Lục bát hay nhất của ông. Và nó cũng đã được nhạc sĩ Phạm Đình Chương phổ thành ca khúc cùng tên rất hay. Bởi, ca khúc vẫn giữ được hồn vía của bài thơ. Vẫn lời thơ đẹp, nhẹ nhàng như sương khói "Đêm, Nhớ Trăng Saigon" đã đưa hồn người về dĩ vãng của một thời, tưởng chừng đã xa vời vợi. Nỗi xót xa, nhớ nhung ấy, được thông qua hình tượng, với thủ pháp hoán đổi. Có thể nói, Du Tử Lê không chỉ có sở trường về thơ Lục bát, mà ông luôn luôn làm mới nó bằng những thủ pháp, thử nghiệm của riêng mình:

*"Đêm về theo vết xe lăn
Tôi trăng viễn xứ hồn thanh niên vàng
Tìm tôi đèn thắp hai hàng
Lạc nhau cuối phố sương quàng cỏ cây
Ngỡ hồn ta xứ mưa bay
Tôi chiêng trống gọi mỗi ngày mỗi xa
Đêm về theo bánh xe qua
Nhớ em xa lộ nhớ nhà Hàng Xanh..."*

Không chỉ với Lục bát, mà thể thơ nào Du Tử Lê cũng thử nghiệm thủ pháp hoán vị (hoán chuyển) những từ, hoặc cụm từ; hay hình tượng trong câu thơ: "chiều hái, gặt bóng cây/ chất đầy đêm tĩnh, lặng/ như tôi gửi bàn tay/ trên ngực người xa, vắng." (Tôi là em: hiện đại). Sự biến đổi trật tự ấy trong câu thơ, làm cho ta có thể đọc xuôi, hay ngược. Qua những dấu chấm, hoặc gạch chéo bất ngờ, nhịp điệu câu thơ dừng, ngắt lại. Tuy nhiên, với nghệ thuật này dẫn đến cấu trúc câu thơ, bài thơ thường không được chặt chẽ. Tôi hoàn toàn đồng ý, khi nhà nghiên cứu, phê bình Nguyễn Vy Khanh cho rằng: Với dụng ý, thủ pháp này Du Tử Lê muốn tạo cơ hội cho người đọc trở thành tác giả thứ hai.

Vâng, có lẽ, ông muốn mở ra một hình thức, thi pháp mới lạ Du Tử Lê chăng?

Thật ra, thủ pháp này không mới. Trước Du Tử Lê, nhà thơ Đinh Hùng đã từng viết, và sử dụng. Không chỉ một từ, một cụm từ, mà thơ Đinh Hùng có thể hoán vị cả khổ trong cùng một bài thơ. Thậm chí, có thể hoán đổi khổ thơ ở không cùng một bài. Thật vậy, ta có thể thấy, ba khổ thơ trong hai bài Tự Tình Dưới Hoa và Xuôi Dòng Ảo Mộng nhạc sỹ Phạm Đình Chương có thể gộp lại, phổ thành nhạc phẩm Mộng Dưới Hoa hay đến nghẹn ngào, đã chứng minh cho thủ pháp nghệ thuật này. Đây không chỉ là tài năng sáng tạo độc đáo của Đinh Hùng, mà còn phải kể đến tài năng, sự liên tưởng của người nhạc sĩ. Kiểu chơi chữ này, ta cũng có thể thấy ở những thi nhân đất Bắc, như Lê Đạt, hoặc Trần Dần. Tuy nhiên, cũng như Du Tử Lê con đường mới mở ra cho thi ca của họ đến nay quả thực, vẫn còn mờ nhạt. Nếu như không muốn nói, nó giết chết những cảm xúc ban đầu chân thực nhất của người thi sĩ. Hơn nữa, do lạm dụng thủ pháp kỹ thuật làm cho từ ngữ, câu thơ trở nên tối nghĩa, rắm rối khó hiểu. Do vậy, hiện nay dường như, ít còn những nhà thơ thành danh, tên tuổi sử dụng thủ pháp này. Có chăng, chỉ còn mấy bác nhà thơ cấp phường xã, câu lạc bộ hưu trí mà thôi.

Tiện đây, xin các nhà thơ hãy làm mới cảm xúc, làm mới tư tưởng chứ không phải thử nghiệm làm mới hình thức thể loại thơ. Bởi, thơ hay, dở, mới cũ chẳng liên quan gì đến thể loại cả. Thơ văn không đi thẳng vào đời sống xã hội, với tư tưởng, cảm xúc một cách trung thực, thì chỉ là những trang viết chết. Ta có thể thấy, nếu Nguyễn Du không đứng về lẽ phải, và chọc thẳng ngòi bút vào cái thối nát của xã hội, cùng với thân phận chìm nổi của con người, dù nghệ thuật Truyện Kiều có hay đến mấy, thì cũng ngỏm củ tỏi từ lâu rồi. Chứ không thể, với Lục bát cũ kỹ, nhà quê, mấy trăm năm rồi, đọc Truyện Kiều lúc nào cũng cảm thấy mới, nóng cứ hôi hổi vậy. Có lẽ, bàn luận hơi bị sa đà về vấn đề này, bởi tôi thấy, sự thử nghiệm, làm mới thơ văn của mấy bác thi sĩ tên tuổi luôn tỉ lệ nghịch với chất lượng.

Do vậy, dù rất kính phục nghị lực, sự bền bỉ của Du Tử Lê, nhưng thành thật mà nói, tôi không hề đánh giá cao sự thử nghiệm, làm mới thể loại cũng như từ ngữ, hình tượng (đến mức rắm rối, tù mù như một số bài thơ) của ông.

Bàn luận về Du Tử Lê không thể không nhắc đến bài thơ: Khi Tôi Chết Hãy Đem Tôi Ra Biển. Một bài thơ quan trọng nhất ở giai đoạn thứ hai về cuộc sống, cũng như sự nghiệp sáng tạo của Du Tử Lê. Bài thơ được nhiều người biết đến, và yêu thích, bởi nó mang tính thời sự, như một thứ bùa ngải đánh đúng vào tâm lý con người ở thời điểm đó. Những câu Bát ngôn với lời thơ tự sự xoáy sâu vào nỗi đau, niềm thương nhớ về quê hương, nơi mịt mù xa tắp. Tuy nhiên, những năm gần đây, đường về quê dường như cũng ngắn lại. Chẳng trách gì, các bác cứ túc tắc đi về. Và đáng tiếc, mỗi chuyến bay của Du Tử Lê như một thứ thuốc giải bùa, giải thiêng cho bài thơ vậy:

"Khi tôi chết hãy đem tôi ra biển
đời lưu vong không cả một ngôi mồ
vùi đất lạ thịt xương e khó rã
hồn không đi sao trở lại quê nhà
Khi tôi chết hãy đem tôi ra biển
nước ngược dòng sẽ đẩy xác trôi đi
bên kia biển là quê hương tôi đó
rặng tre xưa muôn tuổi vẫn xanh rì

Khi tôi chết nỗi buồn kia cũng hết
đời lưu vong tận tuyệt với linh hồn."

Chắc chắn, tôi chưa thể đọc hết thi ca Du Tử Lê. Nhưng có một điều đặc biệt làm tôi ngạc nhiên. Qua bốn trăm bài thơ, đọc theo sự nghiệp sáng tạo (trên thivien.net) dường như, không có bài thơ nào ông viết về người lính, và khói lửa nơi chiến trường. Dù những năm tháng tuổi trẻ Du Tử Lê mặc áo lính, và đi qua chiến tranh. Duy nhất, có bài "Tâm Sự Người Lên Mặt Trận" có liên quan đến lời tâm sự của người lính, được ông viết vào năm 1965. Song rất đáng tiếc, lại là bài thơ dở. Từ ngữ cũ, nhàn nhạt, rất sến vần vè như thơ đọc nơi hội trường đám cưới, hoặc chia ly vậy:

"Mai tôi đi tình này xin gửi lại
Gửi lại tình này xin người nhận đón hai tay
Đường ra chiến trường ai dám nói hay
Nên người chớ bắt tôi đành tâm hò hẹn
Dù trong tôi cả trăm nghìn ước nguyện
Ước nguyện vợ chồng duyên kiếp lứa đôi
Mai tôi đi
Nên hôm nay bài thơ xin gửi lại
Đường ra chiến trường xa lắm người ơi..."

Trường Khúc Mẹ Về Biển Đông, một trường ca viết khá công phu của Du Tử Lê, nhưng nặng về kể lể, nhẹ cảm xúc trong thơ. Các cụ nhà ta thường nói: Tức cảnh sinh tình. Thật vậy, dường như Trường Khúc này, ta mới thấy cảnh, chứ tình còn ít lắm. Có thể nói, trường ca là thể loại khó viết. Nếu người viết không đủ tài, dài hơi câu thơ trở nên nhàn nhạt, như canh thiếu mắm muối, gia vị vậy. Do vậy, có nhiều người viết trường khúc, trường ca, song không phải ai cũng thành công. Thành thật mà nói, với tôi Văn học Việt kể từ 1954 đến nay, thành công nhất ở thể loại này là hai trường ca: Mặt Trời Trong Lòng Đất và Đất Nước Hình Tia Chớp của Trần Mạnh Hảo.

Tôi thường đọc thơ văn của Du Tử Lê, nhưng rất tiếc chưa một lần được gặp gỡ ông. Tuy nhiên, có một vài lần tiếp xúc qua FB, khi Du Tử Lê trích, mượn một số nhận định của tôi về nhà thơ Phạm Ngọc Lư, khi ông viết về nhà thơ này. Hay khi ông viết nhầm, trích thơ của cụ Tú Xương, tôi đã góp ý bổ sung qua lại. Phải nói, Du Tử Lê là người cởi mở, và lắng nghe dù một kẻ viết tép riu, hàng em út, con cháu như tôi.

Tôi không nghĩ, và cũng không để ý đến nhà thơ Du Tử Lê có phải là con người của sự hòa hợp, hòa giải hay không, như một số nhà phê bình đã viết. Tôi hoàn toàn tôn trọng sự tự do đi lại, hoặc về hay ở của (cá nhân) mỗi nghệ sĩ, văn nhân. Tuy nhiên, về khía cạnh nào đấy, dường như Du Tử Lê hơi bị dễ dãi, vô tư khi quan hệ, ân ái, hẹn hò với cả những Nguyễn Văn Thọ (Thọ Muối). Một đồng đảng, đồng thuyền với dư luận viên như Quang Lùn... thì quả thực khó hiểu. Do vậy, khi Thọ Muối thốt lên: "Tôi chờ anh thu này gặp như lời hẹn. Có đâu ngờ mùa thu, mùa đẹp nhất của Hà Nội nơi hai tôi hẹn hò, lại là mùa đưa tiễn anh đi... Tâm hồn anh như tâm hồn bao người con xứ Việt vẫn hát mãi như những con dế đàn ca đâu chỉ trong mưa. Tin thế. Anh Du Tử Lê của em ơi". (Du Tử Lê- con dế buồn đâu chỉ hát đêm mưa) Thì quả thực, làm ông bạn tôi, một người yêu thơ Du Tư Lê hơi bị giật mình. Từ đó, dẫn đến những trang viết chứa chan tình cảm, tình yêu đã làm bao trái tim xúc động, rơi rụng trong lòng đồng đội, cũng như người đọc, người yêu ông ít nhiều chăng?

Cho nên, có thể nói, khi Du Tử Lê chết, nỗi buồn kia cũng chưa hết. Đời lưu vong không thể tận tuyệt với linh hồn.

Leipzig ngày 20-11-2019

VŨ THƯ HIÊN –
NGƯỜI GIÃ TỪ THIÊN ĐƯỜNG
ẢO ẢNH

Khi nhát dao chém ngang hình đất nước, thì văn học Việt cũng chẻ đôi dòng chảy. Bắc Nam như hai thái cực đối nghịch nhau về cả tư tưởng lẫn bút pháp. Sau Nhân văn giai phẩm, trên đất Bắc lại một cuộc nồi da xáo thịt nữa xảy ra với cái tên gọi mơ hồ: Xét lại. Cơn sóng ngầm ấy cuốn đi rất nhiều công thần, và những nhà báo, văn nhân, một thời đã từng là bạn bè, đồng chí. Nhà văn Vũ Thư Hiên và cha mình, cụ Vũ Đình Huỳnh, người thư ký của Chủ tịch Hồ Chí Minh cùng nằm trong số đó. Chín năm dài đằng đẳng trong lao tù, cứ tưởng Vũ Thư Hiên đã đoạn tuyệt với văn thơ. Nhưng kỳ lạ thay, chính những năm tháng quằn quại đớn đau ấy là chất liệu, nguồn thực phẩm vô tận nuôi dưỡng, thôi thúc tâm hồn, để Vũ Thư Hiên viết nên những tác phẩm tuyệt vời, với bút pháp hiện thực nhân đạo đặc trưng đến vậy. Và có thể nói, những tác phẩm ấy, không chỉ được viết bằng tài năng, trí tuệ mà còn thấm đẫm cả máu và nước mắt của nhà văn. Vũ Thư Hiên người gốc Nam Định, sinh năm 1933 tại Hà Nội, trong một gia đình cha mẹ đều là thành viên của Thanh niên Cách mạng Đồng chí Hội, tiền thân Đảng Cộng sản Đông Dương. Các cụ từng là đồng chí, bạn bè thân thiết, hầu hết của các lãnh tụ Đảng CS, và đã giúp đỡ, cưu mang họ ngay từ những ngày đầu còn trứng nước. Do vậy, như một dòng chảy tự nhiên, Vũ Thư Hiên sớm đứng vào hàng ngũ của những người kháng chiến. Mười ba tuổi ông đã tham gia đội tuyên truyền xung phong. Rồi trở thành người lính năm mười sáu tuổi. Cùng đó, tài năng văn thơ Vũ Thư Hiên cũng sớm bộc lộ trong thời gian này. Vở kịch đầu tay Lối Thoát viết năm hai mươi tuổi (1953) là thẻ thông hành đưa Vũ Thư Hiên nhập vào làng văn nghệ kháng chiến. Vài năm đầu thập niên sáu mươi, sau thời gian tu nghiệp ở Nga Xô, Vũ Thư Hiên được độc giả biết đến nhiều hơn, từ bản dịch Bông Hồng Vàng, và tập truyện ngắn của nhà văn Paustovsky. Nhưng chỉ đến khi truyện ngắn "Đêm Mất Ngủ", và kịch bản phim "Đêm Cuối Cùng, Ngày Đầu Tiên" bị Tố Hữu, Nguyễn Chí Thanh gán cho cái tội bất mãn chế độ, không lập trường giai cấp, cùng tập truyện Đêm Mùa Xuân (nhà xuất bản Lao Động 1963) bị thu hồi, thì Vũ Thư Hiên mới trở nên nổi tiếng. Năm 1976 ra tù, ông vẫn dịch sách, và viết tiếp kịch bản phim, sân khấu. Tuy nhiên, xét về nội dung nghệ thuật, Miền Thơ Ấu, Đêm Giữa Ban Ngày và tập truyện ngắn được viết gần đây mới là những tác phẩm văn học đặc sắc, đóng đinh tên tuổi Vũ Thư Hiên vào lòng người.

* **Thủ pháp nghệ thuật rọi sáng một tài năng.**

Tôi đã đọc khá nhiều truyện thiếu nhi trong và ngoài nước. Nhưng có thể nói, Miền Thơ Ấu của Vũ Thư Hiên là một trong rất ít những cuốn hay nhất, từ trước đến nay mà tôi đã được đọc. Tôi nghĩ, Miền Thơ Ấu hay, sống được trong lòng người đọc không hẳn do cốt truyện nội dung tình tiết, mà bởi bút pháp, và văn phong đặc trưng Vũ Thư Hiên. Hơn nữa, trong truyện ký, hồi tưởng dường như qua lăng kính của các nhà văn sinh trưởng từ thị thành khi viết về thôn quê sẽ khách quan, mang tính khám phá, sinh động hơn. Nó gây cho người đọc có cảm giác thú vị như được cùng tìm hiểu, khám phá vùng quê ấy cùng nhà văn chăng?

Thật vậy, ta hãy đọc lại đoạn trích dưới đây, để thấy được cái sự thờ ơ của anh Cu Nhớn trước cái miền quê mình đang sống, nhưng lại rất đẹp, cuốn hút cậu bé thị thành Vũ Thư Hiên. Có thể nói, đây là những trang văn đẹp như một bài thơ của Vũ Thư Hiên vậy:

"Những chiếc lá tre rơi lềnh phềnh trên mặt nước khẽ rùng mình mỗi khi có gió thoảng. Lũ thờn bơn với cặp mắt đen láy ngọ ngoe trên mặt nước. Trên cao, một con bói cá xanh biếc ngồi yên lặng như một nhà hiền triết. Thỉnh thoảng, nó rời cành cây khô lao vút xuống nước như một mũi tên vừa rời cây cung, rồi lộn trở về đậu vào chỗ cũ, hai cánh xòe ra phơi gió. Trên làn nước gần như bất động, những con kéo vó lênh khênh nhẹ nhàng trượt qua trượt lại trong một điệu vũ khó hiểu. Tất cả thu hút tôi, còn anh Cu Nhớn thì thờ ơ, anh chỉ gắn chặt mắt vào những cái phao trắng muốt làm bằng cuống tỏi." (Miền thơ ấu-Sách đã dẫn) Trước đây mấy năm, có lẽ, nhà văn Phạm Thành đã không đồng cảm, khi tôi cho rằng: Tuy Cò Hồn Xã Nghĩa, một tác phẩm rất can trường và đồ sộ vừa ra lò, nhưng Hậu Chí Phèo mới chính là tác phẩm tiêu biểu, làm nên chân dung nhà văn Phạm Thành, dù nó được viết đã rất lâu rồi. Bởi, trong văn chương đôi khi có những sự việc, câu chuyện được coi là nhỏ nhoi, tầm thường, nhưng mang ý nghĩa sâu sắc, tư tưởng không hề nhỏ đến với người đọc. Cùng ngôn ngữ trong sáng giản dị, với cái quan sát tỉ mỉ khi miêu tả, hoặc mượn thiên nhiên, sự vật bộc lộ tâm trạng cũng như gửi tâm sự của mình vào đó, để làm nên tác phẩm. Nghệ thuật này, như một phần cán cân định lượng giá trị của một tác phẩm văn học. Cho nên, khi đọc Miền Thơ Ấu, tôi đã phải dừng nhiều lần, đọc đi đọc lại những trang văn như vậy. Sự rung cảm ấy, dường như Vũ Thư Hiên không chỉ dắt ta về với tuổi thơ, mà còn cho người đọc tìm hiểu và khám phá nó, mà từ bấy lâu nay cứ ngỡ rằng, tầm thường giản đơn:

"Anh Cu Nhớn không phải chỉ giỏi câu. Anh có những cần câu tuyệt vời, tự làm lấy. Hóa ra nghệ thuật làm cần câu chẳng đơn giản chút nào. Anh phải ngắm nghía, chọn lựa những cành tre đực thẳng và đẹp từ khi chúng còn ở trên cây, xanh rờn và mềm oặt. Phải chờ cho đúng đủ già, anh mới bắt, hơ lửa uốn cho không được phạm, nghĩa là vô ý để lưỡi dao ăn quá sâu vào thịt tre. Rồi gác cái

cần câu đã được chế tạo lên ránh để cho khói và thời gian làm cho nó lên nước, sau đó hạ xuống đánh bóng bằng xơ tre, rồi ngâm xuống ao cho cần câu dẻo lại, khi ấy mới dùng được. Một cái cần câu như thế sẽ dẻo đến nỗi gặp cá to nó sẽ uốn mình cong vút tới tận cán nhưng không chịu gãy."
(Miền Thơ Ấu- Sách đã dẫn)

Quả thật, đọc Miền Thơ Ấu của Vũ Thư Hiên đã gây cho tôi nhiều lần bật cười thích thú, bởi sự liên tưởng so sánh rất lạ, và phong phú mà rất ít gặp ở các nhà văn khác: "Thường như vậy, bà đang kể, đang kể, bỗng im bặt, tựa bà đang đi thì bước hẫng, rơi xuống hố sâu kỷ niệm rồi không trèo lên được". Có thể nói, lời văn đẹp và trong sáng cũng là một trong những đặc điểm nổi bật nhất trong những trang văn của Vũ Thư Hiên. Đoạn văn sinh động, giầu hình tượng so sánh dưới đây, ngoài sự trong sáng, tài năng khai thác, nắm bắt tâm lý nhân vật, con người của Vũ Thư Hiên, còn đọng trong ta cái mang mang hoài cổ, dấu ấn mù sương huyền bí của những sinh hoạt cùng tập tục dân gian, cổ truyền ở một làng quê Việt:

"... Đang kể, cô Gái bỗng ngừng bặt. Rồi lẳng lặng tiếp tục viên thuốc, như thể bà chưa kể điều gì. Thường như vậy, bà đang kể, đang kể, bỗng im bặt, tựa bà đang đi thì bước hẫng, rơi xuống hố sâu kỷ niệm rồi không trèo lên được. Để nhắc bà, tôi cố ý cho bánh xe gang chạm vào thuyền tán gây nên một tiếng keng lớn. Cô Gái sực tỉnh. - Rồi sao nữa, hả cô? - Ờ, cô kể đến đoạn nào rồi nhẩy..."
(Miền Thơ Ấu- Sách đã dẫn)

Vũ Thư Hiên có thời gian dài học tập, nghiên cứu sân khấu, điện ảnh ở Nga Xô. Do vậy, đi sâu vào đọc, nghiên cứu, ta có thể thấy, không chỉ trong lãnh vực kịch nghệ, mà nghệ thuật viết truyện của Vũ Thư Hiên cũng chịu ảnh hưởng sâu sắc Văn học châu Âu, cụ thể từ các nhà văn Anton Pavlovich Chekhov (1860– 1904) và Konstantin Paustovsky (1892-1968)… Bố cục truyện giản dị, với những hình ảnh ẩn dụ chìm trong ngôn ngữ trong sáng, mộc mạc. Và nhà văn thường cài đặt suy nghĩ của mình vào nội tâm nhân vật một cách gián tiếp, mở đầu, hay kết thúc truyện (bằng cách) đột ngột, cắt ngang, hoặc bỏ ngỏ làm cho người đọc luôn phải suy nghĩ, rồi tự đưa ra những nhận định của riêng mình. Ba Ngày Ở Thị Trấn Cù Cưa là một trong những truyện ngắn rất hay và điển hình về đặc tính nghệ thuật như vậy của Vũ Thư Hiên. Đây là truyện ngắn có nội dung cũng như bố cục rất đơn giản, nhưng nội hàm, ý đồ chuyển tải của tác giả đến người đọc một vấn đề lớn lao. Nếu gấp trang sách lại, lặng yên ngẫm nghĩ một giây phút thôi, ta sẽ thấy được sự tráo trở, lưu manh tận cùng khi đã có quyền lực của kẻ từng được nhân dân nuôi dưỡng và che chở. Cái chết bởi lũ quét của Con Nặc Nô để đi đến cái kết câu chuyện, như một lời dự báo sự sụp đổ của một vương triều độc đoán. Tính dự báo ấy, trong truyện ngắn Vũ Thư Hiên tuy làm cho người đọc bùi ngùi, nhưng vỡ òa, sảng khoái như nút thắt trong vở kịch đã được mở vậy. Ta hãy đọc lại đoạn trích dưới đây, để hiểu thêm về cái chủ thuyết, một đảng phái hoang tưởng vô gốc gác, không cội nguồn thông qua hình ảnh Con Nặc Nô đầy quyền lực, cũng như tài năng sử dụng từ ngữ, hình ảnh ẩn dụ của Vũ Thư Hiên:

" ...Chính chúng tôi cũng còn nhầm nữa là. Con Nặc Nô ấy à, là con mồ côi đấy. Chúng tôi nuôi nó từ tấm bé. Gọi là con mồ côi cũng là quen miệng thôi, chứ không đúng. Nó là đứa con hoang, không cha không mẹ. Chính cô con dâu lão Trưởng Giám nhặt được nó ở đầu ngõ, bọc trong mớ giẻ. Không biết đứa trốn chúa lộn chồng nào nỡ vứt đứa con rứt ruột đẻ ra như thế? Nó lớn lên, cả xóm đùm bọc nó. Mới nghĩ rằng tre già măng mọc, nay nó trưởng thành, nó là người đứng đầu ở đây thì dân được nhờ, ăn cây nào rào cây ấy. Hoá không đánh sượt) Lúc bé nó ngoan lắm. Ai cũng yêu...Con này mà nói thì khéo vô cùng. Nó nói kiến trong lỗ phải bò ra... Phàm cái gì từ miệng nó phát ra đều hay cả, cứ gọi là ngọt như mía lùi. Nhưng khốn nạn, hay thật đấy, cơ mà chỉ hay cho nó, chứ không hay cho mình..."

Miền Thơ Ấu, là một tác phẩm đặc biệt của văn học sử Việt Nam. Bởi, nó được hoài thai, và ra đời ngay trong ngục tù. Khoảng cách ba mươi năm dài dẳng dặc từ tuổi thơ đến những ngày gông cùm, tăm tối nhất, nhưng sự trong trẻo, bình yên vẫn hiện lên đầy ăm ắp trong tâm hồn Vũ Thư Hiên. Sự hồn nhiên, trong sáng ấy, cùng với lòng nhân đạo, tính vị tha xuyên suốt sự nghiệp sáng tạo văn chương của ông. Nếu như nói văn là người, thì Vũ Thư Hiên là một trong rất ít nhà văn, tôi tin như vậy.

* Sự can đảm trước bạo quyền qua ngôn ngữ điện ảnh.

Truyện ký, tùy bút, hồi ký là thể loại văn học mà tôi thích và luôn tìm đọc. Ngày còn học sinh trung học, chúng tôi đã được đọc, và học Trận Phố Ràng của Trần Đăng, Bất Khuất (của Nguyễn Đức Thuận). Gần đây, khi đọc cuốn Đèn

Cù tôi mới biết Trần Đĩnh là người chấp bút cho cuốn Bất Khuất này. Và nhân đây, nên nói thẳng, cuốn Bất khuất của Trần Đĩnh, đưa vào chương trình giảng dạy ở bậc trung học trước đây chẳng khác gì thứ bả chuột câu nhử tâm hồn trẻ thơ. Còn Đèn Cù của Trần Đĩnh về nội dung tôi không dám mạn đàm, nhưng về câu cú, từ ngữ trên trang sách, quả thực tối thui về ngữ nghĩa. Sau Bất Khuất của Trần Đĩnh, tôi có được đọc Qua Sông Đón Súng của Trần Độ văn phong khá hay. Rồi lại gặp phải một số hồi ký nhạt nhẽo của mấy ông to bà lớn do bác thợ Hữu Mai chấp bút... Tuy nhiên, cũng may mắn thay, có hai cuốn Chuyện Kể Năm 2000 và Đêm Giữa Ban Ngày của hai tù nhân Bùi Ngọc Tấn, Vũ Thư Hiên đã thổi một luồng gió mới vào văn đàn đang gà gật vào những năm cuối thế kỷ hai mươi, đầu thế kỷ hai mốt này.

Tôi đã đọc Đêm Giữa Ban Ngày của Vũ Thư Hiên cách nay khoảng hai chục năm, giờ ngồi đọc lại vẫn thấy mới, và cái cảm giác lần đầu vẫn còn y nguyên.

Có thể nói, Đêm Giữa Ban Ngày là cuốn sách toàn bích về cả nội dung lẫn nghệ thuật. Nhiều người cho rằng, Đêm Giữa Ban Ngày là hồi ký chính trị. Còn tác giả Vũ Thư Hiên bảo: Văn học đích thực không có chỗ nơi đây. Có lẽ, ông quá khiêm tốn chăng? Tôi không nghĩ như vậy. Bởi, chính trị, hoặc thể thao hay gì gì đi chăng nữa đều có thể trở thành chất liệu sống cho văn học, nếu nhà văn ấy thực sự có tài năng. Dường như, khi nói những câu nhún nhường, khiêm tốn này, nhà văn Vũ Thư Hiên đã quên khuấy mất câu nhận định của Paustovsky, mà ông đã trích dẫn ở trong tác phẩm Đêm Giữa Ban Ngày chăng :"Nhà văn cứ thản nhiên mà sống. Chẳng có gì của cuộc đời đi qua mà không để lại dấu vết, không trở thành tài liệu văn học". Hơn thế nữa, với văn phong, thủ pháp nghệ thuật đặc trưng, cùng xúc cảm, và tính nhân đạo khi viết của nhà văn Vũ Thư Hiên đã vượt lên trên những tình tiết chính trị khi trần thuật. Và chính lúc không nghĩ mình làm văn, thì những trang viết ấy lại mang đậm chất văn học nhất. Do vậy, với tôi Đêm Giữa Ban Ngày là một cuốn hồi ký văn học đích thực.

Sinh ra, lớn lên và sống trong một giai đoạn lịch sử đảo điên: "chúng tôi ra đời trong thân phận nô lệ, lớn lên trong khói lửa chiến tranh và trưởng thành trong nỗi sợ hãi các đồng chí." (Đêm giữa ban ngày). Do vậy, cuộc sống, sự nghiệp văn chương của Vũ Thư Hiên bị bủa vây trong cái vòng tròn nghiệt ngã đó.

Chín năm tù đày, và những ngày tháng bị truy sát trốn chạy, để đổi lấy sự thật, đổi lấy một cuốn sách, thì quả thật giá trị ấy phải cân bằng máu, bằng sinh mạng của nhà văn.

Có thể nói, Đêm Giữa Ban Ngày là một bi hài kịch lớn của cả dân tộc. Bức màn sân khấu cung đình đã được kéo mở, bằng sự can trường của Vũ Thư Hiên. Với ngòi bút tài ba ấy, ông bóc dần những lớp lang thối tha bỉ ổi nhất của tầng lớp vua chúa, quan lại.

Đây là một trong những cuốn sách được người đọc từ trong đến ngoài nước mong đợi, yêu mến và đồng cảm nhiều nhất, trong suốt những thập niên vừa qua.

Thật vậy, truyện bắt đầu từ một lát cắt ngang bởi hành động bắt cóc tác giả, nhà văn Vũ Thư Hiên ngay trên đường phố. Cùng hình ảnh bông hồng vẫn còn trên tay người nghệ sĩ, văn nhân trong Lễ Giáng Sinh, ngừng chiến, thì dường như mức độ tàn nhẫn, kịch tính mới bắt đầu đẩy lên cao:

"Vừa lôi thốc tôi lên xe, tên ngồi bên phải lập tức bẻ quặt tay tôi ra sau lưng. Bàn tay y cứng như sắt. Một nòng súng lục thúc mạnh vào sườn tôi bên trái. Tôi nhăn mặt vì đau. Trong đợt này, cùng với tôi, còn có những ai bị bắt? Đó là ý nghĩ đầu tiên đến với tôi, không hiểu sao lúc ấy lại dửng dưng với số phận mình đến thế. Người lái xe quặt mạnh vô-lăng. Chiếc xe lạng sang một bên, xoay nửa vòng rồi lao về phía Tràng Thi. Tôi vẫn cầm bông hồng Nam Dương, quà tặng của một người bạn vong niên, trong bàn tay trái còn được thả lỏng." (Đêm Giữa Ban Ngày- Sách đã dẫn)

Và khi sự đối đầu giữa nhà văn Vũ Thư Hiên với Huỳnh Ngự, với Hoàng...thì kịch tính ấy lên tới đỉnh điểm trong "Đêm Giữa Ban Ngày". Đôi khi làm cho người đọc toát cả mồ hôi hột. Có một số người, trong đó có cả người đã kinh qua tù tội cho rằng, Vũ Thư Hiên đã tiểu thuyết hóa những tình tiết này. Nhưng tôi nghĩ, hành động đối đầu với an ninh trên những trang sách của Vũ Thư Hiên hoàn toàn có thực. Bởi, Vũ Thư Hiên sinh ra, lớn lên trong gia đình rất đặc biệt. Cha mẹ ông đều là thành viên của Thanh niên Cách mạng Đồng chí Hội, tiền thân Đảng Cộng sản Đông Dương. Họ từng là đồng chí, bạn bè, ân nhân hầu hết của các lãnh tụ từ Hồ Chí Minh, Trường Chinh, Nguyễn Lương

Bằng, Lê Đức Thọ...Ngay từ nhỏ Vũ Thư Hiên đã từng tiếp xúc, làm quen, cho nên hiểu khá rõ ràng cái chính thể này từ thượng tầng trở xuống. Lúc cụ Vũ Đình Huỳnh còn là thư ký cho Hồ Chủ Tịch đầy quyền lực, chắc chắn có nhiều kẻ chức tước không nhỏ đến cầu cạnh, làm quen Vũ Thư Hiên, kể cả các văn nghệ sĩ tên tuổi. Tuy nhiên, người có chí khí đã rất ít, giữ được sự can đảm ấy ở trong tù, thì quả thật càng hiếm và mong manh lắm. Tôi có ông bác họ Đặng tham gia Việt Minh chống Pháp rất hăng.

Bị bắt nhiều lần, không chịu khai báo bị tra tấn dã man. Và nghe kể, ông có gan chịu đòn số một của Việt Minh. Sau này, bác chức tước cũng kha khá. Hỏi và khen bác sao giỏi thế. Ông nháy mắt cười rất nghệ sỹ: Giỏi đếch gì, lần nào chúng nó chỉ đánh đến trận thứ 8, thứ 9, chán rồi bỏ. Nếu chúng cố đánh trận thứ mười, biết đâu tao khai tuốt tuồn tuột. Cũng như tôi vậy, một kẻ viết văn tép riu, mấy năm trước lò dò về Việt Nam, bị mấy đồng chí an ninh, tuổi con cháu bắt giữ, trục xuất về Đức. Trong lúc hỏi han thẩm vấn có đồng chí cháu đập bàn quát, anh là kẻ ngụy biện. Cáy ngày, thỏ đế như tôi, ấy vậy mà cũng phát khùng, đứng dậy chỉ mặt, không làm việc nữa. Chứ tầm cỡ như Vũ Thư Hiên nhịn thế chó nào được. Cho nên, cha vừa bị chính các đồng chí bắt, mình lại vào tù nhiều lúc Vũ Thư Hiên bất cần, khùng lên chiến đấu là điều dễ hiểu thôi. Đoạn trích dưới đây, không chỉ đối đầu bằng trí tuệ, mà ta còn thấy, Vũ Thư Hiên không ngại động đậy bằng cả chân tay, cơ bắp, nếu buộc phải như vậy:

"- Có cái này thì được, tôi sẵn sàng nói: Đó là tất cả những gì thuộc về tôi, thuộc về một mình tôi. Anh có thể đề đạt với tôi bất cứ điều gì có lợi cho anh. Chẳng hạn, tôi sẽ nhận tôi là Việt Quốc, Việt Cách, Đại Việt hay là cái gì đó anh muốn... Tôi sẽ ký, thật đấy. Giờ đây tôi chẳng còn gì để mà mất. Lịch sử không mù. Nó sẽ tìm ra sự thật, nó sẽ lên tiếng, không phải trong tương lai gần thì trong tương lai xa. Còn ngay bây giờ anh sẽ được lên lương, chị và các cháu sẽ bớt được một phần vất vả. Đây là việc tốt, có thể là việc tốt cuối cùng mà tôi có thể làm cho ai đó... Hoàng gầm lên, đập mạnh tay xuống bàn:

- A, anh dám láo hả? Láo!

- Chính anh láo!

Tôi tức lắm rồi, tôi đập bàn còn mạnh hơn. Bộ đồ trà nhảy lên, mấy cái chén rơi loảng xoảng xuống nền gạch, vỡ tan.

Hoàng chồm tới:

- Mày sẽ biết tay tao!

Nhìn bộ mặt đỏ gay của Hoàng, nhìn nắm đấm chực vung lên của anh ta, tôi nghĩ anh ta sẽ đánh tôi. Tôi lùi lại, tay vung lên cái ghế ba nan.″ (Đêm giữa ban ngày- Sách đã dẫn)

Chuồng người, một danh từ mới ghép, hoán chuyển thành tính từ chỉ cái dã man tàn bạo của chế độ lao tù, một cách đầy sáng tạo của Vũ Thư Hiên. Nơi đây, chẳng khác gì nhà tù phát xít, tận cùng nơi địa ngục trần gian. Không chỉ hành hạ tinh thần bằng những thủ đoạn lưu manh, không hề có ở ngoài đời, mà còn triệt hạ người tù bằng những miếng ăn bẩn thỉu, nhục nhã đê hèn. Cái đói đưa nhân phẩm con người trở về súc vật. Một miếng ăn trả giá bằng mạng sống của con người. Vâng! Nếu chưa đọc những hồi ký, bút ký, văn thơ của các nhà văn tù tội khác như: Bùi Ngọc Tấn, Phan Nhật Nam, Phạm Tín An Ninh, Nguyễn Chí Thiện...thì tôi không dám tin, chỉ vì tranh nhau một miếng thịt gà chết (thối) mà Nhân đã chém chết Hán còi, trong tác phẩm Đêm Giữa Ban Ngày là sự thật:

"Nhân mài con dao chẻ tranh cho tới khi nó sắc như nước. Hán Còi đang ngủ trưa. Nhân đến, xoạc chân trên ngực kẻ thù:

- Hán Còi!

Hán Còi choàng tỉnh.

- Nhìn tao trả thù này!

Nhân chém một nhát, như bổ củi. Đó là nhát quyết định. Hán Còi bật dậy, ôm lấy cổ." (Đêm giữa ban ngày- Sách đã dẫn)

Những kẻ tiếm quyền, phi nghĩa dù có sức mạnh, thế lực thế nào đi chăng nữa, nhưng luôn phải sống trong sự sợ hãi, yếu đuối, nhìn đâu cũng thấy kẻ thù. Do vậy, sự đuổi cùng giết tận ấy, nảy sinh ra rất nhiều chuyện thật bi hài, và cái mong manh của thân phận con người. Câu chuyện Vũ Thư Hiên được nghe người bạn tù lâu năm dạn dày kinh nghiệm kể dưới đây, làm sáng tỏ thêm cái xã hội thối nát, luật pháp đảo lộn tùng phèo ấy:

"Tôi biết có người hoàn toàn vô tội, ở tù sơ sơ cũng vài năm, thế mà ra tù cậy miệng anh cũng không dám nói anh ta bị oan. Thậm chí anh ta còn nói đảng bắt anh ta là đúng, rằng sở dĩ anh ta được tha, không bị xử là nhờ lượng khoan hồng của Đảng... Ông có biết vì sao không? Là vì anh ta nhận tội rồi, ký vào bản cung người ta mớm cho rồi, bây giờ há miệng mắc quai, lại còn sợ bị trả thù vì phản cung nữa chứ. Tôi nghiệp, bị oan rồi mà đến một cái lệnh tha cũng chẳng được cấp, chỉ được thí cho một cái lệnh tạm tha thôi. Tạm tha là thế nào? Là người ta tạm cho về, nhưng coi chừng, bất cứ lúc nào anh cũng có thể bị bắt lại, đừng có đùa. Trong lệnh tạm tha người ta ghi: Xét tội trạng chưa tới mức phải xử lý theo pháp luật...” (Đêm giữa ban ngày- Sách đã dẫn)

Khi phân tích tác phẩm Đêm Giữa Ban Ngày, một số nhà phê bình đã viết: Tính nhân đạo của tác phẩm còn thể hiện rõ qua hình ảnh Arlequin (tên con cóc nhỏ) được nuôi dưỡng, chăm sóc trong chốn lao tù. Nhưng theo tôi, không hẳn như vậy. Bởi, tính nhân đạo qua hình ảnh này, chỉ là hiện tượng, một cái vỏ ta mới nhìn thấy. Cái lõi, đằng sau hình ảnh Arlequin là nỗi cô đơn, và khát vọng tự do của con người. Lời tự sự của Arlequin và tác giả đã được hình tượng hóa thông qua ngôn ngữ điện ảnh. Sự tiểu thuyết hóa (nhân cách hóa) những tình tiết, hình ảnh để bật lên tiếng nói khát vọng tự do ấy, một lần nữa cho ta thấy, không có sự ràng buộc về thể loại trong văn xuôi của Vũ Thư Hiên. Ông trộn các thể loại vào nhau như người trộn men vào cơm rượu vậy, như cách nói của nhà thơ Trần Mạnh Hảo. Đây cũng là một đặc tính nổi bật trong văn xuôi Vũ Thư Hiên. Đoạn trích dưới đây sẽ làm sáng tỏ điều đó:

“- Và anh muốn cầm tù tôi cùng với anh?

- Tôi không cầm tù Arlequin, tôi chỉ muốn Arlequin ở cùng tôi thôi. Không có Arlequin tôi buồn lắm.

Arlequin nói, ngậm ngùi:

- Tôi cũng muốn ở cùng anh, nhưng rất tiếc, không thể được. Tôi là một con cóc. Không con vật nào muốn sống trong lồng, trong chuồng, anh có hiểu như thế không? Sống như thế không phải là sống. Chúng tôi không cầm tù nhau như các anh, loài người... Không biết và không nỡ. Tôi biết: các anh nghĩ rằng loài người các anh là sinh vật thượng đẳng, các anh coi các anh cao hơn các loài khác, nhưng tôi nghĩ các anh lầm. Hoàn toàn không phải thế..." (Đêm giữa ban ngày- Sách đã dẫn)

Ngoài những tác phẩm văn học, tôi đã đọc khá nhiều những bài báo, bài nghị luận xã hội của Vũ Thư Hiên.

Đặc biệt là những bài báo của ông luôn mang hơi thở của cuộc sống, và đậm chất văn ở đó. Do vậy, nhiều lúc, tôi không thể phân biệt rạch ròi đâu là văn, đâu là báo của Vũ Thư Hiên. Có điều chắc chắn rằng, dù văn hay báo cái tính khí của ông không hề thay đổi. Và có bài, đọc một lần, tôi cứ bị ám ảnh mãi.

* Tính chân thực, nhân bản và lòng vị tha

Có thể nói, hồi ức với những tình tiết đan xen, chồng chéo không theo một trình tự nhất định là thủ pháp nghệ thuật đặc trưng xuyên suốt tác phẩm Đêm Giữa Ban Ngày. Cũng với thủ pháp này, đã được Bảo Ninh sử dụng rất thành công ở tiểu thuyết Nỗi Buồn chiến tranh. Tuy xuất hiện ở châu Âu đã lâu, nhưng nó còn khá xa lạ với văn chương Việt cũng như người đọc. Với thủ pháp nghệ thuật sinh động như thước phim quay ngược về qua khứ, không chỉ dẫn dắt, buộc người đọc đi hết trang sách, mà dường như còn có độ lùi về thời gian để Vũ Thư Hiên chiêm ngẫm, để tạo nên tác phẩm chân thực, sâu sắc hơn.

Do mối quan hệ của gia đình, cho nên ngay từ nhỏ Vũ Thư Hiên quen biết, tiếp xúc nhiều lãnh tụ của Đảng CS và chính quyền. Đó là chất liệu sống để ông dựng nên tác phẩm này. Tuy không đưa ra những nhận định của mình, nhưng Vũ Thư Hiên bóc trần tất tần tật nhân cách của những hàng ngũ lãnh tụ, trí thức, nhà văn để người đọc tự suy nghĩ và định luận. Từ vụ xe cán chết cô Nông Thị Xuân có liên quan đến Hồ Chí Minh, Trần Quốc Hoàn hay nhân cách: Lê Duẩn, Trường Chinh, Nguyễn Lương Bằng, Lê Đức Thọ...đến bọn lưu manh trộm cướp tù hình sự hiện lên một cách rất rõ ràng, rành mạch. Thâm cung bí sử, và những thối tha, bỉ ổi cung đình đã được Vũ Thư Hiên đưa lên bàn mổ. Thời gian sớm, muộn khác nhau trải trên trang giấy, qua sự hồi tưởng của nhà văn, tưởng rằng những nhân vật, tình tiết và sự việc ấy, sẽ rời nhau như hạt cát ven sông, vậy mà khi nằm trong tổng thể cuốn sách, kỳ lạ lại có sự liên kết, bố cục thật chặt chẽ. Có thể nói, đây không chỉ là tư liệu văn học, mà còn là tài liệu chân thực cho sử học sau này.

Dường như, muốn giảm bớt căng thẳng, làm dịu trang sách, Vũ Thư Hiên dắt người đọc ngược về với ký ức tuổi thơ và gia đình. Có thể nói, Vũ Thư Hiên rất tài năng khi viết về văn tự sự, cũng như diễn biến nội tâm nhân vật.

Chỉ một sự việc rất nhỏ, vậy mà ông đã cho người đọc nghiệm ra nhiều điều. Lời văn chân thực, nhẹ nhàng, hồn nhiên bộc lộ tư tưởng tự do cá nhân, được toát ra từ hình ảnh ẩn dụ thật sâu sắc. Đoạn văn dưới đây sẽ làm sáng tỏ điều đó:

"Ông không biết gọt cam, hay gọt khoai như cách chúng tôi, mà gọt ngược lại... Mẹ tôi thì thầm với tôi rằng, bác Ba quen gọt như thế bởi vì bác ở bên Tây quá lâu

- Người Tây họ cũng gọt như vậy hả mẹ?

- Họ gọt vậy.

- Thế là gọt ngược, mẹ nhỉ?

- Nếu họ thấy mình gọt, họ cũng bảo là mình gọt ngược.

- Ngược là ngược mà xuôi là xuôi chứ.

- Bao giờ con lớn lên, con sẽ hiểu được rằng không phải tất cả mọi người đều giống nhau, con sẽ phải công nhận cái mình cho là ngược có khi lại là xuôi đối với người khác" (Đêm giữa ban ngày- Sách đã dẫn)

Để mang tính chân thực, Vũ Thư Hiên thường mượn nhân vật để bộ lộ cảm xúc, tư tưởng, yêu ghét của mình. Hoặc ông đưa ra vấn đề tự người đọc phải suy nghĩ. Về Chủ Tịch Hồ Chí Minh, người trước đây ông rất yêu kính. Nhưng từ ngày cha ông, Cụ Vũ Đình Huỳnh, và bản thân bị bắt vào nơi tù đày, thì dường như tình yêu ấy của Vũ Thư Hiên đã rơi rụng mất. Lời nhận xét dưới đây của Thành, một người bạn cùng tù đầy, phải chăng đó cũng là sự suy nghĩ của cả Vũ Thư Hiên?

"Nhà tù cho tôi thấy một điều: không có tình đồng chí ! Chúng ta nhầm. Bây giờ tôi mới hiểu: ông Hồ không phải đồng chí của ta, ông ấy cũng là vua như các ông vua khác, lại không phải vua hiền. Ông ấy biến những con người lương thiện thành những con quỷ. Ông ấy là quỷ vương". (Đêm giữa ban ngày- Sách đã dẫn)

Với Lê Duẩn, hoặc Lê Đức Thọ có lẽ chưa bao giờ được Vũ Thư Hiên nể trọng. Tuy nhiên, có thể thấy, lời văn của ông rất chừng mực. Và vẫn hình ảnh so sánh ẩn dụ, chân dung, nhân cách Lê Duẩn được Vũ Thư Hiên khắc họa một cách chân thật, tài tình:

"Vốn là một tên bẻ ghi đường sắt trước khi trở thành nhà độc tài, Lê Duẩn tất nhiên muốn chỉ bằng một cú gạt là bắt được con tầu quốc gia chạy theo ý mình" (Đêm giữa ban ngày- Sách đã dẫn)

Dù bị oan trái tù đầy với tận cùng nỗi thống khổ, nhưng đọc Vũ Thư Hiên ta có thể thấy, không hề có sự hận thù. Lời văn của Vũ Thư Hiên điềm đạm, trong sáng, giữ đúng lễ giáo khi nhắc đến, kể cả tên những người trực tiếp, và gián tiếp gây ra nỗi đau ấy cho gia đình và bản thân ông. Đây là một trong những nhân cách của nhà văn Vũ Thư Hiên được người đọc mến phục. Với đồng loại, không chỉ trên trang văn, mà ngay trong tù đày tình người, lòng nhân đạo thể hiện đậm nét trong cuộc sống thường nhật của ông. Một Hán còi đã được ông sẻ chia trong những ngày đói rét, hay cái chết của một người bạn tù già cũng làm ông day dứt khôn nguôi. Đoạn văn rất buồn, mang mang nỗi niềm cảm thương cho một kiếp người, Vũ Thư Hiên đã làm ta ứa nước mắt khi đọc:

"Anh em tù ăn xong, vào tận chỗ ngó ông, mặt buồn rầu. Không ai nói câu nào. Như thế gọi là viếng. Suất cơm của ông để chỏng chơ. Mọi người bảo cứ để đó, khi chôn thì đặt nó lên mộ ông thay cho bát cơm quả trứng...Khi cửa các phòng giam đã khóa lại rồi, tôi cứ ngồi bên cửa sổ mà nhìn về phía trạm xá. Trời tối hẳn mới thấy nghe tiếng búa nện chan chát trên ván thiên - dấu chấm hết cho một kiếp người." (Đêm giữa ban ngày- Sách đã dẫn)

Có thể thấy, không chỉ trong tác phẩm Đêm Giữa Ban Ngày, mà ngay trong truyện ngắn của Vũ Thư Hiên cũng ăm ắp tình người, và lòng vị tha. Do vậy, đọc Vũ Thư Hiên lúc nào ta cũng cảm thấy nhẹ nhàng. Lòng nhân bản ấy, cũng là bài học, hay một lời cảnh tỉnh cho những kẻ đang tàn phá đất nước và cỡi lên đầu, lên cổ những người dân lương thiện đã từng cưu mang và che chở:

"Con Nặc Nô có phần hùn với các quan đầu tỉnh trong công trình này. Vụ đắp đập làm cho nhiều làng ở dưới nguồn bất bình vì thiếu nước. Người ta nói thế nào rồi cũng có ngày đập bị phá.

- Nhà "Con Nặc Nô" ở ngay bên bờ suối. - cụ Trưởng Giám bỗng cuống quýt - Nước cuốn băng nhà nó mất.

Cả hai cụ xăng xái đập nứa, châm lửa. Cả hai, mỗi người một bó, đội mưa đi phăng phăng về hướng con suối. Trong cơn hốt hoảng hai cụ không nhớ đến tôi. Tôi khoác vội áo mưa, lẽo đẽo theo họ. Không thể hình dung được hai con người vừa mới hết lời nguyền rủa "Con Nặc Nô", giờ lại hớt hải đi cứu nàng." (Ba Ngày Ở Thị Trấn Cù Cưa)

  Có thể nói, cho đến nay Vũ Thư Hiên đã hoàn toàn từ bỏ được cái thiên đường ảo ảnh, lột trần được mặt thật của xã hội và con người. Văn thơ dường như đã thay Vũ Thư Hiên trả được phần nào món nợ với Tổ Quốc, gia đình và bạn bè ông. Và bước vào 86, cái tuổi xưa nay rất hiếm, nhưng Vũ Thư Hiên vẫn miệt mài viết và sáng tạo. Truyện ngắn vẫn là sở trường của ông. Tôi không dám nói, Vũ Thư Hiên là nhà văn lớn, song chắc chắn ông là một nhà văn tài hoa và chí khí. Thế hệ ông, bạn bè, người thân của ông còn lại không nhiều, cùng nỗi cô đơn thường trực nơi xứ người, vậy mà, dường như không giảm đi nghị lực sống của Vũ Thư Hiên. Bởi, mới tuần trước đây thôi, lần đầu hội ngộ, được cùng ông "nhấc lên nhấc xuống" gần như thâu đêm, đã cho tôi cảm giác như vậy.

Leipzig ngày 25-8-2018

NGUYỄN ĐỨC SƠN – CHẬP CHỜN TRONG CÕI HƯ VÔ

Khi đọc, và nghiên cứu văn học sử Việt Nam có hai người đặc biệt làm cho tôi ám ảnh. Đó là nhà văn Nguyên Hồng, và thi sĩ Nguyễn Đức Sơn (Sơn Núi) ở hai đầu của đất nước. Sự ám ảnh ấy, không hẳn bởi văn thơ, mà vì tư tưởng, cũng như cuộc sống của họ. Tuy ở hai thế hệ, cách nhau bằng một cuộc nội chiến hai mươi năm, song cuộc sống Nguyên Hồng và Nguyễn Đức Sơn có sự trùng hợp ngẫu nhiên, mang đến nhiều điều thú vị, chất chứa nỗi buồn day dứt cho người đọc. Nếu sự chối bỏ Hà Nội đến với núi rừng Bắc Giang sau 1954 của Nguyên Hồng làm sửng sốt giới văn nghệ sĩ, người đọc ở miền Bắc, thì sau 1975 Nguyễn Đức Sơn chán chường vứt bỏ Saigon, trèo lên đỉnh Cao nguyên Bảo Lộc còn làm cho mọi giới, trên toàn đất Việt phải giật mình hơn nữa: "về đây với tiếng trăng ngàn/ phiêu diêu hồn nhập giấc vàng đó em/ trăm năm bóng lửng qua thềm/ nhớ nhung gì buổi chiều êm biến rồi". Vâng, tôi nghĩ: Buổi chiều êm biến rồi, không phải tâm trạng, nỗi đau riêng của Nguyễn Đức Sơn lúc đó.

Thành thật mà nói, nếu không biết trước nơi sinh, chốn ở của Nguyễn Đức Sơn, khi đọc tôi sẽ nghĩ, ông sinh trưởng ở một làng quê nào đó thuộc Đồng bằng Bắc Bộ. Bởi, chất dân gian, đồng dao là một trong những chất liệu làm nên hồn vía thơ ca Nguyễn Đức Sơn. Đi sâu vào đọc và nghiên cứu, ta có thể thấy thơ Nguyễn Đức Sơn được chia thành hai mảng rõ rệt: Thơ trữ tình mang đậm hồn quê với triết lý nhân sinh, và mảng (thơ) gần với chất thơ dân gian có tính chân thực, trần tục đến nguyên sinh, song vẫn giàu hình tượng, thọc sâu vào những vấn nạn của xã hội và con người. Có thể nói, thơ và con người Nguyễn Đức Sơn hồn nhiên, thẳng thắn và sắc sảo đến đanh đá, nhưng cũng thật đáng yêu.

Nguyễn Đức Sơn sinh năm 1937 tại Ninh Thuận, nhưng gốc gác người Thừa Thiên - Huế. Ông mất vào ngày 11 tháng 6 năm 2020 tại Bảo Lộc. Nguyễn Đức Sơn đã từng là sinh viên trường Đại học văn khoa Saigon, song nửa chừng bỏ học. Đến với thơ văn rất sớm, dưới bút danh Sao Trên Rừng, ông đã thành công ngay từ những bài thơ đầu. Cùng với thơ, Nguyễn Đức Sơn đã trình làng ba tập truyện:

Cát bụi mệt mỏi (1968), Cái chuồng khỉ (1969), Xóm chuồng ngựa (1971). Tuy nhiên, thơ ca mới cốt lõi làm nên tên tuổi, hồn vía Nguyễn Đức Sơn. Cũng như văn xuôi, các tác phẩm thơ của ông hầu hết được xuất bản, và phát hành trước 1975: Bọt nước (1965), Hoa cô độc (1965), Lời ru (1966), Đêm nguyệt động(1967), Vọng (1972), Mộng du trên đỉnh mùa xuân (1972), Tịnh khẩu (1973), Du sĩ ca (1973) và thi tập Chút lời mênh mông (2020). Ngoài ra, ông còn một số bản thảo truyện ngắn, tạp văn chưa được in ấn: Độc thoại, Đám cưới trên hư không, Tâm tư, Tạ từ, Ngọn suối đời, Ngồi đợi ngoài hành lang, Mười lăm năm thi ca Miền Nam. và truyện dài Chỗ nằm của Thạch.

Không chỉ viết nhiều, viết khỏe với những giọng điệu, cá tính độc đáo riêng biệt, mà mỗi thi phẩm của Nguyễn Đức Sơn còn là một giai thoại, mang lại nhiều cảm xúc, suy nghĩ, phản ứng khác nhau cho người đọc. Khoáng đạt là thế, song tính thiền triết dường như ôm trọn con người, cũng như hồn thơ ông. Và cái cõi hư vô ấy, luôn chập chợp trong cái vòng tròn suy tưởng của người nghệ sĩ:

"Khi thấm mệt tôi đi luồn ra núi
Cuối chiều tà chỉ gặp bãi hoang sơ
Bước lủi thủi tôi đi luồn vô núi
Nghe nắng tàn run rẩy bóng cây khô
Chân rục rã tôi đi luồn ra núi
Hồn rụng rời trước mặt bãi hư vô"

Và nếu nói, văn là người, thì quả thực thơ văn cũng như cuộc đời Nguyễn Đức Sơn là một bi kịch. Tấn bi kịch ấy chỉ được khép lại, khi ông vĩnh viễn trở về với cõi hư vô.

* Từ thất vọng đến tâm hồn cô đơn, và lạc lõng.

Khi nhắc đến Nguyễn Đức Sơn, dường như ai cũng vậy, thường liên tưởng đến Bùi Giáng. Cái cá tính, hay chất kỳ lạ đi ngược với chiều kim đồng hồ ấy của hai ông thi sĩ này, thường bị gán cho cái bệnh điên điên, khùng khùng. Với tôi, không phải vậy, bởi người điên làm thế chó nào được thơ, mà còn hay đến tuyệt vời nữa. Vâng, nếu nói hai ông thi sĩ này điên, thì quả thật trước kia còn điên vừa vừa, điên giật cầm chừng. Sau tháng 4-1975, độp một phát, hai bác điên thật lực, điên đến tận cùng. Hiện tượng sinh học thật khó lý giải, và không thể giải phẫu bệnh lý bằng y học.

Do vậy, chỉ văn học mới có thể giải phẫu tâm hồn thi nhân chăng. Thật vậy, ta có thể thấy, chính sự khát khao sống, khát khao tự do ngay từ thuở đầu đời ấy của Nguyễn Đức Sơn đã bị sụp đổ trước cái đổ nát, tan hoang của chiến tranh, của hiện thực cuộc sống và xã hội. Nó như nhát dao chém vào hồn ông. Để từ đó bầu nhiệt huyết, với ý tưởng được cho là mới lạ bị đốt cháy, dẫn đến mâu thuẫn, phản kháng trong lòng Nguyễn Đức Sơn. Và tìm đến hư vô, phải chăng là con đường duy nhất giải thoát cho linh hồn người thi sĩ:

"Tôi dừng lại giữa năm mười sáu tuổi
Một sớm hồng nghe nắng rụng tan hoang
Tôi nằm xuống phập phồng hai lá phổi
Sao mạch đời đang chảy bỗng khô ran
Đau nhức quá trong tôi niềm tuyệt đối Nên
cởi quần chạy giữa đám vi lô
Tôi động cỡn nhảy kè bên khe núi
Rồi ôm đầu lao thẳng xuống hư vô"

Mượn thiên nhiên, quả cây, hoa lá để miêu tả, hay bộc lộ tâm trạng của mình là một trong những thủ pháp nghệ thuật làm nên đặc tính riêng biệt trong thơ Nguyễn Đức Sơn. Thật vậy, Cuối Thu Ở Phương Bối là một bài thơ thất ngôn như vậy. Tâm trạng cô đơn ấy của ông chìm trong cái qui luật cân bằng tự nhiên, rồi được qui chiếu qua hình ảnh so sánh ẩn dụ:

"Trưa đứng một mình đợi ai lên
Đất trời đâu có dưới và trên Đồi
cao ổi sót rụng một trái
Dòi ăn một bên ta một bên."

Có thể nói, sở trường của Nguyễn Đức Sơn là thơ Lục bát. Dường như, những bài hay nhất, lời thơ đẹp nhất của ông đều thuộc thể thơ này: "Rồi mai huyệt lạnh anh về/ Ru nhau gió thổi bốn bề biển xưa/ Trăng tà đổ bóng cây thưa/ Mộng trần gian đã hái vừa chưa em"(Tịnh Mặc). Và, Một Mình Giả Chết Trên Bờ Biển, tuy không phải là bài Lục bát hay của Nguyễn Đức Sơn, nhưng nó đã đào sâu vào nỗi buồn trong cái tâm thái mông lung, lạc lõng trước tình người đen bạc của người thi sĩ. Vẫn bằng biện pháp tu từ, để mở ra một con đường mới, một cõi tuyệt vời cho mai sau, vậy mà, người đọc không khỏi bùi ngùi, xúc động:

"Nghe đời rút xuống xa xăm Tứ
chi rời rã tôi nằm im ru
Dã tràng tưởng giấc ngàn thu
Mon men vài chú đã bu quanh rồi
Phiêu phiêu mây bạc trên trời
Đưa tôi về cõi tuyệt vời mai sau"

Dù viết về nỗi buồn, sự cô đơn với những mâu thuẫn chưa thể cởi bỏ, song lời thơ Nguyễn Đức Sơn dường như lúc nào cũng nhẹ nhàng, và sâu sắc. Mang Mang là một bài thơ điển hình nhất về thi pháp này của ông. Cả bài thơ là một câu hỏi tu từ. Cái sự cô liêu quạnh quẽ ấy như được người thi sĩ trộn vào cảm xúc của mình, để vẽ nên một bức tranh mang mang hoài cổ vậy. Có thể nói, Mang Mang là một trong những bài có lời thơ tuyệt đẹp, và toàn bích nhất của Nguyễn Đức Sơn:

"mang mang trời đất tôi đi rừng im
suối lạnh thiếu gì tịch liêu tôi về lắng
cả buổi chiều nghe chim ăn trái rụng
đều như kinh còn một mình hỏi một
mình có chăng hồn với dáng hình là
hai từng trưa nằm nghỉ đất dài phiêu
diêu nhẹ cái hình hài bay lên mù sương
âm vọng tiếng huyền
có con dơi lạ bay trên cõi đời sau xưa mắt
đã ngợp rồi tôi nghe tôi chết giữa trời
thinh không"

Có lẽ, từ vết nứt đầu đời, với tư tưởng chống chiến tranh cùng những ngày trốn lính, và tù đày đã ảnh hưởng sâu sắc đến thi pháp sáng tạo trong thơ cũng như đời sống, nhân cách của Nguyễn Đức Sơn. Cho nên, đọc Nguyễn Đức Sơn ta thấy hiển hiện lên nhiều giọng điệu thơ khác nhau. Âu đó cũng là những nét riêng biệt làm nên tên tuổi của ông vậy.

* Tình yêu, nỗi nhớ, mang mang trong hương lúa hồn quê.

Được người đọc biết đến nhiều hơn, bởi (cách sống với) những bài thơ tự do, và lập dị, song những bài hay của

Nguyễn Đức Sơn thuộc về thể Lục bát và Thất ngôn, hay bát ngôn. Nhìn lại kho tàng văn học, ta thấy những bài thơ tình yêu về mẹ, về quê hương phần nhiều được các thi sĩ viết ở thể Lục bát. Tuy nhiên, khi đi sâu vào đọc, và nghiền ngẫm, ta có thể thấy: Mây Trắng của Nguyễn Đức Sơn nằm trong số những bài thơ hay nhất của thi ca Việt viết về mẹ, kể từ khi có thơ mới đến nay, ở thể Thất ngôn. Bài thơ làm rung động người đọc không phải bởi sự khóc than, vật vã: " Trằn trọc đêm dài con khóc than" mà vì tài năng sử dụng hình ảnh, với biện pháp tu từ so sánh của ông: "huyệt dài bóng xế lấp đời con". Với từ ngữ mộc mạc, bài thơ đã được Nguyễn Đức Sơn viết trên dưới sáu chục năm nay (in trong tập Bọt Nước- 1965), song đọc vẫn thấy mới, và lạ:

"hình bóng ngày xưa khuất núi rồi còn
đây khăn trắng vấn đầu thôi còn đây
một mảnh hồn đơn chiếc như cánh
chim côi bạt cuối trời..."

Có lẽ, buồn thương nhất của người phải đi xa là nỗi nhớ quê. Một nỗi đau thường trực trong lòng người. Và thi sĩ Nguyễn Đức Sơn cũng vậy, chiều chợt về mang theo tiếng võng, lời ru càng làm cho tâm hồn thi sĩ bơ vơ, và khắc khoải. Cùng tiếng ru hồn thơ Lục bát ấy đưa ông trở về với cái thuở ban đầu: "Bơ vơ tìm trở lại nhà/ Chiều im lắng dưới canh gà thê thê/ À ơi tiếng võng sầu quê/ Buồn nghe tóc trắng ru về ban sơ." (Cố Hương). Đọc những bài hương đồng gió nội này của Nguyễn Đức Sơn như kéo tôi về với hồn thơ Nguyễn Bính vậy. Thật vậy, nếu đọc Xuân Tha Hương của Nguyễn Bính cho ta cảm xúc, niềm nhớ thương vời vợi trong cô độc phận người, thì khi đọc Giữa

Mùa Nắng Vàng của Nguyễn Đức Sơn sẽ cho ta một tâm trạng y chang như vậy. Tuy nhiên, có một điều đặc biệt, những lời thơ tự sự này của hai thi sĩ viết cho người chị ở hoàn cảnh, không gian, thời gian hoàn toàn khác nhau. Có thể nói, Giữa Mùa Nắng Vàng không phải nằm trong số những bài thơ hay nhất của Nguyễn Đức Sơn, nhưng nó tiêu biểu về tính chân thật mang mang hương lúa đồng quê trong những trang viết của ông:

*"Gặp nhau sao mà không nói
Tuổi hiền mà cũng lao đao
Ơ kìa làm sao chị khóc
Tình em vẫn như dạo nào

Chị hỏi rằng đây hoang vắng
Biết rồi em có sầu vơi
Đêm đêm ai người tâm sự
Tha hồ mà đếm sao rơi"
(Giữa Mùa Nắng Vàng)*

Dường như, Nguyễn Đức Sơn sống và viết nặng về tính bản năng, chứ không bị chi phối bởi lý trí. Khoái gì, thì ông viết nấy, và viết đến tận cùng. Cái tự do trong tâm hồn, suy nghĩ, hành động của ông rộng mở, khác lạ. Và trong cả tình yêu đôi lứa cũng vậy. Có một giai thoại khá ly kỳ lưu truyền trong dân gian về cái khoản yêu đương, giai gái của ông, không biết đúng sai thế nào. Số là, Nguyễn Đức Sơn trốn lính, lên ở với ông bạn (nhà sư) trụ trì một ngôi chùa ở Bình Dương, rồi hành nghề gõ đầu trẻ. Ở cái tuổi 30, không hiểu thế quái nào tiếng sét ái tình của cô học trò tuổi 17, cũng là cháu ruột ông bạn nhà sư đã quật đổ ông. Tình yêu một phía, và có vẻ hơi bị tréo ngoe, nên Nguyễn Đức

Sơn không được sự đồng cảm và ủng hộ cho lắm. Nhưng với ông: Em là Thánh, là Mẫu. Trước em, anh chỉ là con chiên ngoan đạo.

Do vậy, một đêm (đẹp giời) trăng thanh gió mát, Nguyễn Đức Sơn kéo ông bạn, và cô gái ra trước sân chùa, nơi có cái giếng thành cao, và sâu thăm thẳm, để xin cưới Phượng (tên cô gái) làm vợ. Tất nhiên, ông bạn nhà sư, và Phượng đều lắc đầu. Nguyễn Đức Sơn liền bảo, không cưới được Phượng sẽ tự kết thúc cuộc đời của mình, bằng cách cắm đầu xuống giếng ngay bây giờ. Nhưng trước khi chết, gã xin được đọc bài thơ viết tặng riêng cho Phượng, trước khi giã từ cõi đời này. Chẳng chờ ông bạn nhà sư và Phượng có đồng ý hay không, Nguyễn Đức Sơn đọc liền, với cảm xúc, chất giọng như hút hồn người vậy:

"Anh chưa nắm tay em mà muốn chết
Trong khu rừng huyền hoặc của chiêm bao
Ôi hạnh phúc mong manh như sắp hết
Giữa đêm nào trăng thở quá xôn xao
Anh quỳ xuống dưới vòm trời khao khát
Dù thật lòng em chưa muốn cho xem
Đời anh đó đâu lớn bằng hạt cát
Đã vô tình vương dưới gót chân em"

Nguyễn Đức Sơn dứt lời, ông bạn nhà sư lặng người, còn mắt Phượng dường như có những giọt lệ rơi. Nguyễn Đức Sơn liền trèo lên thành, đang định cắm đầu xuống giếng. Ông bạn nhà sư và Phượng cùng xô lại, kéo ông xuống. Chẳng biết do thơ, hay sợ ông chết, cả hai đều gật đầu..

Vâng! Với cái thứ tình yêu có tính vĩnh cửu này, và nâng em lên, hạ mình xuống như hạt cát vướng vào gót em, được gửi vào trong thơ, thì các cô gái mới lớn chịu thế chó nào được mà chẳng gật. Thế thì, ai dám bảo bác Sơn Núi là không mưu ma quỷ quái nào?

Vậy là Nguyễn Đức Sơn có vợ. Và cái thứ tình yêu này, đã kết tinh thành chín người con (nheo nhóc) sau này. Chẳng biết là yêu thơ, hay yêu người mà Phượng đẻ cho ông nhiều con đến thế.

Không chỉ cho riêng Phượng, mà trước và sau đó, Nguyễn Đức Sơn viết nhiều thơ tình với từ ngữ được cho là dung tục, mang đậm chất dân gian. Có thể nói, đây là thể thơ dễ viết, dễ ứng khẩu, nhưng khó hay. Bởi, từ thơ đến vè có khoảng cách rất gần, nếu người viết không có tài thật sự. Trước đây thơ ứng khẩu có tính vui đùa dung tục này, thường được diễn ra trong lúc làm việc của các bác thợ cấy, thợ cày... Tuy nhiên, đến Nguyễn Đức Sơn, ta có thể thấy, ông đã đưa nó lên một bậc cao hơn, song vẫn giữ được nét dân dã. Được như vậy, bởi Nguyễn Đức Sơn giàu trí tưởng tượng, và tài năng sử dụng hình ảnh so sánh ẩn dụ trong thơ. Hơn nữa cái tính chân thực, không chỉ ở cuộc sống, mà cả trong thơ Nguyễn Đức Sơn cũng vậy, nó hiện lên từ trần tục đến nguyên sinh. Một cái nhìn mới lạ chăng? Vâng, nếu theo cách nói của các nhà phê bình khoa bảng thì: Bác Nguyễn Đức Sơn này, đã thay đổi quan niệm về đối tượng thẩm mỹ. Thật vậy, ta hãy đọc lại bài Vũng Nước Thánh dưới đây, không chỉ chứng minh cho những điều đó, mà còn cho ta thấy rõ, sự khao khát, một tình yêu tuyệt đối, với những hình ảnh so sánh ẩn dụ của thi sĩ Nguyễn Đức Sơn:

"anh sẽ đến bất ngờ ai biết trước
miệng khô rồi nẻo cực lạc xa xôi ôi
một đêm bụi cỏ dáng thu người em
chưa đái mà hồn anh đã ướt".

Tuy nhiên, cũng như những nhà thơ khác, Nguyễn Đức Sơn còn không ít câu thơ dở nhất là ở những bài thơ dân dã này. Có những câu trong bài Thương Cảm, đọc lên dường như ta thấy ngay, đó là câu nói, khẩu ngữ thường nhật chưa phải là thơ: "Ôi tấm thân và da thịt đàn bà/ Tôi rất thèm và muốn biết qua". Ngược lại có những câu thơ cho là dung tục, nhưng mang triết lý nhân sinh, trong sự liên tưởng rất độc đáo. Thành thật mà nói, phi Nguyễn Đức Sơn (hoặc Bùi Giáng ra) khó có ai đủ can đảm viết những câu thơ này. Âu đó cũng là một điều lạ:"Cái lỗ của em/ Cùng với cái lỗ huyệt/ Mở ra hai đầu sinh tử bất tuyệt".

Có thể nói, thơ Nguyễn Đức Sơn đa dạng, với nhiều thể loại hình thức cũng như nội dung, từ thơ bác học đến dân dã. Do vậy, thơ ông gần gũi với mọi tầng lớp trong xã hội. Ông giáo sư, hay người nông dân đều có thể đọc.

* Thắt nút đã cởi bỏ - tính thời sự qua lăng kính, và tư tưởng mới.

Sau biến cố 1975, sự thật đã được đã phơi bày, thắt nút, mâu thuẫn đã được cởi bỏ trong tâm hồn Nguyễn Đức Sơn. Và nó đã tác động mạnh đến tư tưởng cũng như ngòi bút của ông: "Văn chương/ Cách mạng/ Lựu đạn/ Cầm tay/ Nện ngay/ Chủ nghĩa/ Súng tỉa/ Từng thằng/

Nhào lăn/ Trên giấy." Do vậy, cũng như những văn nghệ sĩ khác, ông hoàn toàn bế tắc về cuộc sống và linh hồn. Nỗi đau, và sự chán chường ấy, ông gửi vào trong thơ với những tiếng chửi, khi thì giàu hình ảnh nhẹ nhàng:

"Đụ mẹ
*Cây bông
Hắn không
Lao động
Ai trồng
Chật chỗ
Mày nhổ
Xem sao
Máu trào
Thiên cổ"*

Lúc thì hịch toẹt, đanh đá chẳng khác gì tiếng chửi của mấy bà già nhà quê, khi bị mất cắp gà: "Giữa trưa nằm nghĩ quanh/ Thấy đời sao muốn chửi/ Ngẫm một kiếp qua nhanh/ Ngồi buồn móc đít ngửi.". Và ra đi là con đường duy nhất cho các văn nghệ sĩ. Tuy nhiên, con đường của Nguyễn Đức Sơn cũng trái ngược với đồng loại. Khi mọi người xuống biển, ra khơi, thì ông lại ngược lên rừng: "Bao nhiêu học thuyết bước đều qua/ Nay về dắt bóng chơi am vắng/ Thơ ấu vườn trăng một tiếng gà.". Dường như, Nguyễn Đức Sơn đã tĩnh tâm, đến gần với Phật pháp chăng? Chẳng vậy mà trong bài: Tâm sự với một đảng viên trí thức muốn ra khỏi đảng của ông như một lời tự sự vậy. Không đao to búa lớn, và dường như Nguyễn Đức Sơn mở ra một lối thoát, một tấm lòng nhân ái, tình đồng loại cho con người cùng xã hội vậy:

"Anh đi cách mạng bao năm
Từ rừng đến phố dao găm chưa xài
Vẫn chưa dứt điểm sòng bài
Tấm thân ê ẩm khuya dài đau sao
Cứ yêu tha thiết đồng bào
Tuy nhiên hễ thấy máu trào thì ngưng"

Những năm cuối đời, cuộc sống và thơ văn Nguyễn Đức Sơn dường như càng an nhiên, tự tại. Thiên nhiên, đất nước tình người đi sâu vào những trang viết của ông. Và với ông tất cả đã đi vào hư vô:

"đầu tiên tôi thở cái phào bao nhiêu phiền
não như trào ra theo nín hơi tôi thở cái
phèo bao nhiêu mộng ảo bay vèo hư
không"...

Không chỉ trong thơ, mà cuộc đời Nguyễn Đức Sơn cũng vậy, nó như một câu hỏi tu từ. Cả đời ông cứ cần mẫn kiếm tìm, song không có lời giải đáp. Chập chờn trong cái hư vô ấy, cái mâu thuẫn nội tâm của người thi sĩ càng sâu sắc, và mãnh liệt. Và chỉ đến sau biến cố 1975, thì nút thắt trong tâm hồn Nguyễn Đức Sơn mới được cởi bỏ. Ông chợt nhận ra, số phận của của con người, luôn được (hay phải) gắn liền với những bi thương của đất nước, dân tộc. Và cũng như đường lên núi Bắc Giang của nhà văn Nguyên Hồng, đến với Cao Nguyên Bảo Lộc là con đường Nguyễn Đức Sơn buộc phải đi đến...

Từ thân phận, nỗi đau ấy, với món nợ đã trả xong cho một giấc mơ, một kiếp người, tôi xin mượn bài thơ Hoài Niệm (của chính ông) để kết thúc bài viết này, cũng như làm sáng tỏ thêm tính dự báo trong hồn thơ Nguyễn Đức Sơn:

*"Không biết từ đâu ta đến đây mang
mang trời thẳm đất xanh dày lớn lên
mang nghiệp làm thi sĩ sống điêu linh
rồi chết đọa đày".*

Leipzig ngày 21-6-2020

NGUYỄN VĂN GIA – NGƯỜI TÌM LẠI HỒN QUÊ

Thời gian gần đây, những lúc tâm trạng không được thăng bằng, tôi thường tìm đến Nguyễn Văn Gia.

Đọc thơ ông, tuy không có cái chất cổ phong, với chiều sâu suy tưởng của Phạm Ngọc Lư, nhưng cho tôi cái tĩnh tại của nội tâm, cùng sự lắng đọng mang mang hương lúa, hồn quê. Khi đi sâu vào đọc và nghiên cứu, ta có thể thấy, cái truyền thống văn chương xứ Quảng đã đưa Nguyễn Văn Gia đến với thi ca ngay từ cái thuở học trò. Song cái hồn thơ ấy, dường như bị chẻ, chia ở đâu đó. Và phải đợi đến biến cố lớn nhất của cuộc đời ở cái tuổi ngũ tuần, mới làm hồn thơ Nguyễn Văn Gia chợt tỉnh. Tuy nhiên, là người trầm tư, kỹ tính, do vậy,

Nguyễn Văn Gia viết không nhiều. Cho đến nay, ông mới cho in ấn và phát hành ba thi tập: Đôi Bờ Thời Gian (2010) Lặng Lẽ Phù Sa (2015) và Nắng Gió Quê Nhà (2019). Có thể nói, đây là những tập thơ hay về nội dung tư tưởng cũng như nghệ thuật sáng tạo, mà tôi đã được đọc trong thời gian gần đây. Nếu Đôi Bờ Thời Gian và Lặng Lẽ Phù Sa hồn quê, hương lúa được vọng lên từ tình yêu, lẽ sống của con người, thì đến với thi phẩm Nắng Gió Quê Nhà ngòi bút Nguyễn Văn Gia đã chọc thẳng vào những nỗi đau đang hằn lên hình đất nước. Và có thể nói, đi tìm lại ký ức, tìm lại đất nước, hồn quê là tư tưởng xuyên suốt sự nghiệp sáng tạo của ông.

Nguyễn Văn Gia sinh năm 1951 tại Đà Nẵng. Sau khi tốt nghiệp ĐH Sư phạm Huế, ông theo nghề dạy học. Rồi bất chợt, đứt gánh (giữa chừng), ông ngoặt trở lại con đường thơ ca, thi phú: "Bỏ rơi viên phấn nửa chừng/ Ta về nằm ngủ giữa rừng chiêm bao" (Về Vườn). Hiện nhà thơ Nguyễn Văn Gia đang sống và viết tại thành phố Đà Nẵng.

* Hương lúa, hồn quê giữa đôi bờ lục bát.

Những năm gần đây người người làm thơ, nhà nhà làm thơ, cho đến tổ nhóm, hội người làm thơ, đặc biệt là thơ lục bát, song còn đọng lại trong lòng người đọc không nhiều. Và trong cái à uôm đó, thì thật may mắn, khi đi sâu vào đọc văn chương miền Trung xứ Quảng, bất chợt để lại cho tôi, không chỉ một Nguyễn Văn Gia lục bát, mà còn một Nguyễn Văn Gia ngũ ngôn thơ.

Thật vậy! Tiếng chim rơi lệ, hay tiếng hú âm hồn xưa vọng lại trong tâm hồn thi nhân, khi quê nhà đã trở thành cố hương. Với thủ pháp ngắt nhịp, xuống dòng trong những câu thơ lục bát của bài: Nhớ Bóng Tre Xưa, dường như đã cắt nát tâm trạng của thi sĩ, cũng như người đọc. Có thể nói, đây là bài thơ lục bát rất hay của Nguyễn Văn Gia. Và với tôi, chỉ hai câu thơ tuyệt bút bút: "Chim ơi mầy hót lẻ loi/ Hay nghìn xưa đã mồ côi hồn người" Nguyễn Văn Gia có thể ngồi cùng chiếu, cùng mâm nhấc lên nhấc xuống với các bậc đàn anh Luân Hoán và Phạm Ngọc Lư... rồi. Ta hãy đọc lại bài thơ này, để thấy rõ hồn quê và nỗi nhớ trong nghệ thuật làm mới thơ lục bát của thi sĩ Nguyễn Văn Gia:

"Rồi thôi
Đành cũng xa người
Chắc buồn như thuở ru hời võng đưa
Chim ơi mầy hót lẻ loi
Hay nghìn xưa
Đã mồ côi hồn người
Bóng tre xanh
Đã mù khơi
Về đâu ...
Chim sáo
Chìa vôi
Chào mào?
Nhấp nhô nhà ống vươn cao
Trăng xưa
Vườn cũ
Rớt vào lãng quên"

Gần đây, có một số nhà văn, nhà thơ (chủ trương) cách tân thơ. Chẳng biết các bác cải tiến, cải lùi thế nào, cho ra lò một thứ gọi là thơ đọc không thể hiểu, với từ ngữ dễ dãi và dung tục. Và ngược lại, có một số bác đã bật ra được một tứ thơ, câu thơ rất hay, hình ảnh đẹp, nhưng do cố uốn ép vào khuôn khổ thơ Đường, cổ phong buộc phải thay từ, chọn ý cho đúng niêm luật, thành ra những câu thơ trở nên méo mó, tầm thường.

Thật vậy, đọc câu thơ hình tượng, giầu cảm xúc dù có phạm niêm luật, quả thực vẫn khoái hơn những câu thơ chu chỉnh (niêm luật), nhưng gò bó, không hồn vía. Ta có thể thấy, gần đây một số nhà văn, nhà thơ tên tuổi đã dùng thủ thuật phá cách, để cho câu thơ phóng khoáng giữ nguyên cảm xúc ban đầu. Điển hình là thi tập Vịn Vào Lục Bát của nhà văn Trần Hoài Thư. Thật ra, thể loại thơ chỉ là hình thức. Thơ hay dở, cũ mới chẳng liên quan gì đến thể lục bát, thất ngôn, ngũ ngôn, hay thơ tự do cả… Mà nó phụ thuộc hoàn toàn vào tài năng trí tưởng tượng, liên tưởng với những cảm xúc chân thực của người nghệ sĩ. Do vậy, từ những đặc điểm trên, khi đọc lục bát Nguyễn Văn Gia, luôn cho tôi cảm xúc mới mẻ. Bởi, ngoài trí tưởng tượng, tài năng sử dụng từ ngữ, ông còn làm mới hình thức bằng những thủ pháp ngắt nhịp, xuống dòng. Tuy nhiên, thủ pháp nghệ thuật này không mới, song không có nhiều nhà thơ sử dụng được như Nguyễn Văn Gia.

Thật vậy! Cùng một tâm trạng, nếu Nhớ Bóng Tre Xưa là tiếng nấc, thì bài Mơ như là lời ước nguyện, một giấc mơ xa vời vợi. Lời tình tự về xóm làng, về cố hương ấy, được hoán đổi ra từ những cảm xúc của thi nhân vậy. Chỉ bốn câu lục bát, với từ ngữ mộc mạc được đặt đúng trong hoàn cảnh, tâm trạng, đọc lên ai cũng phải bùi ngùi xúc động:

*"Chẳng còn đâu Bóng tre xanh
Quê nhà giờ đã trở thành cố hương
Ngậm ngùi ta
Giữa phố phường
Mơ ... Mùa trăng cũ
Ruộng
Vườn
tiếng chim."*

    Không chỉ dừng ở lục bát, mảng đề tài này, Nguyễn Văn Gia sử dụng khá nhiều thơ thất ngôn, bát ngôn. Vẫn thủ pháp nghệ thuật ngắt nhịp, xuống dòng, Hương Hỏa là một trong những bài thơ thất ngôn hay nhất của ông. Nó không chỉ cho ta thấy, cái diễn biến tâm lý, và thái độ ứng xử của con người trước cuộc sống hiện thực: "Vườn mênh mông giữa cơn sốt đất" mà còn bật lên cái triết lý sống của tự nhiên, và con người:

*"Ta về
Ngó sững mái từ đường
Vườn mênh mông
Giữa cơn sốt đất
Chẳng thèm hỏi lòng người
Được
Mất
Cây khế già lặng lẽ trổ bông."*

    Dường như, đi sâu vào đọc Nguyễn Văn Gia càng cho tôi nhiều điều thú vị. Cũng từ đó, tôi chợt nhận ra, có một Nguyễn Văn Gia ngơ ngác hoài cảm, sống ở quê, mà ngỡ như xa cách ngàn trùng: "Nghìn trùng xa thương nhớ một cố hương." Bởi, ông thì vẫn vậy, nhưng quê giờ đã mất: "Biển trong xanh khuất bóng tự bao giờ/ Rừng đâu nữa bơ vơ chim mất tổ". Do vậy, ông nhớ cố hương, đi tìm quê cũ trên chính quê hương, trên chính mảnh đất mình đang sống. Và hồn quê cùng những hoài niệm ấy, như một món nợ đối với người thi sĩ. Nó buộc Nguyễn Văn Gia mãi mãi phải đi tìm.

* **Tình yêu và lẽ sống.**

Có một điều đặc biệt, ngay từ thuở ban đầu biết yêu cho đến cái tuổi nửa trăm năm, thơ tình Nguyễn Văn Gia luôn gắn chặt với đất nước và gia đình. Chứ dường như không (hoặc chưa) có một một bài thơ nào, ông viết thuần túy về tình yêu lứa đôi? Nhớ một lần, tôi được xem cái Videoclips thấy vợ ông (cô giáo Phương Lan) đẹp và hát rất hay. Tôi liền hỏi, này Nguyễn Văn Gia, nhìn bác (cũ cũ người) không đẹp giai cho lắm, làm thế quái nào lấy được vợ xinh đến thế? Ông bảo, tớ giăng bà ấy bằng thơ đấy. Tôi đùa chọc lại, thơ tình của bác toàn gắn lịch sử, xã hội khô như ngói, lừa thế nào được các cô mới yêu đầy mơ mộng ấy. Ông cười phớ phớ trong máy, vậy mà, bà ấy lại khoái và yêu tớ ở cái khoản khô như ngói ấy đấy.

Không rõ, Nguyễn Văn Gia đùa hay thật, nhưng quả thực, ngay từ năm 1972, khi còn trên giảng đường đại học, ông viết Lặng Lẽ Phù Sa, bài thơ tình (thế sự) rất hay. Không rõ, Nguyễn Văn Gia đã lấy cảm hứng chuyện tình với một nữ giáo sinh môn lịch sử nào, để khơi dậy niềm tự hào, ý chí quật cường chống giặc Trung Quốc xâm lược của cha ông. Và ước vọng quét sạch những mê lầm của cuộc chiến huynh đệ tương tàn đang diễn ra trên thân gầy đất mẹ. Với nghệ thuật vắt dòng, cùng lời thơ tự sự nhẹ nhàng, song Lặng Lẽ Phù Sa vẫn toát lên được chân lý, tính thẳng thắn và chí khí của nhà thơ:

*"… vẽ lại được bốn nghìn năm dựng nước chỉ
trong phút giây
cả sử vàng xóa bụi thời gian sống dậy có
Đinh Lê Trần Lý… ôi tay phấn dịu dàng
Em vẽ lại một mùa xuân… quét sạch mê
lầm dựng lại quê hương… không ai có thể
cấm chúng ta biến những ước mơ thành
hiện thực khi trái đất mặt trời và mặt
trăng vẫn còn đó thì không ai hủy diệt
được niềm tin cũng như không ai có quyền
rút bàn tay em ra khỏi tay anh."*

Dường như, phải chờ đến nửa trăm năm, bất chợt anh mới nhận ra, em vẫn là cái thuở yêu ban đầu. Đôi Bờ Thời Gian là bài thơ như vậy của Nguyễn Văn Gia. Có thể nói, đây là một trong số rất ít bài thơ lục bát hay nhất của ông. Tính vĩnh cửu của tình yêu, tình người, đã được hình tượng hóa một cách sinh động qua những hình ảnh so sánh hay đến bất ngờ: "Vọng phu xưa – Em bây giờ/ Chữ Tâm đứng giữa đôi bờ thời gian". Đoạn trích dưới đây, không chỉ cho ta sự bùi ngùi xúc động, mà còn thấy được tài năng sử dụng biện pháp tu từ của nhà thơ Nguyễn Văn Gia:

*"Vẫn là em
Rất dịu hiền
Thảo thơm với mẹ
Nghĩa tình với thơ*

Vọng phu xưa – Em bây giờ
Chữ Tâm
Đứng giữa đôi bờ thời gian
Phải chờ đến nửa trăm năm
Để anh mới nhận ra anh lần đầu..."

Đi sâu vào đọc và nghiên cứu Nguyễn Văn Gia cho tôi một điều thú vị. Khi viết bài thơ Trở Về, ông đã lấy nguyên cảm hứng từ bài Lạc của thi sĩ Đông Trình. Tuy chưa được đọc, nhưng tôi nghĩ, Lạc của Đông Trình như một lời sám hối của một thời lạc bước chăng? Bởi, đọc Trở Về của Nguyễn Văn Gia, ta cảm được tính nhân đạo, tấm lòng vị tha cao cả của con người. Với tôi, Trở Về là bài thơ lục bát toàn bích, điển hình nhất trong sự nghiệp sáng tạo của Nguyễn Văn Gia. Nếu cái tính vĩnh cửu của tình yêu, tình người ở Đôi Bờ Thời Gian chỉ dừng lại hình ảnh so sánh, thì Trở Về hình ảnh ẩn dụ, với những ám chỉ thâm sâu, đa nghĩa trong từng câu thơ, buộc người đọc phải suy tưởng. Thật vậy, hình ảnh, một điển tích: "Về ngồi dưới mái hiên xưa/ Lặng nghe thánh thót giọt mưa cam lồ" là sự cảm thông hay một con đường sám hối mà nhà thơ đã mở ra:

"Chắc gì đâu giữa vô thường
Ai không một thuở lạc đường, nổi trôi?
Xưa ai cánh nhạn lạc trời
Vì đâu nên nổi thuyền trôi lạc dòng?
Chuông chùa vẫn giọt hư không
Cỏ cây xưa vẫn thủy chung một màu
Ruộng vườn chẳng lạc gì nhau
Tang thương cũng bởi bể dâu lòng mình
Thơ ai lạc chữ, lạc tình
Ngàn năm Phật vẫn lặng thinh trong chùa

Về ngồi dưới mái hiên xưa
Lặng nghe thánh thót giọt mưa cam lồ."

Thời gian gần đây, Nguyễn Văn Gia đi sâu vào ngũ ngôn thơ. Những câu thơ mang đậm tính triết lý như thế răn đời, và răn mình: "Sư nhất bộ nhất bái/ Chậm rãi vẫn đến nơi/ Mình hối hả một đời/ Đường đi hoài không tới" (Nhanh & Chậm). Và đọc thơ ngũ ngôn Nguyễn Văn Gia, nhiều khi tôi cứ ngỡ, mình đang đọc những câu châm ngôn vậy. Vâng, cho nên, ta có thể thấy, Khuyết Tật là một bài thơ, một câu hỏi tu từ, hay một châm ngôn sống: "Những khuyết tật cơ thể/ Vẫn có thể bù trừ/ Đã khuyết tật tâm hồn/ Biết lấy gì thay thế?". Và không ai có thể cưỡng được sự tạo hóa, qui luật của tự nhiên: "Ta muốn ta đổi mới/ Bằng cách đi giật lùi/ Khi quay đầu nhìn lại/ Mùa xuân đã phai rồi" (Tân Trang Đời Mình).

Không chỉ trong thơ văn, mà cuộc sống, tư tưởng của Nguyễn Văn Gia cũng vậy, ngày càng đến gần với triết lý nhà Phật: "Chẳng cần tìm đâu xa/ Đừng mất công tìm Phật/ Thế Tôn tại lòng ta". Tuy nhiên, từ cuộc sống xã hội đảo lộn tùng phèo, ông chợt nhận ra cái vòng luẩn quẩn trong lẽ sống được cho là vô thường ấy. Và cái ai dè, bất ngờ của Lên Chùa như một nhát búa, ngọn roi quất thẳng vào hồn không chỉ riêng người thi sĩ:

"Lên chùa tìm chút thảnh thơi
Ai dè
Chùa cũng như ... đời ngoài kia
Cũng thứ hạng
Cũng phân chia
Chỗ này vô nhiễm

Chỗ kia thị trường
Đành rằng tất cả vô thường
Thôi
Ta về lại phố phường
Ẩn tu."

Là người trầm lặng, và kiến thức sâu rộng, do vậy thơ Nguyễn Văn Gia tuy từ ngữ mộc mạc, dân dã, song đa nghĩa, giầu hình tượng, có chiều sâu tư tưởng. Tình yêu và lẽ sống là một trong những yếu tố xuyên suốt sự nghiệp sáng tạo của ông.

* Có những nỗi đau quất lên hình đất nước.

Giữa ban ngày ban ban mặt, nơi chốn đông người, vậy mà gã cứ co rúm người lại. Bởi, xung quanh gã chỉ thấy hồn ma bóng quế. Nỗi cô đơn luôn làm gã sợ hãi, buộc phải đốt đèn đi tìm đồng loại của mình. Thoạt tưởng, hồn ma của gã triết học, kịch nghệ Diogenes từ Thổ Nhĩ Kỳ về nhập vào gã. Nhưng không phải vậy, gã tỉnh lắm, thơ phú cứ bắn ra đều đều. Chứ hồn ma làm chó gì biết làm thơ… Đang mơ màng, tôi giật mình tỉnh giấc, bởi tiếng hát của vợ gã với nhạc phẩm Đôi Bờ Thời Gian, được cài tự động ở trong điện thoại. Thì ra, mình vừa bị thơ của gã ám. Cái bài thơ ám quẻ Diogenes này, không biết Nguyễn Văn Gia đã mượn hình ảnh Diogenes, và viết trong hoàn cảnh, tâm trạng nào, nhưng đọc lên cứ thấy rờn rợn. Bởi, linh hồn, và nhân phẩm con người đã mất, buộc Nguyễn Văn Gia phải mải miết đi tìm. Một nỗi đau chìm khuất sau hình ảnh ẩn dụ, được cài đặt trong từng câu thơ:

"Cầm đèn giữa ban ngày

*Mong tìm được con người Con
người đâu chẳng thấy
Lạnh lùng bóng ma trơi"*
(Diogenes)

    Phải nói, thời gian gần đây, tôi khoái đọc thơ ngũ ngôn thế sự của Thái Bá Tân và Nguyễn Văn Gia. Bởi, họ là hai trong những nhà văn can đảm, tài năng viết về đề tài này. Do vậy, có lần tôi đã viết: Đọc thơ ngũ ngôn thế sự Nguyễn Văn Gia, luôn làm tôi liên tưởng đến thơ thế sự của Thái Bá Tân. Dù thơ Nguyễn Văn Gia trau chuốt, đầy hình tượng, khác hẳn với khẩu ngữ xù xì, thẳng thắn của Thái Bá Tân. Nhưng mức độ lột trần, đả kích sự thối nát của xã hội đương thời một cách sâu sắc và mạnh mẽ, không hề khác nhau. Và nếu như nỗi đau, tiếng cười trong thơ Thái Bá Tân được bật ra, thì dường như nỗi đau, tiếng cười ấy trong thơ Nguyễn Văn Gia lại lặn vào trong lòng người đọc.

    Thật vậy, hình ảnh ẩn dụ trong bài thơ ngũ ngôn Đổi Thay, không chỉ cho thấy cái qui luật tuần hoàn của tự nhiên sự, mà còn cho ta thấy rõ, sự thâm thúy mang đến tiếng cười chua cay trước sự lố bịch, rởm đời của kẻ thống trị, cũng như sự can đảm, thẳng thắn của thi sĩ Nguyễn Văn Gia: "Chẳng có gì bất biến/ Thành đồng cũng tan hoang/ Nực cười cái vách đất/ Cũng muốn mình muôn năm." Có thể nói, thơ văn Nguyễn Văn Gia luôn gắn chặt với đất nước và thân phận con người. Tính thời sự xã hội nóng hổi trên những trang viết của ông. Thơ ông như những mũi dao bóc trần hiện thực xã hội, và những thói lưu manh đê hèn của tầng lớp thống trị. Cùng đó, làm người đọc phải xót xa, uất hận cho cái giá trị nhân phẩm của nhân dân, tầng lớp bị trị bị đè nén xuống đến tận cùng. Tuy nhẹ nhàng, nhưng lời thơ cảnh báo ấy, như vết cắt, hằn sâu vào lòng người. Những đoạn trích trong bài Đất Nước dưới đây, sẽ làm sáng tỏ điều đó:

"Và hàng trăm mẹ già chít khăn Lần
đầu tiên người để tang cho đất
Những mẹ chị ở tận Cái Răng
Cũng đành lột truồng giữ đất...
—
Không biết chiếc giày thời trang của Cô Ba
Sài Gòn
Đã rơi vào đâu giữa đất trời Thủ Thiêm đầm đìa
nước mắt
Chúa, Phật và Thánh Thần cũng lặng thinh
Trước những nỗi đau có thật
Tại sao nhân dân không có quyền được biết
Cái gì đã dồn mẹ chị cha anh ta vào bước đường
cùng
Tổ quốc sẽ ra sao
Nếu cứ mất dần
Ruộng vườn
Núi sông
Biển đảo
Đất nước sẽ mồ côi
Nếu không có nhân dân"

Bước qua tuổi lục tuần, dường như Nguyễn Văn Gia trút bỏ được những ràng buộc trên vai. Và sự can đảm cho ông nghị lực sống. Do vậy, trước nỗi đau và sự uất hận, Nguyễn Văn Gia Thử Làm Tráng Sĩ, song ông đã thất bại: "Mài lưỡi bút sắc nhọn như một thanh gươm/ Chém một nhát quyết liệt/ Vào bức tường câm/ Lạnh tanh/ Oan nghiệt/ Lưỡi gươm cong queo/ Chuôi gươm bật ngược/ Sự thật lẩn trốn nơi đâu/ Sao chỉ thấy tay gươm rỉ máu!" Và đất nước ông cứ luẩn quẩn trong cái vòng tròn lừa đảo, chém giết lẫn nhau:

"...Giải tỏa đền bù bốn chục ngàn, bán ra bốn chục triệu...
Những vụ cướp của giết người quá đỗi thương
tâm
Bước chân ra đường cứ như ra mặt trận
Liệu chiều nay có còn sống sót trở về...?"
(Phiêu lãng...)

Có thể nói, Nguyễn Văn Gia viết, in ấn chưa thật nhiều, nhưng là một trong những cây bút tài năng, có nội lực ở Đà Nẵng, xứ Quảng miền Trung hiện nay. Xuất thân từ nhà giáo, do vậy thơ ông nhẹ nhàng, không đao to búa lớn, dù đó là những bài thơ thế sự xã hội bức xúc. Thơ Lục bát và Ngũ ngôn của ông để lại nhiều ấn tượng trong tôi. Bởi, nó gần với Đạo giáo, gắn liền với những triết lý nhân sinh. Và nếu nói, thơ Nguyễn Văn Gia thơ thức tỉnh, thì quả thật cũng không ngoa. Và tôi xin mượn bài Tự Họa của Nguyễn Văn Gia để làm sáng tỏ thêm (tính can trường) chân dung một nhà thơ, để kết thúc bài viết này :

"Và cứ thế đôi lần tôi chết ngộp
Sông thì trôi tôi cố lội ngược dòng
Không là thông sao nghìn năm cô độc
Đã có khi phải phủ định chính mình"

Leipzig ngày 22-8-2019

ĐỖ CHU – MEN CÒN ĐỌNG LẠI NƠI ĐÁY VÒ

Ngay khi còn là học sinh cấp hai ở thập niên bảy mươi của thế kỷ trước, cái tên Đỗ Chu đã rất gần gũi và quen thuộc với chúng tôi. Bởi, những truyện ngắn, tùy bút... của ông như thôi miên tâm hồn (trẻ thơ) chúng tôi lúc đó. Và rồi, gần nửa thế kỷ qua, nhất là mấy mươi năm lận đận ở trời Âu này, cái tên Đỗ Chu dường như cũng mờ nhạt dần trong ký ức. Nhưng thật may mắn, hôm rồi có một người bạn gửi tặng cho tôi (một bộ sách, gồm) 4 tập truyện: Một Loài Chim Trên Sóng, Thăm Thẳm Bóng Người, Tản Mạn Trước Đèn và Chén Rượu Gạn Đáy Vò của Đỗ Chu. Tôi đọc ngay, đọc một mạch.

Và nó đã trả tôi về với tuổi thơ, với những cảm xúc, tâm trạng của cái thuở ban đầu khi đọc ông.

Đỗ Chu tên thật là Chu Bá Bình, sinh năm 1944 tại Bắc Giang, nhưng lớn lên, và trưởng thành ở Bắc Ninh, chiếc nôi của Văn hóa Kinh Bắc. Do vậy, đó là một trong những nguyên nhân đưa Đỗ Chu đến với văn thơ rất sớm. Những truyện ngắn, tùy bút đầu tiên được viết khi ông còn là một cậu học sinh trung học phổ thông. Nhìn lại Văn học sử Việt Nam, ta có thể thấy, người viết có độ chín, thành danh sớm như Đỗ Chu quả thực không nhiều. Tuy nhiên, khi đi sâu vào nghiên cứu, ta cũng chợt nhận ra, một số nhà văn, nhà thơ có sự thành danh sớm như vậy, ngoài tài năng còn phải có một yếu tố may mắn nữa.

Với tôi, ở thời điểm ngồi viết những dòng chữ này, truyện Ao Làng, Thung Lũng Cò, Hương Cỏ Mật, hay Mùa Cá Bột... chỉ là chiếc thẻ thông hành để Đỗ Chu bước chân vào làng văn mà thôi. Bởi, khi đọc một cách có hệ thống, ta có thể thấy, cái mốc quan trọng để cảm nhận và đánh giá độ chín về cả nội dung lẫn hình thức nghệ thuật trong văn xuôi Đỗ Chu phải từ năm 1969, với truyện ngắn Ráng Đỏ. Tôi nghĩ, với truyện ngắn này, Đỗ Chu có thể ngồi cùng mâm, nhấc lên, đặt xuống khật khừ với các bậc đàn anh Nguyễn Minh Châu, Nguyễn Khải, hay Nguyễn Kiên...

Nhưng nếu buộc phải chọn ra một truyện ngắn tiêu biểu nhất trong sự nghiệp sáng tạo của Đỗ Chu, thì với tôi đó là tác phẩm: Một Loài Chim Trên Sóng được viết vào tháng 5, năm 1994, in trong tập truyện cùng tên. Đây là truyện ngắn độc đáo, vì ngoài ngoài nội dung, thi pháp nghệ thuật, ta còn thấy được tư tưởng, tính hiện thực với cái nhìn mới của ông. Có thể nói, cùng với Vũ Điệu Cái Bô của Nguyễn Văn Thân, Một Người Lách Lên Phía Trước của Mai Ngữ... Một Loài Chim Trên Sóng nằm trong số những truyện ngắn hay vào thập niên tám, chín mươi ở thế kỷ trước của các tác giả sinh sống, làm việc ở trong nước.

Đọc Một Loài Chim Trên Sóng, ta có thể thấy, Đỗ Chu dường như trộn tất tần tật các thể loại văn học vào trang viết. Cứ như thế người ta trộn rượu để làm nên một thứ Cocktail, hay ủ men một vò rượu mới vậy. Dù chén đã gạn, song người đọc cảm được, cái hương men ấy vẫn còn đọng lại nơi đáy vò. Cái đặc tính này làm cho người đọc, kể cả giới phê bình thật khó phân biệt một cách rạch ròi, đâu là truyện ngắn, bút ký, tùy bút, hay hồi ký, khi đọc và nghiên cứu Đỗ Chu. Và đó cũng là thủ pháp, nghệ thuật đặc trưng, xuyên suốt những tác phẩm của ông. Có một điều đặc biệt, với thủ pháp nghệ thuật này, cũng đã làm nên tên tuổi nhà văn tài hoa, đồng tuổi, nguyên là người lính (đối đầu) bên kia của chiến tuyến Phạm Tín An Ninh, hiện cư ngụ ở Hoa Kỳ.

Phải nói thẳng, khi đọc và nghiền ngẫm Đỗ Chu cho tôi một suy nghĩ, văn phong, từ ngữ rất sáng và đẹp, nhưng những trang văn ấy, thường né tránh các vấn đề gai góc, bức xúc mang tính thời sự xã hội. Tuy nhiên, có một điều bất ngờ, khi viết Một Loài Chim Trên Sóng ngòi bút của Đỗ Chu khác hẳn. Ông đã đi sâu vào phân tích mổ xẻ cái tinh thần, thực lực của cuộc kháng chiến và chọc thẳng vào ung nhọt cải cách ruộng đất, cái nhức nhối của xã hội, thân phận lênh đênh bèo bọt của kiếp người sau 1975. Do vậy, Một Loài Chim Trên Sóng tuy chỉ là một truyện ngắn, song nó đã đi qua chiều dài lịch sử từ những năm kháng chiến chống Pháp cho đến nay. Xét về giá trị nội dung, tư tưởng, nghệ thuật chuyển tải đến người đọc, có lẽ không phải cuốn tiểu thuyết nào cũng làm được.

Có thể nói, Đỗ Chu có trí tưởng tượng, sự liên tưởng phong phú, vì vậy văn ông sáng, đẹp và sinh động, nhất là những trang thiên về miêu tả cảnh vật, thiên nhiên và con người. Đoạn trích dưới đây, không chỉ soi rõ điều đó, mà còn cho ta thấy sự quan sát tỉ mỉ, truyền cảm xúc của nhà văn đến người đọc một cách tinh tế. Tuy đây chưa hẳn đã là đoạn văn hay nhất của ông, song cái chất trữ tình với những nhận xét lồng trong sự miêu tả làm người đọc phải ngỡ ngàng:

"Bìm bịp kêu đâu đó, thế là mùa nước lên, những con chim cánh nâu, ức cổ mang màu đỏ như lửa bay là là ngang qua mặt đê, ngang qua mặt người. Chúng bay gần lắm, tưởng như với tay ra là tóm được, nhưng khốn thay, chính lúc ấy ta lại đứng sững lại vì quá ngỡ ngàng, và thế là chúng mất hút trong bãi dâu. Trời trong xanh. Mây trắng ngổn ngang tầng tầng lớp lớp. Dưới sông Cầu nước trôi băng băng, con sông già nua vốn thường uể oải lờ đờ mà nay bỗng quay cuồng với những vùng xoáy, trông vào đến khiếp. Vài ba con thuyền ngược dòng nặng nhọc, buồm kéo lên đón gió nam, tuy vậy vẫn phải có thêm dăm người khom lưng cõng dây kéo, họ bước chậm chạp ven bờ..." (Một Loài Chim Trên Sóng)

Sự hồi tưởng, tính hoài niệm để bộc lộ, hay lý giải tâm trạng nhân vật, hoặc của chính tác giả là một trong những thủ pháp nghệ thuật làm nên đặc trưng văn xuôi Đỗ Chu. Tuy nhiên, sự hồi tưởng, tính hoài niệm đan xen giữa quá khứ và hiện tại ấy giản đơn, không đa tầng, chồng chéo như trong truyện ngắn, tiểu thuyết của Bảo Ninh hay Dương Thu Hương. Với thủ pháp nghệ thuật này, sự đồng cảm, tình người trước cái bi thương, buồn thảm như được nhân lên trong lòng người đọc vậy. Đọc Đỗ Chu, chợt làm tôi nghĩ đến nét dân gian, mang mang hồn cổ phong trong thơ văn của Võ Thị Hảo. Dù khác nhau về thi pháp, tư tưởng sáng tạo, nhưng dường như phảng phất một chút gì đó của hai nhà văn cho tôi cùng một cảm xúc khi đọc. Tôi hoàn toàn không có ý so sánh, tuy nhiên, văn của Đỗ Chu giàu xúc cảm, sinh động, song về câu cú đôi khi cần phải bàn lại. Thật vậy, với mạch văn bị gãy, cùng câu không tròn trịa làm cho người đọc hơi bị hụt hẫng: "Cô chết thê thảm./ Dắt một con trâu mộng lầm lũi ra giữa đồng, vật nhau với trâu từ sớm đến xế chiều, tiếng chân người chân trâu quần thảo huỳnh huỵch...". Mấy câu văn này, nằm trong đoạn hồi tưởng về cuộc đời và những cái chết bi thương mang màu sắc dân gian rất cảm động của Đỗ Chu. Đoạn trích dưới đây, sẽ làm sáng tỏ phần lý giải trên:

"Sinh thời cô (Nống) là một người con gái cao lớn khác thường, bàn chân to như bàn cuốc, tay dài như tay vượn mà hiền hậu lắm. Nhưng người như thế ai dám lấy về làm vợ chứ, lâu dần cô thành ế chồng.

Tính nết mỗi ngày một thất thường, lắm lúc như người hóa dở. Trai làng nhiều người sức vóc lực lưỡng nhưng hễ thoáng nghe tiếng cô là lảng trốn, có người bị cô đuổi kỳ cùng, ba ngày không dám bén mảng về nhà. Cô chết thê thảm. Dắt một con trâu mộng lầm lũi ra giữa đồng, vật nhau với trâu từ sớm đến xế chiều, tiếng chân người chân trâu quần thảo huỳnh huỵch. Hôm sau làng xóm thấy xác cô xác trâu nổi trên mặt chuôm. Mái tóc đen nhánh như mun phủ lòa xòa lên khuôn mặt bầm tím, cái miệng há rộng như cười cợt. Còn con trâu thì bị bẻ gãy cả hai sừng, nó bị rút tung ruột ra, hai hòn dái cũng bị cô bóp lòi ra, nát bét." (Một Loài Chim Trên Sóng)

Đến với Một Loài Chim Trên Sóng, dường như Đỗ Chu đã cởi bỏ được sự ràng buộc về cuộc sống, xã hội hiện hành chăng? Bởi, dưới ngòi bút của ông sự thẳng thắn, tính hiện thực hiện lên rất rõ nét. Thông qua lời cụ Chánh, cùng những khẩu ngữ trần trụi, Đỗ Chu bóc trần sự yếu kém, hèn nhát của đám dân quân du kích:

"- Các chú đánh đấm như cứt, chưa chi đã chạy, chưa gì đã chuồn, bắn có mấy phát như mấy cái rắm mà để xảy ra bao nhiêu rắc rối. Nhanh nhanh giấu anh ấy vào sau chùa cho tôi, để tôi cùng ra với, ngoài đó đã có sẵn một cái hầm kín rồi.". (Một Loài Chim Trên Sóng)

Trong cái không khí hừng hực của những ngày thắng trận (Điện Biên Phủ) nhà văn đã chợt nhận ra cái bộ mặt đen sì, nhem nhuốc của nó. Khoảng cách của thắng lợi, được cho là vẻ vang ấy, ngày càng nới rộng, xa cách với dân chúng. Và sự hênh hoang, kiêu hãnh đó, không thể che đậy hết hình ảnh thực của người chiến sĩ Điện Biên. Lời văn mỉa mai, tác giả đã bóc trần cái bản chất ấy:

"Người ta có ý ra mặt xa lánh chúng tôi. Ở các làng lân cận, chiến sĩ Điện Biên nô nức trở về, anh nào anh nấy huân chương huy hiệu chói lòa trên ngực. Họ kể chuyện quân ta hết bò vào lại bò ra, quân địch chui rúc như nhím như chuột. Bà tôi buông gọn một câu chắc là trên đó phải có lắm người chết. Người chết chẳng kể gì được với ai, nhưng đấy mới là những người đáng thờ. Còn sống mà về với cha mẹ vợ con thì cho dù có tài giỏi mấy cũng cứ nên bớt mồm mới phải." (Một Loài Chim Trên Sóng)

Hệ quả ấy, là cuộc cải cách long trời lở đất. Và sau cái chết với đám tang hiu quạnh của người bà, thì dường như chiếc vòng kim cô đã rớt bỏ, nỗi đau giúp cho con người vượt qua sự sợ hãi: "- Em cũng xuống Sơn bây giờ đây, xuống thăm cụ Chánh xem tình hình thế nào. Cháu nội một mụ địa chủ đến thăm một tên địa chủ, làm đếch gì mà phải sợ, đằng nào chả là đã có liên quan." (Một Loài Chim Trên Sóng). Từ thay đổi nhận thức tư tưởng dẫn cái nhìn khách quan, Đỗ Chu can đảm chọc thẳng vào cái ung nhọt đó. Dưới ngòi bút của ông hình ảnh Cải cách ruộng đất hiện lên một cách trung thực nhất: "Địa chủ cường hào, ông Chánh sắp bị đem lên núi đấu tố, người ta đang dựng kỳ đài để tòa án nhân dân ngồi luận tội" (Một Loài Chim Trên Sóng). Nếu vườn chùa trước kia, nơi cụ Chánh đào hầm che giấu, nuôi dưỡng những người dân quân, du kích, thì hòa bình về, đó là nơi cụ Chánh phải đi đến, chịu cảnh đọa đày. Và ghế trên ngồi luận tội chính là những kẻ đã được cụ Chánh chở che, nuôi dưỡng. Sự bỉ ổi và lưu manh đến tận cùng ấy, tuy không đi sâu vào miêu tả và phân tích, song chỉ bằng một vài hình ảnh so sánh, Đỗ Chu đã vẽ nên một bức tranh sống, làm người đọc không khỏi ngậm ngùi, xúc động:

"Cụ Chánh đã bị đuổi ra ngoài vườn chùa. Có anh du kích bị đạn gãy đùi từng sống trong căn hầm nơi đây. Có người chị gái từng tới nơi này săn sóc anh, mỗi lần mang cháo mang thuốc ra đây chị vẫn đóng áo dài, tay xách theo làn trong đó có đủ hương hoa như một người ra chùa lễ phật." (Một Loài Chim Trên Sóng)

Đọc Một Loài Chim Trên Sóng, đôi lúc tưởng chừng cốt truyện lỏng lẻo, và câu chuyện đang lạc về đâu đó. Nhưng không phải vậy, bởi từ số phận bi thương của cô Nống đến kiếp lênh đênh, mấy lần phải bỏ xứ của chị Tâm là hai mảng ghép của một cuộc đời vậy.

Sự trốn thoát, xuống chuyến tàu vét di cư vào Nam (với chị Tâm) của cụ Chánh là hình ảnh chung cho sự lựa chọn hay lối thoát duy nhất cho cả một dân tộc. Những cuộc di cư, trốn chạy này đã khắc họa, hay hình tượng hóa nỗi đau thân phận con người, nó được xuyên suốt Một Loài Chim Trên Sóng. Câu nói tưởng như đùa của chị Tâm với một người lính miền Bắc, (hay với chính tác giả) khi gặp lại lần thứ hai, tuy mộc mạc, nhưng làm cho người đọc phải nhói lên một nỗi đau:

"Lại phải có trên mươi năm sau đó, một lần qua Tây Âu vào thăm một cái chợ của người Việt, tôi không ngờ lại gặp chị Tâm. Trước mặt chị vẫn chỉ thấy toàn rau quả nhiệt đới, có đủ cả gừng, tỏi, hành, răm, trăm thứ quê nhà. Chị gọi tôi ơi ới. Nói đùa rằng, chẳng làm cách nào tránh được tôi, hóa ra gầm trời cũng hẹp, cậu có định sang đây giải phóng chúng tôi lần nữa hay không thì bảo! Tôi cười khì." (Một Loài Chim Trên Sóng)

Những năm gần đây, tuy không thẳng thắn phủ nhận cái hiện thực xã hội tất tần tật như Nguyễn Minh Châu, hay Nguyễn Khải, nhưng dường như bằng cách này, cách khác Đỗ Chu tỏ thái độ của mình. Dù có bức xúc, nỗi lòng ấy của ông đều ẩn trong con chữ, và hình tượng trên những trang viết của mình. Có lẽ, cái tạng của ông như vậy rồi. Đoạn văn tuyệt đẹp, giàu hình ảnh mang nỗi đau thân phận con người, với triết lý nhân sinh, ẩn vào nỗi lòng tiếc nuối, nhớ thương, cũng như phủ nhận cái hiện tại của chính mình dưới đây, sẽ cho chúng ta hiểu rõ hơn về Đỗ Chu:

"Hai chị em bước đi bên nhau giữa một thànhphố xa lạ, hết sức là ồn ào. Tôi thấy se lòng khi nhìn thấy mái tóc đã bạc trắng của chị, bất giác tôi buộtmiệng hỏi:

- Diễm giờ đang ở nơi nào?

- Ca-li-phoóc-ni. Cô ấy có lần gửi thư cho chị, nhắc đến chú, hỏi chú có còn bị bệnh hen hành hạ nữa không. Cô ấy hát ở một quán có tên là "Quê mẹ", khi nào có việc sang đó, ghé qua chắc chắn sẽ gặp được nhau, chị đã viết thư kể chuyện gặp lại chú ở Sài Gòn năm nọ, nói chú là người thiệt hay đó nghe.

Tôi thở dài. Ôi dào, hay hớm cái nỗi gì hả chị Tâm, hả Diễm. Chẳng qua đời mỗi chúng ta cũng giống như con chim gì đang nhảy nhót chấp chới trên những con sóng. Chỉ những ai từng lênh đênh ngoài khơi mới gặp loài chim ấy. Chẳng hiểu chúng đậu vào đâu mà sống nổi, và nhờ đâu chúng vẫn cất tiếng hót giữa trùng trùng sóng gió. Kiếp người tưởng vậy mà nào có khác nhau là bao. Tôi vẫn thấy có tiếng hát của em, tiếng gọi của chị trong mỗi ngày sống của mình." (Một Loài Chim Trên Sóng)

Quả thực, rất có lý, khi một số bác vẫn phân vân khi gọi Một Loài Chim Trên Sóng là một truyện ngắn. Bởi, bóng dáng, giọng điệu của tùy bút, hồi ký... vẫn còn hiển hiện ở đâu đó. Vâng! Âu đó cũng là cái điều ta vừa phải đi tìm, phân tích làm sáng tỏ cái đặc trưng thủ pháp nghệ thuật trong văn xuôi của Đỗ Chu trong bài viết này. Và phải chăng chính sự rung động sâu sắc, đã sinh ra những cảm xúc mãnh liệt, xóa nhòa đi cái ranh giới loại hình sáng tạo vốn dĩ rất mỏng manh ấy của người nghệ sĩ?

Không dám nói, Đỗ Chu là một nhà văn lớn, nhưng với tôi, chắc chắn ông là một nhà văn tài hoa. Đỗ Chu là một trong những nhà văn hàng đầu viết về tùy bút của Việt Nam hiện nay. Văn ông cho người đọc một cảm giác nhẹ nhàng, thanh thản, mang mang hương khói lam chiều. Đọc ông, ta như nghe được tiếng vọng hồn quê từ hàng trăm năm trước vậy... Song rất tiếc, văn của Đỗ Chu không được đưa lên Internet, ngoài Một Loài Chim Trên Sóng, và vài, ba truyện ngắn khác. Khi viết bài này, tôi cố ngồi nhớ (lõm bõm) lại những tùy bút, truyện ngắn đã đọc từ gần nửa thế kỷ trước của ông. Do vậy, tôi bị gò bó, eo hẹp về tài liệu, dẫn đến bài viết không thể đầy đủ, và khó tránh khỏi những sai sót.

Leipzig ngày 24- 5 -2020

CAO ĐÔNG KHÁNH – "LỬA NGOÀI GIỚI HẠN" CHÁY KHÔNG TẠ TỪ

Cũng như nhà thơ Trần Trung Đạo, nếu không có biến cố 30-4-1975, và không có những con thuyền lá tre kia, cố lao đi để tìm sự sống thật mong manh trong cái mênh mông của biển cả, giông tố của đất trời, thì chắc chắn chúng ta sẽ không có một nhà thơ dân dã Cao Đông Khánh. Những cơn mưa nguồn, gió bể ấy như nhát dao chém nát hồn ông. Để rồi từ những vết thương không bao giờ thành sẹo ấy, ứa trào ra hồn thơ quằn quại của kiếp tha hương. Thơ Cao Đông Khánh xuất hiện muộn, nhưng đúng vào thời khắc xoay vần đảo điên của đất nước, và con người. Ông là một trong những gương mặt tiểu biểu nhất về ngôn ngữ thi ca Nam Bộ, với chất giọng riêng biệt của mình.

Nhà thơ Cao Đông Khánh tên đầy đủ Cao Đồng Khánh, sinh năm 1941 tại An Phú Đông, Gia Định.

Ông từng là người lính Việt Nam Cộng Hòa, năm 1964 bị thương, và mất một con mắt. Giải ngũ, Cao Đông Khánh được du học ở Hoa Kỳ. Sau năm 1975, ông bị bắt tù cải tạo. Ra tù năm 1979, ông vượt biển và định cư tại Hoa kỳ. Cao Đông Khánh bị bệnh, và mất vào ngày 12/12 năm 2000 tại Houston.

Thật ra, ngay từ thuở học trò, và những năm tháng du học Cao Đông Khánh đã đến với thơ, nhưng không để lại dấu ấn. Nó đã gây cho ông chán chường, tưởng rằng sẽ đoạn tuyệt với thi ca. Bởi, lúc đó có lẽ, ông thực sự chưa có giọng thơ, chưa tìm ra con đường riêng cho mình chăng? Do vậy, đánh giá thơ văn Cao Đông Khánh, dường như chỉ có thể dựa vào hai thi phẩm: Lịch sử tình yêu in năm 1981 và Lửa đốt ngoài giới hạn ấn hành năm 1996. Hai thi tập này, được ông viết trong khoảng hai mươi năm, kể từ sau biến cố 1975, cho đến những năm gần cuối đời. Tuy nhiên, hầu như những bài thơ trong tập Lịch sử tình yêu, đều được in lại trong thi tập Lửa ngoài giới hạn. Cho nên, Lửa ngoài giới hạn, như một tuyển tập, được gói gọn trong mười lăm chương là thi tập quan trọng nhất về sự nghiệp sáng tạo, cũng như diễn biến tâm lý, tư tưởng Cao Đông Khánh.

Nếu đọc Cao Đông Khánh một cách hời hợt, thoảng qua, thì ta cứ ngỡ đó là những câu thơ tình hoặc lời tự sự rong chơi bông phèng. Nhưng đọc thật chậm mới (cảm) nghiệm ra hồn thơ ông luôn gắn liền với xã hội, và thân phận con người. Do vậy, bác nào ít có thời gian, hoặc nóng vội không nên đọc thơ Cao Đông Khánh, dù từ ngữ ấy rất dân dã.

Thật vậy, Sàigòn Rồng Bay Phượng Múa là một bức tranh thất ngôn thơ rất lạ, và sinh động về bối cảnh, thực trạng của Sài Gòn, và cả miền Nam sau biến cố 1975. Xua đuổi dân lên rừng, khai hoang làm kinh tế, với sự cấm chợ ngăn sông, đốt, phá hủy văn hóa và khoa học: "Sài gòn mọc cỏ dại trên nóc cao ốc/ rêu mốc ẩm thấp/ trên trí tuệ của thành phố thấm xuống chân tay/ nấu phụ tùng điện tử, thụt ống khói lò rèn/ chế tạo cuốc xẻng đào xới tương lai". Nó làm cho cuộc sống, đạo đức con người đảo lộn tùng phèo. Và lao ra biển là con đường duy nhất để tìm ra sự sống của con người:

"sài gòn, chợ lớn như mưa chớp
nát cả trùng dương một khắc
thôi chim én bay ngang về xóm chiếu
nước ròng ngọt át giọng hàng rong
hỡi ơi con bạn hàng xuôi ngược
trái cây quốc cấm giấu trong lòng
hỏi thăm cho biết đường ra biển
nước lớn khi nào tới cửa sông
sài gòn khánh hội gió trai lơ khi ấy còn tơ
gái núi về đào kép cải lương say tứ chiếng
ngã tư quốc tế đứng xàng xê..."

Biến cố 30-4-1975, rồi năm tháng tù đày và hải tặc nơi địa ngục trần gian của những ngày vượt biển trốn chạy, đã làm Cao Đông Khánh bị ám ảnh, thần kinh luôn bị kích động cao độ. Khi tâm trạng, thần kinh bị kích động như vậy, thì dường như hồn ông đã thoát, tách rời khỏi thế giới hiện hữu xung quanh. Và để giảm bớt hoảng loạn, nỗi đau đó, chỉ có rượu và thơ mới có thể giải phẫu căn bệnh tâm lý đó. Sự chấn động tâm lý này, ít nhiều ta bắt gặp ở những nhà văn xuất thân từ người lính, tù nhân, như: Tô Thùy Yên, Nguyễn Bắc Sơn hay người lính phía Bắc: Bảo Ninh, Lưu Quang Vũ... Do vậy, từ ngữ, hình ảnh thơ Cao Đông Khánh dường như không theo một qui tắc, hoặc được cho là cấm kỵ trong thơ văn, từ trước đến nay. Nếu ta đã bắt gặp những khẩu ngữ hiện thực chua cay trong thơ của Nguyễn Bắc Sơn: "Mai ta đụng trận ta còn sống/ Về ghé Sông Mao phá phách chơi/ Chia sớt nỗi sầu cùng gái điếm/ Đốt tiền mua vội một ngày vui..." thì đọc Cao Đông Khánh những từ ngữ trong cơn ám ảnh lên đồng ấy còn táo bạo, kỵ húy hơn gấp nhiều lần. Âu đó cũng là một nét đặc trưng riêng biệt thơ Cao Đông Khánh. Và Hạt Kim Cương Di Tản là một trong những bài thơ điển hình như vậy của ông:

"một người ngồi hát trong trại tỵ nạn
những vết muỗi đỏ trên thân thể nàng
những chỗ rối rắm những chỗ chí rận
giấu trong chỗ kín một hạt kim cương
một hạt kim cương lọt vô tử cung
những cuộc bạo dâm đứt giây trí nhớ
cây lá một ngày trổ trái héo hon
đứa trẻ sơ sinh dính đầy cát bụi."

Có thể nói, nếu không phải là nạn nhân, một chứng nhân sống thì Cao Đông Khánh không thể viết ra những câu thơ xé ruột bầm gan đến vậy. Đã đọc rất nhiều thơ, văn cùng chung đề tài, nhưng chưa có bài thơ nào làm tôi xúc động bằng: Mẩu đối thoại ở Hoa Thịnh Đốn của Cao Đông Khánh. Nghịch lý hiện thực đắng cay ấy, để em: "Khuôn mặt đóng rêu trên đường nước mắt chảy/ Em sống ngoại ô của chỗ văn minh". Nỗi đau ấy, chẳng phải riêng em, mà nó là thân phận chung của cả một dân tộc đang bị đọa đày vậy. Bài thơ như một bản cáo trạng của Cao Đông Khánh, khi ông vừa từ cõi tử thần đặt chân tới Hoa Kỳ:

"... em nói, chồng em chết tù cải tạo
những đứa con ngọc ngà chết ở biển đông
còn đứa trẻ khôi ngô này, sinh ở trại tị nạn
cha nó đang làm hải tặc Thái lan..."

Nếu không có nỗi đau đầu đời, cùng những biến động đảo điên của xã hội và con người, thì có lẽ Cao Đông Khánh chỉ dừng lại với cái nghiệp vẽ của mình. Bởi lẽ đó, tôi hoàn toàn đồng ý với nhận xét của nhà văn Trần Hoài Thư, khi chiến tranh đã cướp đi một con mắt, cái cửa sổ linh hồn ấy khép lại, thì nó mở ra trong thơ Cao Đông Khánh với những gì đắng cay và thiết tha nhất. Nỗi yêu thương, sự cảm thông này càng đậm sâu, sau những ngày tháng 4/1975. Sự đắng cay, và cảm thông ấy, ta có thể thấy rất rõ qua bài: Uẩn Tình Kẻ Xa Xứ. Có thể nói, đây là bài có lời thơ đẹp nhất, mà tôi được đọc trong thời gian gần đây. Cái sự cảm thông mang một chút dằn vặt, bất lực của Cao

Đông Khánh trước số phận hẩm hưu và cay đắng của em, làm cho người đọc cay cay nơi khóe mắt:

"em đạp xe mini trời gió mềm trong áo
thành phố bập bềnh trôi giữa nắng mênh mông
sợi tóc chẻ hai gần đường xích đạo
vạt áo sau lưng khép hở Saigon
----

em hãy kể tôi như trái cây lột vỏ
để quá đêm ngày hôi gió thịt xương tôi
như gái tỉnh lẻ thất thân nơi thị trấn
lỡ một lần lỡ thêm nữa chẳng sao..."

Dường như, khi tâm trạng hưng phấn, kích động, Cao Đông Khánh tìm đến cây viết. Nỗi ám ảnh ấy vuột ra như dòng chảy tự nhiên vậy. Nên đọc Cao Đông Khánh, nếu không đặt mình vào hoàn cảnh tâm trạng của nhà thơ, thì quả thật từ ngữ trong thơ rất khó hiểu, có khi vô nghĩa. Và đoạn trích dưới đây trong bài Sàigòn Rồng Bay Phượng Múa sẽ là một minh chứng.

Ba câu thơ đầu, với những khẩu ngữ rất dân dã, mang đặc tính Nam Bộ. Nó cho ta thấy, không chỉ tên phố, tên người đã bị thay tên đổi họ, mà cả thành phố này cũng đã bị đổi chủ, sang tên. Sự quên tên, lạc phố ấy chỉ là cái cớ để người thi sĩ bộc lộ cái sự cô đơn, lạc lõng của mình. Và chẳng có nỗi đau nào hơn thế nữa, khi con người phải lưu lạc chính trên quê hương mình. Ba câu thơ cuối có những hình ảnh khá trừu tượng, nếu tách rời sẽ vô nghĩa, nhưng nằm trong tổng thể đoạn thơ, và bài thơ thì rất hay. Dường như, nó cho người đọc tìm lại, liên tưởng đến một chút hương xưa trong khung cảnh, và tâm trạng nặng nề của thi nhân vậy:

"Sài gòn Phú Nhuận nhớ không nổi
có ngả nào qua khám Chí Hoà
hỏi thăm quên mất tên thằng bạn
như lá trên rừng đang chuyển mưa
trận mây đồng phục nặng như thép
ửng chút đời xưa rạng chỗ ngồi".

Tuy nhiên, khi đi sâu vào đọc Cao Đông Khánh đã cho tôi nhiều điều ngạc nhiên khác. Những thể thơ lục bát, thất ngôn, bát ngôn, hoặc thơ không vần của ông lại rất chu chỉnh, và giàu hình ảnh. Sự tìm tòi hoán đổi, hoặc tạo ra những từ mang nghĩa mới, tính chất khác bằng cách ghép các danh, tính từ... là tài năng nghệ thuật sáng tạo của nhà thơ Cao Đông Khánh. Thật vậy, để miêu tả đoạn trường thống khổ của người thiếu phụ, cùng với sự cảm thông của mình, trong bài Mẩu đối thoại ở Hoa Thịnh Đốn, nhà thơ đã sử dụng nghệ thuật ghép danh từ (khuôn mặt) với tính từ (đóng rêu- mọc rêu) làm cho câu thơ mang hình ảnh so sánh ẩn dụ hay một cách lạ lùng: "Khuôn mặt đóng rêu trên đường nước mắt chảy/ Em sống ngoại ô của chỗ văn minh".

Đến với lục bát, ta có thể thấy Cao Đông Khánh dụng công làm mới bằng nghệ thuật vắt dòng, ngắt nhịp. Ông viết lục bát không nhiều, nhưng từ ngữ trau chuốt, mượt mà khác hẳn với sự gân guốc ở thể thơ khác. Đoạn trích trong bài thơ Tự Tình dưới đây, không chỉ cho ta thấy được sự ám ảnh của những ngày vượt biển trốn chạy tang thương ấy trong linh hồn Cao Đông Khánh, mà còn thấy được tài năng làm mới, cũng như hình tượng nghệ thuật thơ lục bát của ông:

"Tôi trồng giữa biển cây đa
Để em dựng miếu cất nhà nghỉ chân
Tôi còn hát nhạc Trịnh Công
Sơn, cung ngôn ngữ con khuông bổng trầm".

Thơ (văn xuôi) không vần xuất hiện ở Việt Nam đã non một thế kỷ. Từ Phan Khôi, Tương Phố cho đến nay, dường như chưa có nhà thơ nào thành công ở thể loại này.

Cao Đông Khánh viết khá nhiều thơ không vần. Có lẽ, cái đặc tính khoáng đạt, mãnh liệt của thơ hợp với tâm trạng ông chăng? Tuy không thể nói là thành công, nhưng thơ không vần của Cao Đông Khánh có nhiều bài, đoạn khá tinh tế, với lối so sánh ẩn dụ độc đáo. Thành thật mà nói, nếu đặt những đoạn thơ văn xuôi này bên cạnh những bài thơ khác của Cao Đông Khánh, có lẽ không ai nghĩ, cùng một người viết ra:

"Hắn nhìn thấy ở đôi mắt nàng. Đôi mắt bốn mùa mưa gió ôn hòa cho hoa quả bình yên trên cây cao bóng mát lộng dưới một dòng sông yếu điệu bắt nguồn tự giây phút khởi sự như một bài thơ hay một nét phác họa về những mộng mị dài lâu... (Và)... Em xinh đẹp như sự im lặng. Im lặng chỉ có đôi mắt em. Im lặng chỉ có đôi môi em. Im lặng chỉ có ánh nồng của tóc. Im lặng chỉ có thân thể em trong chỗ không có phong cảnh. Và đen và màu sắc. Hợp lại thành câu hát một đời người trên nền tảng của em xinh đẹp như sự im lặng ánh sáng tạo được để em cầm đuốc bước ra làm lực sĩ nhan sắc." (Lửa đốt ngoài giới hạn, trang 281284).

Trong văn học sử Việt Nam, có lẽ không có ai viết nhiều, viết lâu đến hai mươi năm chủ yếu về đề tài vượt biển và thân phận con người, cùng nỗi nhớ nhà, nhớ quê như Cao Đông Khánh. Sự biến đổi tâm lý trong hai mươi năm ấy, in đậm nét trên những trang viết của ông. Tuy nhiên, dù có biến chuyển tâm lý như thế nào đi chăng nữa, thì tư tưởng nhất quán trong Cao Đông Khánh vẫn là: "Bởi tôi không phải/ thằng Mỹ gốc Cộng Hòa Xã Hội Chủ Nghĩa/ I love you – thuần chất Việt Nam/ Trả hết ân oán cho bọn mê đồ tình tự". Chính vì vậy, nỗi đau đớn và nhớ thương luôn thường trực trong lòng người thi sĩ. Dẫu biết rằng, tên đã đổi, chủ đã thay. Đọc Thế giới trong, ngoài, một bài thơ gói trọn nỗi cô đơn khắc khoải đó của Cao Đông Khánh, quả thực không ai không khỏi bùi ngùi xúc động:

"Giáng sinh trắng ngọn đèn nhật ký
Bóng tối mỗi người có chỗ có nơi
Sao một cảnh, ai cũng hoài hương hết
Xứ sở nào mở tiệc giữa không trung. ----

Mỗi người một kiểu đế vương thất quốc
Ngồi mỗi góc trời nhớ một cố hương
Khuya tận tụy trên từng giây âm nhạc
Khẩy trong đầu đồng vọng mớ lương tâm".

Cũng từ cái tư tưởng nhất quán ấy, do vậy trong thơ văn cũng như trong cuộc sống Cao Đông Khánh biểu hiện nhân sinh quan một cách rõ ràng. Và cái qui luật vô thường ấy, trước ông đã có nhiều văn nghệ sỹ những tháng ngày cuối đời thường nhắc đến và dự báo một cách chính xác như: Vũ Hoàng Chương, Nguyễn Nho Sa Mạc... Vâng, điều đó có lẽ chỉ những thi sĩ, văn nhân với tâm hồn nhạy cảm mới có được. Và Trăng Trong Vịnh Frisco là một bài thơ như vậy, cũng là bài thơ cuối cùng rất hay (trước khi qua đời) của thi sĩ Cao Đông Khánh. Không chỉ có sự định liệu trước một cách vui vẻ, thanh thản: "Hắn đã đến. Đã ở. Đã đi/ Trống thêm một chỗ trống..." mà thi sĩ Cao Đông Khánh dường như muốn để cho chúng ta, những thế sau ông một lời nguyện cầu đầy nhân bản vậy:

"Hãy tập nói: Yêu
Mọi người: Hãy tập nói
Mọi người thành tiểu thuyết
Mỗi ngày tháng năm mỗi thời sự chung chạ
Để dành cho
những hơi thở nồng nàn của cuộc người sắp ngửa"

Thành thật mà nói, tôi chưa đọc thơ văn của ai mà cảm thấy nặng nề và khó khăn như thơ Cao Đông Khánh. Chưa hẳn đã phải là từ ngữ, mà cái nặng nề ấy bởi, thơ ông, tâm hồn ông gắn liền với những bi thương nhất của dân tộc và thân phận con người từ sau tháng 4/1975. Đọc lên cứ thấy chờn chờn, rợn rợn. Và có thể nói, ông là người viết lịch sử thuyền nhân bằng thơ. Thơ Cao Đông Khánh không phải thơ dễ đọc, do vậy rất kén người đọc. Tuy nhiên, nếu thiếu vắng ông, văn học sử Việt (nhất là mảng thuyền nhân trốn chạy, với chất giọng Nam Bộ) sẽ để lại một khoảng trống không nhỏ.

Cách nay vài tuần, có một nhà văn gửi tặng tôi cuốn Lửa đốt ngoài giới hạn. Đọc thấy từ ngữ, và giọng thơ Cao Đông Khánh rất lạ. Nên tôi tìm đọc tiếp và viết. Có lẽ, bài viết này của tôi chỉ là một phần nhỏ với khía cạnh nào đấy về Cao Đông Khánh. Do vậy, rất cần các nhà nghiên cứu phê bình khai mở thêm. Và tôi xin mượn bài thơ vẽ chân dung Cao Đông Khánh rất hay của nhà thơ Thế Dũng để kết thúc bài viết này:

"Từ nơi yêu dấu lưu linh
Giang hồ khánh kiệt làm thinh cười trừ
Thơ còn nhậu rất vô tư...

*Sử tình mê sảng mấy mùa phù dung
Du nhân trắng mắt chìm xuồng
Ngàn cơn mơ ảo lâm chung bặt lời
Hồ Gươm trăng gió khơi khơi...
Cánh đồng trầm thủy biệt người hào hoa
Nhớ em như thể nhớ nhà
Dù như đã đổi chủ mà... vẫn mong!
Coi như thi họa xuống sông
Mua không văn tự biển ngông trời cuồng
Uống đời đốt tuổi long đong
Lửa ngoài giới hạn cháy không tạ từ..."*

Leipzig ngày 19-5-2018

HỮU LOAN –
TÀI NĂNG VÀ SỰ MÂU THUẪN TRONG TƯ TƯỞNG CŨNG NHƯ THI CA

Thế hệ tôi ở miền Bắc trước 1975, dường như rất ít người biết đến nhà thơ Hữu Loan. Bởi, thơ ông không được in ấn, nhắc nhở đến. Nếu không có văn học, âm nhạc miền Nam, và sự cởi trói cho các văn nghệ sỹ vào những năm cuối của thập niên tám mươi, thì thơ văn, cũng như con người Hữu Loan vẫn còn nằm đó, hóa thạch với thời gian. Hữu Loan viết không nhiều. Và cùng Trần Dần, Lê Đạt...

ông là người tiên phong trong việc cách tân thơ Việt ngay từ những ngày đầu kháng chiến. Do vậy, tính mộc mạc, dân dã trong thơ
Hữu Loan đã được mọi tầng lớp người đọc yêu mến, đón nhận. Song giống như các nhà thơ cùng thời, không phải bài thơ nào của Hữu Loan cũng đạt được những điều mong muốn. Tuy nhiên có thể nói, Hữu Loan là một trong những linh hồn và nhà thơ có sức sống lâu dài nhất của thi ca kháng chiến (ở giai đoạn 1946- 1954).

Đi sâu vào nghiên cứu, ta có thể thấy, Đèo Cả và Màu Tím Hoa Sim là hai bài thơ hay, và tiêu biểu nhất cho sự nghiệp sáng tạo của Hữu Loan. Cùng tính chân thực, nhưng nếu Đèo Cả đậm chất hào sảng, phóng khoáng, thì Màu Tím Hoa Sim mang nặng chất trữ tình, bi thương của người lính. Ngoài ra, sự mâu thuẫn trong tư tưởng, trong thi ca của ông cũng là những vấn đề được đặt ra.

Lật lại văn học sử kháng chiến, thấy một điều lý thú. Bởi, cùng năm 1946, hai tú tài, người Thanh Hóa, ở mặt trận Tuy Hòa, chung một cảm xúc, đã cho ra đời hai thi phẩm rất mới lạ về cả nội dung, lẫn thi pháp nghệ thuật. Nó như một luồng gió mới, thổi vào thơ ca gà gật của ngày đầu kháng chiến vậy. Đó là Trần Mai Ninh với Nhớ Máu, và Hữu Loan với Đèo Cả. Tuy nhiên, hai bài thơ có số phận hoàn toàn khác nhau. Nếu "Nhớ Máu" lạnh tanh, với những câu thơ ằng ặc máu, đọc lên phải dựng tóc gáy, được đưa vào giảng dạy nơi học đường, thì Đèo Cả kể từ sau 1956 đã hóa đá cùng Hữu Loan.

Có thể nói, Hữu Loan đến với thi ca khá muộn, bằng bài thơ đầu tay Đèo Cả, ở cái tuổi ba mươi. Ngay từ bài thơ đầu, ông đã bộc rõ tài năng với lối cách tân độc đáo, và đã mở ra một con đường thơ riêng của mình. Cùng giọng điệu mới, với từ ngữ dân dã, (khẩu ngữ) những câu thơ bậc thang, Hữu Loan đã làm cho nhịp thơ dứt khoát, nhất là khi miêu tả, bộc lộ cảm xúc, rung động có tính đa chiều. Vâng, và cái cảm hứng lãng mạn, với khuynh hướng sử thi ấy, làm cho Đèo Cả mang đậm nét bi tráng, nhưng cũng rất đỗi tĩnh tại:

"Biệt nhau
  rừng hoang canh gà
Râu ngược
  chào nhau
    bên vách núi...
Sau mỗi lần thắng
Những người trấn Đèo Cả
Về bên suối
Đánh cờ
Người hái cam rừng
Ăn nheo mắt
Người vá áo
Thiếu kim
Mài sắt
Người đập mảnh chai
Vểnh cằm
Cạo râu....".

Dù viết về chiến tranh, nhưng tính nhân bản, tình đồng đội xuyên suốt trang thơ Hữu Loan. Cái hào sảng, can trường của người lính trong Đèo Cả, đọc lên tưởng chừng đâu đó phảng phất bóng hình, hồn vía của những tráng sĩ, người lính trong dân ca, ca dao, hay trong Chinh phụ ngâm của Đặng Trần Côn vậy. Có thể nói, cùng với đoàn quân, người lính không mọc tóc trong Tây Tiến của Quang Dũng, người lính tóc râu trùm vai rộng trong Đèo Cả của Hữu Loan là hình tượng độc đáo nhất của văn học sử Việt Nam. Và nó cũng là những bài thơ hay nhất, hào khí, và bi tráng nhất về người lính của thi ca kháng chiến (19461954):

"Dưới cây bên suối độc
cheo leo chòi canh như
biên cương
    tóc râu trùm
        vai rộng
Không nhận ra người làng
rau khe
cơm vắt
áo phai màu chiến trường
    ngày thâu
        vượn hú
đêm canh gặp hùm
    lang thang
Gian nguy
    lòng không nhụt"

Núi bia cao ngất, mù sương, một khung cảnh chết, song chỉ với hình ảnh một cái quán, hay một chòi nghỉ chân dọc đường, tác giả điểm lên đó một sự sống, một câu thơ sống. Nó như một bức tranh ký họa sinh động, giàu hình tượng (khái quát) về sự rùng rợn, và khốc liệt ở nơi chiến trường vậy:

"Đèo cả!
Đèo cả!
núi cao ngất
  mây trời Ai Lao
   sầu đại dương
    dặm về heo hút
Đá bia mù sương
Bên quán Hồng Quân
    người
      ngựa
        mỏi
nhìn dốc
  ngồi than
    thương
      ai
        lên
          đường!..."

Phải nói, Màu tím hoa sim là một trong những bài thơ được nhiều người yêu mến nhất, bởi cái tính chân thật. Cả bài thơ như một lời tự sự, hay một tiếng bi ai về cái chết của người vợ trẻ hậu phương của người lính nơi trận tiền. Không phải chỉ có Màu tím hoa sim, mà sau này, những Khúc Thụy Du của Du Tử Lê, hay Khúc Tình Buồn, Cô Bắc Ky Nho Nhỏ của Nguyễn Tất Nhiên, đều được viết ra từ cảm xúc về những mối tình thực của mình. Do vậy, nó gây nhiều hứng cảm đi sâu vào lòng người đọc một cách sâu sắc. Từ cảm xúc chân thực như vậy, cùng khẩu ngữ giàu nhạc tính rất dễ lay động người nhạc sỹ khi chuyển thành ca khúc. Thật vậy, những câu chuyện tình sử ấy, đều trở thành những giai thoại dưới nét nhạc của Phạm Duy, Anh Bằng, hay Duy Khánh...khắc sâu trong lòng người vậy.

Tuy nhiên, với tôi, Màu tím hoa sim không phải là bài thơ hay nhất của Hữu Loan. Nhưng nó là một trong những bài thơ tình bi đát hay, và chân thật nhất của người lính, kể từ khi có thơ mới cho đến nay:

"*...Từ chiến khu xa*
Nhớ về ái ngại
Lấy chồng thời chiến binh
Mấy người đi trở lại
Nhỡ khi mình không về
thì thương
người vợ chờ
bé bỏng chiều quê...
Nhưng không chết
người trai khói lửa
Mà chết
người gái nhỏ hậu phương

Một chiều rừng mưa
Ba người anh trên chiến trường Đông Bắc
Được tin em gái mất
trước tin em lấy chồng

Chiều hành quân
Qua những đồi hoa sim
Những đồi hoa sim
những đồi hoa sim dài trong chiều không hết
Màu tím hoa sim
tím chiều hoang biền biệt..."

Đi sâu vào đọc, và nghiên cứu, ta có thể thấy, Hữu Loan có sự mâu thuẫn khá sâu sắc về tư tưởng cũng như trong thơ văn. Bởi, trước khi về quê thồ đá, ông có đến ít nhất là ba bài tụng ca, được viết vào khoảng những năm 1955- 1956. Một thứ đại kỵ với thơ ca đích thực. Nó hoàn toàn trái ngược với nhân cách, con người cũng như thơ ca Hữu Loan trước và sau đó. Với tôi, cái sự mâu thuẫn này của ông quả thực khó lý giải. Được biết, ở thời gian đó Hữu Loan có tham gia đội Cải cách ruộng đất. Chắc chắn ông là người chứng kiến và hiểu rất rõ về nó. Nhưng bài Chờ Đội Về, không những ông đã viết ngược lại với những hiện thực ấy, mà còn cổ xúy cho cuộc chiếm đoạt, đấu tố long trời lở đất này. Bài tụng ca này, được Hữu Loan viết và in vào tháng 2-1956 trên báo Văn. Vâng, đọc nó ta có thể hiểu thêm rằng, dù cách tân hay với hình thức nghệ thuật nào đi chăng nữa, dạng những bài này của tác giả "Màu Tím Hoa Sim" chỉ dừng lại ở mức vè không vần mà thôi:

"-- Ai đã về quê tôi?
Nước sông Hồng
Quanh năm
Chảy mật
Ruộng hai mùa
Mông mênh biển vàng
Nhưng bần cố nông
Vẫn là những kẻ
Mất thiên đường
Lang thang
Trong hỏa ngục.
Vải ấm Đảng cho
Bần cố nông
Không được mặc
Gạo no Đảng cho
Bần cố nông
Không được ăn

*Địa chủ
và tay chân
Đem bán chia nhau.... "*

    Khó hiểu, và bất ngờ hơn nữa, trong cùng một thời điểm Hữu Loan viết bài ngợi ca: Chế Độ Ta, khác hẳn với sự châm biếm, đả kích ở bài: Cũng Những Thằng Nịnh Hót. Sự mâu thuẫn, nhức nhối này, làm cho người đọc một cảm giác "Cây gỗ vuông chành chạnh" Hữu Loan, dường như còn một khuôn mặt khác nữa:

"...Chế độ ta
Đến đâu
Mặt trời theo
Đến đấy
Chế độ ta
Đã dạy
Cho mặt trời
Công bình...
Chế độ ta
Không còn hành khất
Không còn người ăn sương
Nhân loại cần lao
Lớp lớp
Lên đường
Mặc áo muôn màu
Hát muôn thứ tiếng
Tay nắm tay thân mến

"Ta giữ hòa bình
Cho chế độ ta đây..."

Có thể nói, Hữu Loan có cái nhìn méo mó về Hà Nội và Saigon, cũng như cuộc di cư của hơn một triệu đồng bào miền Bắc (sau1954), khi ông viết bài Đêm vào tháng 5/1956. Qủa thực, dưới cái tư tưởng, quan điểm phiến diện như vậy của Hữu Loan, Hà Nội trước kia, và Saigon hôm nay (1956), hiện lên trong thơ như một thứ ung nhọt, giang mai cùng mã tấu. Sự đĩ điếm, bỉ ổi ấy, càng rõ nét hơn dưới phép so sánh của ông: "Đêm Hà Nội/ Ngày nay/ Như em nhỏ nằm tròn/ Ru trong nôi chế độ". Cái khía cạnh, và sự ru ngủ này, trong thơ Hữu Loan, dường như ít được các nhà nghiên cứu, và phê bình nhắc đến:

"...Hốt hoảng gọi nhau
Không kịp vớ áo quần
Những đêm Hà Nội ngày xưa
Lõa lồ
Mình đầy ung độc
Đã xuống tàu đêm
Vào Sài Gòn
Tất cả
Những đêm Sài Gòn
Ngày nay
Đêm giang mai
Tẩu mã
Đang mưng
Cấp cứu gấp vạn lần
Những đêm xưa Hà Nội
"10$ 1 cốc cà-phê
100$ 1 con gái..."
Quảng cáo đóng đầy
Ngực đêm
Như áo ngủ Sài Gòn

Đêm Hà Nội
Ngày nay
Như em nhỏ nằm tròn
Ru trong nôi chế độ
Những đèn dài đại lộ
Như những tràng hoa đêm
Nở long lanh
Trong giấc ngủ
Bình yên"

      Sau 1954, những thi sĩ, nhà văn cùng thời như, Chế Lan Viên, Xuân Diệu, hay Nguyễn Tuân… đều phải đảo bút, úp mặt quay lưng vì cuộc sống là điều dễ hiểu. Song với Hữu Loan một nhà thơ thẳng thắn, và can trường là một điều thật khó lý giải. Do vậy, cần lắm một sự nghiên cứu của các bậc tiền bối từ trong nước ra đến hải ngoại, để làm sáng tỏ một cách chân thật nhất về nhà thơ tài năng, đáng kính Hữu Loan.

Leipzig ngày 4-4-2020

NHỮNG MẢNH RỒNG – CUỐN TIỂU THUYẾT ĐI TÌM VÀ GHÉP LẠI LINH HỒN VIỆT CỦA HOÀNG MINH TƯỜNG

Có thể nói, những năm gần đây Hoàng Minh Tường là một hiện tượng lạ của Văn học Việt. Không chỉ góp phần làm sống lại dòng Văn học hiện thực phê phán, mà ngòi bút của ông còn chọc thẳng vào những điều cấm kỵ, nhảy cảm nhất của những kẻ cuồng cộng cùng những người chống cộng cực đoan. Những Mảnh Rồng được viết gần đây nhất là cuốn tiểu thuyết điển hình như vậy của Hoàng Minh Tường. Theo cách nói của giới chè chén vỉa hè, thì Hoàng Minh Tường to gan, lớn mật, dám cả gan bóp một phát cả hai dái ngựa, để lãnh trọn hai chân ngựa đá. Do vậy, để cho ra lò được cuốn tiểu thuyết này, chỉ riêng tài năng, sự can trường của Hoàng Minh Tường thì quả thực chưa đủ, mà còn cần sự can đảm của bà đỡ. Vâng! Con đường buộc phải đi giữa hai làn đạn ấy, không phải nhà xuất bản nào cũng đủ dũng khí để đi đến tận cùng với Hoàng Minh Tường.

Về đề tài này, trước Hoàng Minh Tường đã có một số tác phẩm, bài viết của những Dương Thu Hương, Trần Trung Đạo hay Trần Hoài Thư...tuy nhiên hình thức, hoặc mức độ nông, sâu có khác nhau. Cho nên, cũng cần phải nói thẳng, kể từ sau 1975 chưa có một cuốn tiểu thuyết nào đi sâu vào mổ xẻ cái thối tha, bỉ ổi của cả hai phía cuồng cộng và chống cộng cực đoan một cách thẳng thừng, mạnh mẽ, sâu sắc như tiểu thuyết Những Mảnh Rồng. Và có lẽ, đây cũng là cuốn sách gây cho Hoàng Minh Tường nhiều áp lực nhất, trong sự nghiệp cầm bút của ông.

Xuất thân từ nhà giáo, và đã vào cái tuổi thất thập, tưởng chừng nhà văn trấn Sơn Nam Thượng Hoàng Minh Tường đã vắt kiệt cho những: Gia Phả Của Đất, Thời Thánh Thần, hay Nguyên Khí...Nhưng không! Đọc Những Mảnh Rồng, ta thấy ông vẫn còn sung sức và khoáng đạt lắm. Về thủ pháp nghệ thuật, với tôi Những Mảnh Rồng không phải là cuốn tiểu thuyết hay nhất của Hoàng Minh Tường. Nhưng nó mang tính tư tưởng, dự báo, giải quyết những mâu thuẫn bế tắc của xã hội hiện nay.

Thật vậy, chiến tranh đã đi qua trên bốn mươi năm, nhưng lòng người vẫn ly tán. Linh hồn con dân đất Việt vẫn như những mảnh vỡ trôi dạt khắp muôn nơi.

Sự lưu manh hóa của xã hội, con người càng đào sâu thêm hố ngăn và khoảng cách. Dẫu biết rằng, nó chẳng khác công việc đội đá vá trời, vậy mà Hoàng Minh Tường vẫn cần mẫn đi tìm và hàn gắn lại những linh hồn, thân phận con người thông qua những trang sách của mình.

Những Mảnh Rồng là cuốn tiểu thuyết có tính khái quát cao, với nhiều tuyến nhân vật gắn với những sự kiện nóng hổi chìm trong mâu thuẫn đang diễn ra ở trong nước cũng như nơi hải ngoại. Qua cuốn tiểu thuyết này, một lần nữa cho ta thấy bút pháp biến hóa, già dặn của Hoàng Minh Tường. Bút pháp ấy, tuy mang đậm tính tự sự truyền thống, nhưng những sự việc, nhân vật chồng chéo đan xen nhau, không theo một trình tự nhất định, vẫn hiện lên một cách sinh động. Có điều đặc biệt, cuốn tiểu thuyết này, dường như tác giả không chủ định xây dựng nhân vật chính, nhân vật trung tâm. Bởi, nhân vật, sự kiện trên trang sách là hình mẫu thật khác nhau ngoài đời, được tác giả xâu chuỗi lại, và tiểu thuyết hóa đều trở thành hình tượng tiêu biểu. Và mỗi mảnh ghép ấy, là những số phận gắn liền với biến cố, thăng trầm của đất nước.

Dù đã được tiểu thuyết hóa, vậy mà người đọc vẫn bắt gặp hình bóng của những văn sĩ, nhà báo trên trang văn như: Vũ Thư Hiên, Ba Xàm Nguyễn Hữu Vinh, Huy Đức, Trương Duy Nhất... Hoặc những nhóm, ký giả cực đoan: Vạn Thắng, Hoàng Dược Thảo, Việt Thường... Hay tầng tầng, lớp lớp bọn sâu mọt đang tàn phá đất nước, làm giầu trên nỗi thống khổ của người dân oan mất đất, mất nhà từ Ba Dũng đến Phạm Nhật Vượng, Trịnh Xuân Thanh trở về từ Đông Âu... và trở cờ như Trần Trường ở Hoa Kỳ...

* Chiến tranh và thân phận con người sau 1975.

Có thể nói, Những Mảnh Rồng là pho tiểu thuyết trải dài gần nửa thế kỷ, kể từ sau 30-4- 1975 cho đến nay. Nó được bắt đầu bằng cuộc phân ly, trốn chạy CS lần thứ hai của con dân đất Việt. Mâu thuẫn, dấu ấn để lại sâu đậm trong lòng người đọc vẫn là chiến tranh và những hố ngăn của ý thức hệ. Dù chiến tranh chỉ thoắt ẩn, thoắt hiện trên những trang viết, nhưng nó là sự khởi nguồn của những nỗi đau và cả điều phi lý để làm nên cuốn sách.

Có lẽ, không có nỗi đau nào bằng nỗi đau của người mẹ, phải chứng kiến hai người con (đều là sĩ quan cấp cao) ở hai đầu chiến tuyến lao vào bắn giết nhau. Với cái chết phơi thây nơi chiến trường đó của họ, và lao tù là nơi buộc phải đi đến của người cháu đích tôn sau chiến tranh là nhát dao cuối cùng chém (vỡ) nát tâm hồn người mẹ, người bà. Những mảnh vỡ (Tiên – Rồng) ấy, chính là những điều buộc Hoàng Minh Tường phải (giải quyết) tìm tòi hàn gắn lại trong cuốn tiểu thuyết này. Đoạn trích dưới đây chỉ là những lời tự sự và hình ảnh nghịch lý của cuộc chiến vừa qua, tuy không mới, nhưng tác giả đã cho người đọc thấy được cái nguyên nhân cốt lõi đó: "...Ba Bối nói: Anh Hai chết rồi. Ảnh từ trên xanh luồn xuống vùng Điện Bàn, bị pháo hạm Mỹ bắn thủng ruột, chết giữa sông Thu Bồn. Bà cụ không tin lời Ba Bối. Nó nói thế cốt để cho bà khỏi chờ, và để vợ chồng nó đón bà vô Sài Gòn. Bà đinh ninh thằng Hai Bửu con bà không thể chết... Người em Phạm Trọng Bối đã có lúc leo tới chót vót nấc thang quyền lực chính thể Việt Nam Cộng hoà. Ấy là năm 1972, ông từng đeo lon đại tá, tư lệnh mặt trận An Lộc. Nhưng rồi mùa hè đỏ lửa năm ấy, để tử thủ bảo vệ phòng tuyến tây bắc Sài Gòn, chặn đứng bước tiến của quân cộng sản miền Bắc từ Lộc Ninh theo đường 13 tràn xuống, đại tá Phạm Trọng Bối và hai cộng sự cùng bị chôn chung trong một căn hầm trong rừng cao su dưới làn hoả pháo dày đặc của đối phương..." (Những Mảnh Rồng- Sách đã dẫn)

Tuy Hoàng Minh Tường tháo bỏ được chiếc vòng kim cô trên đầu đã lâu, nhưng có một số từ ngữ, hình ảnh trong tiểu thuyết Những Mảnh Rồng làm người đọc khó có thể đồng cảm. Bởi, dù dưới nhãn quan và lăng kính nào đi chăng nữa, nhà văn luôn phải công bình đối với người lính của cả hai chiến tuyến. Cái khó đồng cảm này, có lẽ không chỉ ở các nhà văn xuất thân từ miền Bắc như: Hoàng Minh Tường, Dương Thu Hương, hay Bảo Ninh...mà ngay một số nhà văn miền Nam rất đáng kính cũng vậy, khi viết về những anh bộ đội, người lính phía Bắc thường có những từ ngữ chua cay, làm cho người đọc phải cay cay nơi sống mũi. Ta có thể thấy, xuyên suốt chiều dài của lịch sử dân tộc, dù ở thời kỳ nào, chế độ nào, người lính trận luôn phải gánh chịu những thiệt thòi, gian khổ, đáng trân trọng nhất. Do vậy, những người lính Việt Nam Cộng Hòa không thể là ác ôn, hay những anh bộ đội không phải là kẻ sắt máu. Bởi, họ đều là những học sinh, người nông dân lành như đất, buộc phải cầm súng theo lệnh của những kẻ đầu cơ, mua bán chiến tranh mà thôi. Hình ảnh, đoạn văn dưới đây là một trong những cái nhìn hơi bị cực đoan, méo mó. Cùng với tình tiết đã được tiểu thuyết hóa một cách vượt ngưỡng của nhà văn Hoàng Minh Tường. Tôi cho rằng, đây cũng là hạn chế của cuốn sách này. Dù đó chỉ là từ ngữ, thông qua lời kể của người mẹ mất cả hai người con ở hai bên chiến tuyến: "... đêm thằng Ba Bối bỗng đi xe Jeep dẫn mấy đứa ác ôn trên đồn Cầu Đá về nhà. Nó bảo, có tin mật báo, anh Hai từ miền Bắc mới đột nhập vĩ tuyến trở về. Thế nào anh Hai cũng về gặp má. Con về đây đón lõng. Nếu anh Hai về con quyết xin ông cộng sản ấy cái đầu nộp Chánh phủ quốc gia..." (Những Mảnh Rồng- Sách đã dẫn)

Sau chiến tranh, sự bắt bớ tù đày, cải tạo công thương, đuổi dân lên rừng với mỹ từ kinh tế mới, đã đẩy con người xã hội vào đường cùng, ngõ cụt. Lối thoát duy nhất của họ cùng với chiếc thuyền mỏng manh, lao ra biển cả. Tôi đã đọc rất nhiều hồi ký, bút ký của những thuyền nhân, trốn chạy, hoặc của những nhà văn khác viết cùng đề tài. Vậy mà, đọc Những Mảnh Rồng của Hoàng Minh Tường không thể kìm nén được cảm xúc. Vẫn từ ngữ dân dã, ngắn gọn tạo ra những tình huống, hành động bất ngờ. Hình ảnh cô giáo Nhạn bị hải tặc cưỡng hiếp trên thuyền, dẫn đến cái chết của chồng con, buộc phải sinh non, đẻ sớm dường như đã lột tả đến tận cùng sự khốn nạn, và nỗi đau của con người. Một nỗi đau không thể so sánh, như trước đây đã có trong câu thơ của Cao Đông Khánh: "... em nói, chồng em chết tù cải tạo/ những đứa con ngọc ngà chết ở biển đông/ còn đứa trẻ khôi ngô này, sinh ở trại tị nạn/ cha nó đang làm hải tặc Thái lan..."

Có thể nói, những đoạn văn miêu tả của Hoàng Minh Tường về thảm cảnh vượt biển, trốn chạy sinh động, và thành công nhất trong cuốn tiểu thuyết này:

"Trong một góc hầm tàu, hai tên cướp đang lột truồng một phụ nữ cưỡng hiếp. Ở một góc khuất, ánh đèn pin của gã râu xồm tay cầm khẩu Pạc-hoọc chĩa thẳng vào mặt Nhạn. Một giọng Việt lơ lớ, giống như cái giọng trên con tàu hải quân hôm qua, reo lên: "Hơ hơ… Đ. cái l. chửa sướng nửa tháng giời, chúng bay ơi…" Cô giáo Nhạn rú lên, lủi sâu vào trong góc, hai tay ôm lấy bụng. Bé Yến từ đâu đó lao ra, gào xé giọng: "Má… Cứu má, ba ơi…" Một tiếng thét kinh hồn của Bắc, kèm theo là một cú đá song phi vào thẳng mặt tên râu xồm khi hắn vừa xé toạc váy của Nhạn. Ngay sau đó là hai phát súng làm cả tàu chết lặng. Bắc và con gái nằm vật, ôm lấy người đàn bà ngã ngửa, quần áo bị xé toang, lồ lộ một vùng tròn căng trắng mờ…" (Những Mảnh Rồng- Sách đã dẫn)

Mượn lời người Malaysia, khi xua đuổi thuyền nhân, thay cho lời cáo trạng, cũng như biểu lộ sự kinh tởm đối với chế độ cộng sản, là ý đồ nghệ thuật của Hoàng Minh Tường chăng? Để từ đó bật ra cái thân phận hẩm hưu, rẻ mạt của con dân đất Việt đang thất tán và phiêu bạt. Vâng! Dưới ngòi bút Hoàng Minh Tường, ta thấy được tư tưởng, ý thức đè nặng trên những trang văn là vậy:

"Người Mã chúng tôi ngày trước còn nghèo hơn nước các người. Chúng tôi hạnh phúc vì chúng tôi sống yên bình, không thích đánh nhau. Bây giờ chúng tôi cũng không muốn các người mang mầm mống cộng sản sang đây. Hãy trở về và cam chịu sống với chế độ ưu việt nhất thế giới của các người. Đất nước chúng tôi ghê sợ Việt cộng lắm rồi…" (Những Mảnh Rồng- Sách đã dẫn)

* Những mâu thuẫn ý thức, tư tưởng về bức tranh hiện thực của xã hội đương thời.

Những Mảnh Rồng là tiểu thuyết mang tính thời sự, xã hội trong không gian rộng mở. Do vậy, nhiều tuyến nhân vật với hệ tư tưởng khác nhau, ắt dẫn đến những mâu thuẫn và xung đột. Những mâu thuẫn, xung đột ấy, hoàn toàn không thể hóa giải, nếu không có tự do, và công lý, đất nước vẫn còn độc tài trị. Có thể nói, khi Phạm Hải Hành và David Bùi giương cao lá cờ ba màu vàng, xanh, đỏ bị những người chống cộng cực đoan đánh trọng thương, thì mâu thuẫn đã lên đến đỉnh điểm. Sự quá khích ấy, không chỉ dừng lại đánh đập thế hệ trẻ như Phạm Hải Hành, hay David Bùi, mà còn hạ triệt cả cha mẹ, dù là những trí thức đáng kính. Đoạn trích dưới đây, trong bài báo của Tổng biên tập Lê Sa Biền cho ta thấy rõ điều đó: "Một nhà văn được chính quyền Hà Nội xếp vào danh sách chống cộng cỡ như Nhân Mục, giờ phải như thế nào mới quay ngoắt một trăm tám mươi độ như thế chứ? Hẳn ông ta muốn lấy điểm để chính quyền Hà Nội thí cho một suất về thăm cố hương? Hẳn là ông ta đã được cộng sản Hà Nội cho ăn bánh vẽ, rồi sẽ tiếp bước tướng râu kẽm Nguyễn Cao Kỳ và đại nhạc sĩ Phạm Duy, quá hám lợi mà đã phản bội lý tưởng quốc gia, vì thế khi về Mỹ, họ càng ra rả tuyên truyền không công cho giọng điệu hoà hợp dân tộc giả dối và bỉ ổi. Nhân Mục thực sự đã lộ mặt nạ là một Việt cộng nằm vùng. Và hôm nay, thưa bạn đọc, ông bố dượng tinh quái và thâm độc đã huấn luyện cậu con riêng đi theo con đường bán mình cho quỉ…" (Những Mảnh Rồng- Sách đã dẫn)

Không chỉ có bị đánh đập như ở Little Saigon, quận Cam, Hoa Kỳ, mà với lá cờ ba màu này ở Hà Nội thì chắc chắn Phạm Hải Hành và David Bùi sẽ gia tăng thêm tội, nhập kho, bóc lịch là điều không thể tránh. Có lẽ, để viết được những điều này, trước nhất nhà văn phải can đảm vượt qua sự sợ hãi của chính mình.

Cái tư tưởng, cũng như ý tưởng ấy không mới, nhưng không phải ai cũng dám viết, dám đưa cuộc sống, thân xác mình vào giữa hai gọng kìm như Hoàng Minh Tường. Nhất là khi ông đang sống, và làm việc ở trong nước:

"Hai thanh niên trẻ Phạm Hải Hành và David Bùi chỉ là con rối trong tay những kẻ muốn phủ nhận thắng lợi vĩ đại của cuộc kháng chiến chống Mỹ, muốn xóa nhòa thành quả của cách mạng, do Bác Hồ và Đảng ta lãnh đạo. Không thể và không bao giờ có bóng dáng của lá cờ vàng trên một lá cờ nào đại diện cho dân tộc. Chính quyền tay sai Sài Gòn mãi mãi bị lịch sử đào thải, loại bỏ khỏi dòng chảy của tổ quốc Việt Nam XHCN..." (Những Mảnh Rồng- Sách đã dẫn)

Dường như, những trí thức khoa học, nhà văn hóa tên tuổi đều là những nạn nhân của chính quyền độc tài. Tù tội, rồi trốn chạy sang các nước Âu- Mỹ là đặc điểm chung của họ. Nếu Phạm Đăng Sinh một chính khách có một chút tư tưởng tự do, dưới tầm ngắm của an ninh, hay tù nhân, nhà văn của chế độ cũ Nhân Mục đều phải bỏ nước ra đi, thì Lưu Sơn, Thái Đàm những nhà văn của chế độ cũng ngơ ngác trong vòng lao lý, rồi bị lưu đày nơi đất khách, uất hận đến tột cùng. Và bên cạnh Lương Vĩnh Nhân một ký giả chống cộng một cách cực đoạn, ta bắt gặp những nhà báo như Vũ Bảo Huy có cái nhìn trong sáng, cởi mở. Là nhà báo của chế độ, nhưng Vũ Bảo Huy dám nhìn thẳng, dám đi đến tận cùng của sự thật. Anh đánh đổi tất cả để đi tìm một chữ công lý. Cái chết trong tù của anh như một bản cáo trạng sống về mức độ dã man và tàn bạo cho một thể chế. Phải nói, mối tình giữa Vũ Bảo Huy và Mỹ Hằng tuy muộn màng, nhưng đó là cuộc tình đẹp và cao thượng. Nó góp phần không nhỏ làm dịu bớt những mâu thuẫn, khô khan và căng thẳng của trang sách. Tuy nhiên, cũng như một số nhà văn khác thường mắc phải, khi chưa hiểu hết luật ngoại kiều, và điều kiện nhập quốc tịch ở các nước Âu -Mỹ, nên thường viết: "Thời gian này, mặc dù đã kết hôn với Mỹ Hằng, đã có bé Jennyfer Bảo Hằng, nhưng Huy vẫn là người tự do. Huy chưa muốn nhập quốc tịch Mỹ." Có lẽ, luật ngoại kiều của Mỹ cũng giống như ở Đức thôi. Người nước ngoài có vợ (hoặc chồng) là người mang quốc Đức, phải sống tối thiểu 3 năm liên tục ở Đức, kể từ ngày kết hôn, mới có quyền đặt đơn xin vào quốc tịch. Được chấp nhận hay không là chuyện khác. Nếu được chấp nhận phải trải qua thi cử, và nhiều thủ tục khác, thời gian phải mất một, hai năm... Những hạt sạn tuy rất nhỏ, vậy mà khi đọc cũng cảm thấy có chút lăn tăn. Đành rằng đây là tiểu thuyết, nhưng không phải tình tiết nào cũng có thể tiểu thuyết hóa được.

Chỉ có những thi sĩ, trí thức vừa là con đẻ, vừa là nạn nhân của chế độ như Lưu Sơn, Thái Đàm, mới thấu hiểu hết cái giả dối, suy đồi của chế độ, của chủ nghĩa Marx. Có lẽ, gần mười năm tù đắng cay không án, với những ngày trốn chạy, truy đuổi cùng bản thảo hồi ký, từ Nga đến Balan, sang Đức rồi tới Pháp, nhà thơ Lưu Sơn mới hiểu được sự sai lầm của Marx, và cái ươn hèn của trí thức Việt. Chúng ta đọc lại đoạn trích dưới đây, một nhận định của nhân vật Lưu Sơn, hiện thân của nhà văn Vũ Thư Hiên, hay đó là những lời thú nhận đắng cay của chính triết gia Trần Đức Thảo:

"...Cả đời Trần Đức Thảo mù quáng cả tin vào ý thức đấu tranh giai cấp của Marx, đi theo cái sai lầm của Marx. Nhìn lại quá khứ, biết bao trí thức cũng hèn như Thảo, chỉ biết theo đuôi ca ngợi lãnh tụ và đảng, ca ngợi chủ nghĩa Marx, thì Nhân dân và Tổ quốc còn biết trông cậy vào ai? Tội ác cứ tiếp tục hoành hành, xã hội cứ tiếp tục suy đồi vì giả dối, vì tội lỗi. Tất cả do đám trí thức hèn như Thảo... Ở Hà Nội họ bảo: Cứ giữ danh nghĩa ông Marx thì ăn tiền. Vậy là họ thừa biết ông Marx sai, cả ông Hồ cũng sai, nhưng nếu không thờ Bụt thì làm sao được ăn oản?" (Những Mảnh Rồng- Sách đã dẫn)

Ngoài sự khác biệt về tư tưởng, ý thức hệ, Những Mảnh Rồng còn cho người đọc thấy được những mâu thuẫn trầm trọng giữa những người bị trị với bọn thống trị, và cường hào mới. Nó hiện lên một chế độ độc tài, tư bản hoang dã, với thứ luật rừng. Điển hình là những kẻ cơ hội, bè cánh từ Nga, từ đông Âu trở về. Dựa vào những con buôn chính trị, chúng tàn phá đất nước, làm giầu trên nỗi thống khổ của những người dân lương thiện. Đọc nó, ta còn thấy được cái sân sau, nơi giữ cất khối tài sản cướp được từ trong nước của chúng là những khu chợ, đất đai nhà cửa, kể cả chùa chiền ở Nga, Đức, Tiệp, Balan:

"Chỉ cần anh Chín nói với Mặt trận Tổ quốc đưa vào danh sách, rồi chọn một đơn vị bầu cử của một tỉnh có nhiều chiến hữu, nói là Trung ương giới thiệu, có trật đằng giời. Ngô Bỉnh Thạc được đưa về đơn vị bầu cử quê hương, ba chọn hai, Thạc là doanh nhân Liên bang Nga, Tổng giám đốc tập đoàn Beroza Group, hai người kia một là cô hiệu trưởng trường mẫu giáo, một là ông trưởng trạm thú y huyện. Không bầu cho Thạc thì có mà điên.

Như diều gặp gió, tại Quốc hội, Thạc đại diện cho khối doanh nhân hùng hậu Đông Âu góp vốn về chung tay xây dựng đất nước. Trụ sở chính của Beroza Group được chuyển từ Matscova về Hà Nội. Thạc để vợ chồng con trai cả Ngô Bỉnh Cẩm bên Nga, danh nghĩa là giữ đầu mối nhưng thực chất là nơi bảo toàn lợi nhuận thu được từ trong nước." (Những Mảnh Rồng- Sách đã dẫn)

Bè phái, lợi ích nhóm bện đan nhau như sợi dây thừng, dây chão vậy. Đám cưới giữa Thái tử đảng Trịnh Minh Hoàng và Ngô Đoan Diễm con gái của soái Nga, thực ra chỉ là sự liên minh bẩn thỉu giữa quyền lực chính trị và kinh tế. Qui về một mối, nhằm thao túng quyền lực, độc quyền hút trọn tài nguyên của đất nước, tài sản của nhân dân. Nếu ta đã đọc Gia Phả Của Đất, hay Thời Của Thánh Thần thấy được ngòi bút của Hoàng Minh Tường chọc thẳng vào cái ung nhọt, một hiện thực nóng bỏng nhất của xã hội đương thời, thì đến với Những Mảnh Vỡ ngòi bút ông bật lên nấc cao hơn thế nữa: Xổ toẹt Marx, bóc trần cái lưu manh của sự thần tượng hóa, và chỉ mặt điểm tên những kẻ tội đồ, một cách rõ ràng. Ta hãy đọc đoạn văn, với hình ảnh so sánh một cách thâm thúy này của Hoàng Minh Tường để thấy rõ điều đó:

"Đám cưới giữa Thái tử đảng Trịnh Minh Hoàng, con trai đồng chí Trịnh Tiến Cửu và kiều nữ luật sư Ngô Đoan Diễm, con gái soái Nga, đại gia Ngô Bỉnh Thạc, đã được tổ chức long trọng tại Hôtel Victoria... người ta thấy gần đủ mặt hội đồng Vua-tập thể, những anh Cả, anh Hai, anh Ba, anh Tư, anh Năm..., những Bộ trưởng, Thứ trưởng...Về phía doanh nghiệp, thấy đủ mặt Tổng giám đốc các quả đấm thép Vinashin, Vinalines, Vietnam Airlines, Vinamilk, các tập đoàn Dầu khí, Bưu chính viễn thông, Viettel, các ngân hàng Techcombank, Agribank...khối thương gia và doanh nghiệp có phần hoành tráng và ồn ã với những lẵng hoa đắt tiền, những thùng quà biếu lỉnh kỉnh...Riêng tờ "Nông thôn tươi sáng" lại thâm thúy đăng bài tổng thuật về đám cưới bên cạnh bức ảnh bọn người bảo kê và côn đồ đang dùng đoản côn đánh đập, đấm đá trấn áp những người nông dân Sông Văn trong vụ dự án khu đô thị Beroza chiếm đất." (Những Mảnh Rồng- Sách đã dẫn)

Có thể nói, tiểu thuyết Những Mảnh Rồng như một bức tranh tổng thể, phơi bày tất tần tật những đang diễn ra trong xã hội đương thời. Kể cả vì quyền lực, tiền tài con người dám vứt bỏ tình mẫu tử. Nhân cách, hình ảnh Tạ Kiều Sương là sự tận cùng của sự khốn nạn mà chế độ xã hội đã sản sinh ra.

* Hàn gắn vết thương, trách nhiệm, lòng tin đè nặng trên vai thế hệ trẻ.

Tuy không dụng công xây dựng nhân vật chính, nhân vật trung tâm, nhưng hồn vía hai nhân vật trẻ Phạm Hải Hành và David Bùi, xuyên suốt tác phẩm. Thuộc thế hệ thứ hai sống ở Hoa Kỳ, họ là chiếc ngòi nổ khai mở, và cũng là chiếc chìa, khóa lại (kết thúc) pho tiểu thuyết này. Cũng như nhà thơ Trần Trung Đạo, nhà văn Hoàng Minh Tường luôn đặt niềm tin vào thế hệ trẻ trước vận mệnh của dân tộc. Và họ (Phạm Hải Hành và David Bùi) hoàn toàn là hiện thân của Nhà văn. Những tư tưởng, hành động ấy, như một lòng tin, trách nhiệm đối với dân tộc, mà nhà văn đã chuyển sang cho thế hệ kế tiếp. Lá cờ ba màu vàng xanh đỏ chỉ là biểu tượng, hàn gắn lòng người, với ý đồ chuyển tải, thông qua thế hệ trẻ của nhà văn. Nếu Hoàng Minh Tường đã dành những từ ngữ đẹp nhất để viết về tư tưởng, hành động quả cảm, trong sáng vì đất nước và con người, như: Phạm Hải Hành, David Bùi, hay Đoan Diễm… thì với Trịnh Minh Hoàng, một kẻ bỉ ổi, được lưu manh hóa từ người cha, có thế lực địa vị cao ngất trời, ông hạ bút bằng những từ ngữ mạt hạng nhất. Hình ảnh Trịnh Minh Hoàng lừa, cưỡng hiếp Đoan Diễm bằng một thủ đọa đê hèn, như một cái tát vào chế độ thối nát đương thời. Hình ảnh đó, nói lên một điều, lưu manh, và quyền lực chỉ có thể xiềng xích, trói buộc thể xác, chứ không bao giờ thu phục được nhân tâm. Để làm dịu bớt cái khô, nóng về lịch sử, xã hội Hoàng Minh Tường đã dụng công sử dụng thủ pháp nghệ thuật phối ghép, cài đặt những chuyện tình lãng mạn vào trang viết. Bên cạnh sự lãng mạn đó, nó cũng bật ra cái mọi thủ đoạn, kể cả tình yêu và hôn nhân của những tên (lợi ích nhóm) chóp bu. Có thể nói, tả cảnh, tả tình là những đoạn có lời văn đẹp nhất trong cuốn tiểu thuyết này của Hoàng Minh Tường. Đoạn tình giữa cô gái Balan và Phạm Hoài Trung, nếu nhà văn không cái quan sát tỉ mỉ, và trí tưởng tượng phong phú, thì có lẽ, không có lời văn đẹp và mượt mà đến vậy:

"Ôla định véo tai Trung, nhưng anh đã chạy thoát. Hai người đuổi nhau quanh những gốc sồi cổ thụ, tiếng cười ngân xa mãi trên sông Warta. Rồi họ đi xuyên qua những cánh rừng thông, rừng bạch dương, bỏ lại những thị tứ cổ kính và thơ mộng với những nếp nhà cổ, mái nhọn nhà thờ, một quảng trường nhỏ đầy hoa và nắng. Con đường thẳng tắp đang chạy giữa những cánh rừng, bỗng đột ngột ào ra cánh đồng lúa mạch chín vàng, ken dày những cánh hoa macki đỏ rực mỏng manh như những cánh bướm dạt dào trong gió." (Những Mảnh Rồng- Sách đã dẫn)

Tiểu thuyết Những Mảnh Rồng có cái kết rất nhẹ nhàng và độc đáo. Hoàng Minh Tường đã hình tượng hóa giọt máu trinh nguyên của người thiếu phụ, dường như không phải chỉ đề cao cái đẹp, cái trinh trắng của tâm hồn, mà sự cảm thông và tình yêu đích thực sẽ vượt qua hận thù, tư tưởng và chính kiến, cùng mở ra một con đường đi đến của dân tộc. Dù sự chờ đợi ấy đã rất lâu rồi, nhưng có lẽ, không bao giờ muộn:

"Đạo diễn Phạm Hải Hành thực sự bắt đầu phim "Thuyền Nhân" từ cái đêm sông Hương ấy. Suốt đời anh sẽ không bao

giờ quên cảm giác sững sờ, ngây dại, khi hai đứa tỉnh dậy, Diễm vào phòng tắm.

Máu!Anh bàng hoàng nhận ra một vệt hồng tươi trên nền drap trắng.

Dường như đó là sự trinh trắng của TÌNH YÊU mà suốt bao năm nàng vẫn âm thầm gìn giữ để dâng hiến cho anh" (Những Mảnh Rồng- Sách đã dẫn)

Vâng! Với tấm lòng bao dung và độ lượng ấy, cũng chính là cái tư tưởng xuyên suốt cuốn tiểu thuyết này mà nhà văn Hoàng Minh Tường muốn gửi đến người đọc.

Leipzig ngày 11-4-2018

TRƯƠNG VĂN DÂN: NGƯỜI TÌM LẠI MỘT NỬA LINH HỒN

Nếu không có gần nửa thế kỷ sống xa quê, xa Tổ Quốc, thì có lẽ, chưa chắc Trương Văn Dân đã dính vào cái nghiệp văn chương, viết lách. Những năm tháng chia ly ấy, như một sự thiếu hụt trong tâm hồn, luôn làm cho ông chông chênh và trống trải. Để lấp đi khoảng trống đó, Trương Văn Dân phải độc thoại trên từng trang viết của mình. Sự tìm tòi và sáng tạo ấy, không chỉ vơi đi nỗi nhớ thương, mà còn giúp ông tìm lại một nửa linh hồn của mình, dường như vẫn còn ở lại nơi quê nhà. Do vậy, có thể nói, cũng như Trần Trung Đạo, Phạm Tín An Ninh, hay Cao Xuân Huy, nhà hóa học Trương Văn Dân đến với văn thơ một cách ngẫu nhiên, bởi hoàn cảnh cuộc sống, và trái tim thúc bách, chứ hoàn toàn không có sự chuẩn bị để trở thành một nhà văn. Văn thơ Trương Văn Dân, tuy không vụt sáng lên, song nó góp phần không nhỏ cho sự tiếp cận, giao thoa giữa hai nền văn học Việt - Ý (Italia).

Nhà văn Trương Văn Dân sinh năm 1953 tại Bình Định. Sau khi tốt nghiệp tú tài, năm 1971 ông du học ở Italia và trở thành chuyên gia hóa dược. Gần nửa thế kỷ sống và làm việc ở nước ngoài, cho đến thời gian gần đây, ông cùng vợ là nhà văn, tiến sĩ ngôn ngữ học Elena Pucillo về giảng dạy bậc đại học và viết văn tại Saigon.

Sau tập truyện ngắn Hành Trang Ngày Trở Lại, tiểu thuyết Bàn Tay Nhỏ Dưới Mưa, Trương Văn Dân dịch một loạt sách của vợ (nhà văn Elena Pucillo) và của một số nhà văn Italia như: Một Phút Tự Do, Vàng Trên Biển Đá Đen và Mùa Hè Tươi Đẹp, Những Ngày Đánh Mất...Và gần đây, Trương Văn Dân cho ấn hành tập truyện, Milano –Saigon Đang Về Hay Sang. Và tiếp đó tiểu thuyết, Trò Chuyện Với Thiên Thần, ông vừa viết xong.

Tuy đến với văn chương khá muộn, nhưng phải nói, bút lực, văn phong của Trương Văn Dân già dặn và mang tính đặc trưng thật rõ ràng. Với tôi, Hành Trang Ngày Trở Lại, và Bàn Tay Nhỏ Dưới Mưa là hai tác phẩm tiêu biểu, làm nên một chân dung nhà văn đất võ Tây Sơn Trương Văn Dân. Nếu Hành Trang Ngày Trở Lại chỉ dừng ở mức khái quát nỗi đau, thân phận con người với lòng nhân đạo, cảm thông, thì đến Bàn Tay Nhỏ Dưới Mưa, ngòi bút Trương Văn Dân đã chọc thẳng vào cái ung nhọt, cảnh báo và chỉ ra nguyên nhân gây nên nỗi đau, bệnh tật dẫn đến cái chết tang thương ấy.

* Nỗi đau và khát vọng.

Khi đánh giá về nhà văn Trương Văn Dân, một số nhà phê bình trong và ngoài nước cho rằng: "Ông là một người đôn hậu, chất phác, phong thái giản dị, không quên gốc rễ, cội nguồn, dù đã sống bao năm và chịu ảnh hưởng văn hóa phương Tây". Là người sống lâu ở Châu Âu, ở một khía cạnh nào đó, tôi không thể đồng cảm hết với nhận định trên. Và nếu được phép, tôi xin đảo lại câu trên: Do chịu ảnh hưởng của văn hóa phương Tây, nên tính hiền lành chất phác, đôn hậu, phong thái giản dị, không quên gốc rễ, cội nguồn của Trương Văn Dân ngày càng đậm nét hơn.

Thật vậy, nếu không chịu ảnh hưởng cái văn hóa nhân bản, rộng mở và đôn hậu của phương Tây, chưa chắc Trương Văn Dân viết được những trang văn nhân bản, đậm chất thơ và trữ tình đến vậy. Và khi nghiên cứu Trương Văn Dân, ta có thể thấy, tự sự, độc thoại cùng đi sâu vào phân tích nội tâm nhân vật là thi pháp đặc trưng nhất trong tiểu thuyết, văn xuôi của ông. Có lẽ, tôi cũng là một trong những kẻ có máu đọc, đọc bất kể loại sách gì, và của ai. Đôi khi máu chập cheng bốc lên, tôi thường có những mối liên hệ, so sánh. Do vậy, khi đọc Trương Văn Dân, tôi nhận ra, ông là một nhà văn có tài phân tích, cũng như miêu tả diễn biến tâm lý nhân vật. Có một điều đặc biệt, nhà văn Elena Pucillo vợ ông cũng có chung đặc tính này.

Có thể nói, Trương Văn Dân đã đạt đến độ chín ngay từ những truyện ngắn đầu tiên. Hành trang ngày trở lại, trong tập truyện cùng tên là một truyện ngắn như vậy. Đây là một trong những truyện ngắn hay nhất của ông về mặt nội dung, tư tưởng. Đọc nó, làm tôi liên tưởng đến truyện ngắn, Thằng bé đánh giày người Nghĩa Lộ của nhà văn Phạm Tín An Ninh. Xuất thân, hoàn cảnh của nhân vật, của những chú bé ở hai câu chuyện tuy khác nhau, song đều gặp nhau ở cùng một điểm bơ vơ, và đói rách. Từ trong bần cùng tăm tối đó, tính xã hội, và lòng nhân đạo hiện lên một cách sâu sắc và cao cả, thông qua lăng kính của nhà văn. Nghệ thuật dẫn truyện mang đậm tính tự thuật, tưởng như không quá dụng công, vậy mà mộc mạc đến chân thực, làm người đọc không khỏi bùi ngùi, xúc động. Thật vậy, lời tự sự dưới đây, tuy không phải là đoạn văn hay của Trương Văn Dân, nhưng làm cho lòng ta rung động, bởi cái ăm ắp tình người:

"...Đêm ấy Quang cứ suy nghĩ mãi. Mình có thể làm gì để có thể đổi thay số phận của nhiều người? Có thể làm gì để gỡ bớt gánh nặng oằn vai của một đứa trẻ đầy phẩm giá?... Buổi sáng trước khi rời Quy Nhơn anh chạy đi tìm Bảo để đưa cho em tất cả số tiền còn lại. Bảo ngơ ngác chưa biết phản ứng ra sao. Khi em cố chạy theo để gọi: "Chú ơi, con không dám nhận đâu!" thì Quang đã rồ máy Honda chạy mất. Gió thổi bạt về phía sau, tiếng anh khàn và đục: " Giữ đi cháu. Cháu sẽ sử dụng nó một cách xứng đáng hơn chú nhiều!..." (Trích đoạn Hành trang ngày trở lại) Có lẽ, cùng cảnh ba, bốn chục năm xa quê, xa Tổ Quốc, nên tôi rất đồng cảm và khoái đọc những bài tùy bút, tâm bút của Trương Văn Dân. Nhất là những bài ông viết về mẹ, về quê hương. Cái mất của mẹ làm cho ta vội vã trở về. Chỉ còn kịp nhìn mẹ qua tấm kính trên mặt áo quan. Còn vài tiếng nữa thôi, không bao giờ còn nhìn thấy mẹ, và ta sẽ trở thành kẻ mồ côi. Vâng, tâm trạng ấy, trang văn ấy, dường như Trương Văn Dân không chỉ viết cho ông, mà cho tất cả những kẻ mồ côi mẹ như tôi vậy. Để khi viết những dòng chữ này, nước mắt vẫn còn nhòe rơi trên bàn phím vi tính, bởi tôi vừa đọc lại bài viết về mẹ của ông. Có thể, tôi chưa đọc nhiều những bài viết về mẹ của các tác giả khác. Cho nên, với tôi, cùng với Đêm Giao Thừa Nhớ Mẹ của Trần Mạnh Hảo, Nghĩ Về Mẹ Và Quê Hương của Trần Trung Đạo, có lẽ Về Một Ngôi Sao của Trương Văn Dân cũng là tùy bút về mẹ hay nhất cho đến thời điểm hiện nay. Phải nói, ở thể loại này, bài nào của ông cũng có lời văn rất đẹp và súc tích. Đoạn trích, dưới đây sẽ chứng minh cho điều đó:

"...Thỉnh thoảng tôi đứng dậy thắp nhang rồi bước đến nhìn mẹ qua tấm kính trên mặt áo quan. Nước mắt hoen mờ tôi thấy mẹ như đang thiếp ngủ. Những sợi khói nhang màu xám từ bàn thờ bay lên, phất phơ như tóc mẹ. Hơi thở của mẹ như vẫn đều đều theo tiếng chuông mõ nhịp nhàng. Mẹ vẫn nằm đây nhưng chỉ còn vài giờ nữa thôi, dù sau này có bay trăm nghìn dặm tôi sẽ không còn bao giờ thấy mẹ. Từ nay, tóc bạc đã lâu nhưng tôi vẫn là một đứa trẻ mồ côi. Mồ côi cả những lời khuyên răn, trách mắng dù hằng năm có quay về, xúm xít đứng trước bàn thờ lung linh hương khói..." (Về một ánh sao)

Thân phận con người xuyên suốt những trang văn của Trương Văn Dân. Trang viết ấy, không chỉ làm ấm lòng những người già bất hạnh, hay nuôi dưỡng tâm hồn những đứa trẻ, cù bơ cù bất nơi quê nhà, mà còn xoáy sâu vào thân phận, tấm lòng của những kẻ tha phương cầu thực như chúng tôi. Lao lực dẫn đến cái chết của Quang nơi xứ người, trước sự tham muốn một cách vô tâm của những người thân nơi quê nhà. Truyện ngắn Quyển Sách của Trương Văn Dân đã cho người đọc thấy rõ điều đó. Không dừng lại ở đó, ông còn cho người đọc thấy rõ giá trị, cũng như triết lý về cuộc sống. Tôi nghĩ, Quyển Sách là những lời tự sự hơn là một truyện ngắn. Bởi, nó quá chân thực trong bối cảnh sau 1975 của mỗi gia đình người Việt đều có thể xảy ra. Đây một trong những câu chuyện hay, cảm động nhất trong tập truyện Hành Trang Ngày Trở Lại của Trương Văn Dân. Và chính nó, góp phần gây cho tôi cảm hứng buộc phải cầm bút để viết bài này. Ta đọc lại đoạn trích dưới đây để thấy rõ nỗi ân hận về cuộc sống (sau lỗi lầm) của con người, và cái nhân sinh quan của chính tác giả:

"Tôi yên lặng cảm thông nỗi thống khổ của bà. Lòng tôi xót xa trước những cảnh ngộ trớ trêu của những kiếp người. Thời gian mong manh hữu hạn nhưng hình như chúng ta không dành cho cuộc sống, cứ mãi chạy theo những ảo ảnh hão huyền và lầm lạc. Rồi đến khi mất mát, dẫu ân hận vô bờ cũng không làm sao kéo lại." (Trích đoạn từ Quyển sách)

Chưa một lần được gặp gỡ, tiếp xúc nhà văn Trương Văn Dân do vậy, không biết trong cuộc sống thường nhật ông có Đức tin hay không? Nhưng khi đi sâu vào đọc và nghiên cứu, thấy văn thơ của ông đến rất gần với Đạo giáo. Gã Lang Thang Tóc Trắng là một trong những truyện ngắn điển hình nhất của ông về đề tài này. Có thể nói, đây là truyện lồng truyện. Một truyện ngắn, nhưng chuyển tải được nhiều thông điệp đến người đọc. Dường như, nhà văn muốn mượn mặt sau của xã hội phồn thịnh châu Âu, vẽ nên bức tranh quả báo ảm đạm và u buồn, để răn mình, răn người vậy. Cái tầng lớp tận cùng của xã hội ấy hiện lên, mỗi người một hoàn cảnh, một số phận. Trong đó, có người thật đáng thương, và có cả những kẻ trí thức, quyền thế lưu manh và bỉ ổi đã hết thời. Nhìn vào đó, ta có thể thấy, kẻ lừa đảo, sống trên đầu, trên cổ những người dân lương thiện, chắc chắn phải trả giá. Âu đó cũng là luật nhân quả trong triết lý Nhà Phật vậy. Đây là một trong những truyện ngắn hay nhất về cả nội dung tư tưởng và thủ pháp nghệ thuật dẫn dắt câu chuyện của Trương Văn Dân:

"...Còn khả năng là lão sẽ đi tìm cái chết? Tôi không bao giờ tin là điều ấy có thể xảy ra, mà dầu cho là có đi nữa, chưa chắc lão có thể thực hiện được ý định quyên sinh. Sống thì rất khó mà chết cũng chẳng phải dễ đâu. Sống và chết đâu có phải tuỳ thuộc ở mình. Lão sẽ còn phải tiếp tục trả giá cho hành động táng tận lương tâm của mình thêm nhiều năm nữa..."
(Đoạn trích Gã lang thang tóc trắng)

Tuổi thơ đã đi qua chiến tranh, do vậy bom đạn chết chóc luôn ám ảnh Trương Văn Dân, ngay cả khi đã sống và học tập ở nơi yên bình. Và chiến tranh đã lùi xa mấy mươi năm, vậy mà khói lửa, nỗi đau của đất nước, con người còn thấm đẫm những trang viết của ông. Một tiếng súng nổ ở nơi nào đó trên trái đất này cũng làm cho lòng ông day dứt khôn nguôi. Buổi Chiều Trên Nghĩa Trang là một trong những tùy bút như vậy của ông. Có lẽ, đây là một trong những bài tùy bút, tâm bút có lời văn đẹp và sinh động nhất của ông. Tuy nhiên, nếu không có đoạn kết làm nên cái tứ rất hay, thì có lẽ tùy bút này đọc xong sẽ trôi tuột đâu mất. Thật vậy, Trương Văn Dân đã mượn nghĩa trang ở thành phố yên bình, nơi mình đang sống để nói lên khát vọng sống, khát vọng hòa bình của con người. Có nhiều người cùng viết về đề tài này, nhưng quả thật rất ít người viết truyền cảm và mới lạ như ông.

Đoạn văn kết dưới đây, dường như, nhà văn Trương Văn Dân đã lấy ý tưởng ở đâu đó để viết nên. Vậy mà, nó như một tiếng kêu của những oan hồn khoan xoáy vào lòng người đọc:

"Sao chúng ta không gom hết vũ khí trên trái đất đúc thành những chiếc chuông nhỏ và phân phát cho tất cả mọi người, mời tham gia vào một cuộc đại diễu hành vòng quanh thế giới để đòi hỏi hòa bình. Đồng loạt, đồng loạt những tiếng chuông cùng lúc gióng lên, ngân vang trong không gian, truyền đến mọi quốc gia trên quả địa cầu để tỉnh thức tâm thiện của loài người" (Đoạn trích Buổi chiều trên nghĩa trang).

Ta có thể thấy, nỗi đau nhân thế, lòng nhân bản cùng khát vọng hòa bình luôn thường trực trong con người, cũng như những trang văn của Trương Văn Dân. Mỗi trang viết của ông, như những liều thuốc Aspirin xoa dịu nỗi đau của con người. Nhất là những độc giả phải xa quê, xa Tổ Quốc như chúng tôi. Nếu được phép chọn nhà văn điển hình, tiêu biểu đã và đang sống ở châu Âu, thì có lẽ, ông là một trong số ít người tôi nghĩ đến.

*** Tư tưởng. Tình yêu. Một tiếng kêu tuyệt vọng trong sự bế tắc của xã hội.**

Có thể nói, từ Hành Trang Ngày Trở Lại đến tiểu thuyết Bàn Tay Nhỏ Dưới Mưa, Trương Văn Dân có sự chuyển biến thật rõ ràng về nội dung cũng như nghệ thuật sáng tạo. Hình ảnh ẩn dụ, với tính đa tầng, đa nghĩa, buộc người đọc phải ngẫm nghĩ, và đưa ra những cảm nhận không đồng nhất. Đó là thi pháp đặc trưng nhất của tiểu thuyết Bàn Tay Nhỏ Dưới Mưa. Thành thật mà nói, tôi đã phải ngẫm nghĩ khá lâu để tìm tư tưởng, cũng như ý đồ chuyển tải của tác giả trong cuốn tiểu thuyết này.

Thông thường, khi xây dựng một câu chuyện tình cao thượng, và lãng mạn nào đó, nhà văn thường lấy những mẫu nhân vật còn trinh nguyên. Nhưng ở Bàn Tay Nhỏ Dưới Mưa, Trương Văn Dân đã làm ngược lại cái lẽ thông thường ấy. Ông xây dựng cái đẹp, cái tình yêu đích thực từ những nhân vật đã trải qua nhiều lần đổ vỡ, ly hôn. Dường như, thông qua câu chuyện tình này Trương Văn Dân muốn phá vỡ quan niệm chữ trinh trong tình yêu, một thứ xiềng xích bấy lâu nay. Cái quan niệm, và sự ràng buộc này dẫn đến rất nhiều hệ lụy lâu dài cho tình yêu, hạnh phúc gia đình. Nó còn sinh ra một thứ thú tính, quái đản bán mua, khâu vá trinh tiết của những kẻ lừa lọc, quyền chức, trọc phú lắm tiền nhiều của. Phải nói, gài cái tư tưởng rất mới này vào những trang văn của mình, là một sự dũng cảm của nhà văn. Sự phá bỏ quan niệm chữ trinh, và đưa ra cái nhìn mới, trinh tiết tâm hồn mới thực sự là tận cùng cao đẹp của tình yêu, nhà văn Trương Văn Dân đã đưa người đọc đến rất gần với quan niệm, văn hóa của người Phương Tây. Đọc Trương Văn Dân, tôi lại càng khâm phục cái tư tưởng tự do của cụ Nguyễn Du. Cách nay mấy trăm năm, vậy mà cụ đã cả gan phá vỡ lễ giáo, để Thúy Kiều: Xăm xăm băng lối vườn khuya một mình, đến với Kim Trọng, nhân lúc ông bà Vương Viên Ngoại vắng nhà.

Thật vậy, đoạn trích dưới đây, Trương Văn Dân đã cho người đọc thấy rõ, cái hương vị trái cấm, họ đã tìm thấy ở trong nhau là thứ trinh tiết tâm hồn, đẩy tình yêu lên đến tận cùng của cảm xúc, chứ chắc chắn không phải thứ cảm xúc xác thịt:

"Tôi ôm lấy Gấm, cả hai tận hưởng dư vị trái cấm trong cảm giác say sưa. Rã rời và buông thả. Hình hài quần quại như đớn đau, nhưng hoan lạc vươn lên đỉnh điểm...phút giao cảm đó là sự tái hợp hai-phần-người bị tách đôi, mãi mãi kiếm tìm nửa phần còn lại..." (Bàn tay nhỏ dưới mưa-sách đã dẫn)

Nếu cứ dùng thi pháp để luận soi, ta có thể thấy Bàn Tay Nhỏ Dưới Mưa không hẳn là tiểu thuyết. Bởi, Trương Văn Dân đã trộn tất tần tật các thể loại, tiểu thuyết, tiểu luận, phóng sự...vào trang văn của mình. Theo cách nói của nhà thơ Trần Mạnh Hảo: Ông trộn các thể loại vào nhau như người trộn men vào cơm rượu vậy. Qua công đoạn chưng cất này, thứ rượu của Trương Văn Dân đã làm cho độc giả phải say đứ đừ. Có thể nói, sử dụng nhiều thể loại trong một tác phẩm văn học, tuy sinh động, nhưng đó là sự mạo hiểm, nếu nhà văn không có thực tài.

Tình yêu là đề tài quan trọng bậc nhất của văn học. Cũng như thơ lục bát vậy, viết về tình yêu thì dễ, nhưng rất khó hay. Và bất kỳ người cầm bút nào ít nhiều cũng buộc phải viết, thử nghiệm qua nó. Trước đây mấy năm, ở Đức xuất hiện hai cuốn tiểu thuyết, Quyên của Nguyễn Văn Thọ và Bàn Tay Nhỏ Dưới Mưa của Trương Văn Dân. Cả hai cuốn đều đề cập đến tình yêu và thân phận người phụ nữ. Tuy hai tác giả này đã và đang sống ở châu Âu, nhưng xuất thân cũng như hoàn cảnh sống hoàn toàn khác nhau.

Quyên của Nguyễn Văn Thọ được trong nước dựng thành phim, mang sang Đức trình chiếu, nhằm mục đích tuyên truyền. Do chưa thực trải nghiệm, hoặc tài văn, nên người đọc ở Đức như chúng tôi, thấy ngay cái giả ở trong đó. Nhất là khi miêu những pha làm tình dung tục, rẻ tiền của Nguyễn Văn Thọ. Đành rằng, tiểu thuyết hóa, song những tình tiết, tâm lý, hành động phải có tính logic, làm cho người đọc có thể chấp nhận được. Cho nên, Quyên của Nguyễn Văn Thọ thất bại ngay ở mảnh đất đã sinh ra nó. Bàn Tay Nhỏ Dưới Mưa của Trương Văn Dân tuy không được o bế như Quyên của Nguyễn Văn Thọ, nhưng có sức sống khá dẻo dai, kể cả vùng Dresden, Leipzig, nơi đông dân miền Bắc cư ngụ. Phải nói thẳng, Bàn Tay Nhỏ Dưới Mưa có sức sống như vậy, bởi Trương Văn Dân là nhà văn có thực tài. Ngoài lời văn chân thực, sáng và đẹp, ông còn có trí tưởng tượng rất phong phú. Do vậy, đọc những đoạn văn tả cảnh, tả tình của ông, những kẻ tâm trí, sức lực đã đi sang bên con dốc như chúng tôi, vậy mà người khí thế cứ dâng lên hừng hực. Thế mới lạ. Đoạn văn tinh tế và sinh động dưới đây, không chỉ cho ta thấy cái đẹp đến thánh thiện của tình yêu, tình dục, mà một lần nữa chứng minh tài năng phân tích, miêu tả diễn biến hành động và nội tâm nhân vật của Trương Văn Dân:

"Khi anh đặt nhẹ tôi trên giường thì tôi vội ôm chầm lấy anh... Môi anh mơn man trên khuôn mặt tôi đầm đìa nước mắt. Tôi hớp lấy từng giọt, từng giọt, tham lam nuốt chửng như sợ phí phạm những giọt tình yêu đang chảy trên má mình... Cảm xúc của tôi tăng dần khi toàn thân cảm nhận những nụ hôn cháy bỏng từ đôi môi thèm muốn của anh... Tôi miên man ngụp lặn. Bờ môi tôi cuống quýt áp lên cổ, rồi trườn xuống lồng ngực...anh... Ngọn lửa đam mê trong lòng như đốt tôi thành hơi nước, thăng hoa trong tiếng rên rỉ và giãy đạp của cảm xúc... Mọi phù phiếm của đời sống đều bị chìm đi, mất hút, cái còn lại là cảm giác đê mê của sự hiến dâng, cho và nhận, vút bay lên..." (Bàn tay nhỏ dưới mưa-sách đã dẫn)

Nếu đọc nhanh, cứ ngỡ Bàn Tay Nhỏ Dưới Mưa là một câu chuyện tình, với cái kết rất buồn. Nhưng đọc thật chậm lại, ta mới nhận ra, đằng sau câu chuyện này tác giả muốn bóc trần cái ung nhọt của chế độ xã hội đương thời. Với cái chết bởi ung thư phổi của Gấm như một thông điệp cảnh báo sự tàn phá thiên nhiên, đất nước của những kẻ bán cả linh hồn cho quỷ dữ, gửi đến người đọc vậy. Có thể, nhiều người có những suy nghĩ khác tôi, khi đọc Bàn Tay Nhỏ Dưới
Mưa của Trương Văn Dân. Và tôi cũng rất mong như vậy, bởi một cuốn sách mang lại nhiều thông điệp khác nhau

cho người đọc, ấy mới là tác phẩm văn học hay. Ta hãy đọc lại đoạn trích dưới đây, để qui chiếu và thấy rõ thực trạng của đất nước, con người, cũng như tư tưởng, ý đồ chuyển tải của tác giả:

"Các người đang khai thác hành tinh này như thể là không hề có ngày mai. Các người đã bán rừng. Bán đất. Hết bán trên mặt thì các người đào xới dưới sâu để bán. Các người đang bán những gì có thể. Bán tất tần tật. Kẻ bán thể xác, kẻ bán vật chất lẫn tinh thần, bán mãi đến khi không còn gì để bán…" (Bàn tay nhỏ dưới mưa-sách đã dẫn)

Nhìn chung, văn của Trương Văn Dân mang đặc tính tư tưởng cao, với thủ pháp độc thoại nội tâm sâu sắc, mang tính sân khấu kịch trường. Tuy nhiên, thiếu đối thoại, dẫn đến lời văn chậm, mang đến cảm giác nặng nề cho người đọc. Như một lần điện đàm với nhà văn Nguyễn Hoàng Đức, khi bàn về văn chương của Trương Văn Dân, dường như anh cũng đồng cảm với tôi điều này. Có thể nói, Trương Văn Dân là nhà văn của nỗi đau. Bởi, mỗi truyện ngắn, hay mỗi trang tiểu thuyết của ông đều khắc sâu hình tượng, nỗi đau của đất nước và con người. Từ trong nỗi buồn đau, và tương lai mịt mù ấy, nhà văn khai mở ra một con đường, một lối đi…

Vâng, con đường đi ra từ nỗi đau ấy, nói như nhà thơ Thế Dũng: Có những nỗi đau trở thành ánh sáng.

Và tôi tin là như vậy!

Leipzig ngày 4-12-2018

HÒA THƯỢNG THÍCH NHƯ ĐIỂN – CHÂN DUNG MỘT NHÀ VĂN

Dường như, không ai nghĩ, ngọn lửa mùa thu 1989, được đốt lên từ sinh viên, từ nhà thờ (Nikolaikirche) Leipzig đã thiêu cháy bức tường Berlin nhanh đến như vậy. Tuy vui mừng, nhưng cái bất ngờ ấy, cũng mang đến sự hoang mang không ít cho người Việt chúng tôi đang sống, và làm việc ở miền Đông nước Đức. Bởi, hầu hết các nhà máy, công xưởng phải đóng cửa. Không riêng chúng tôi, mà kể cả những nghiên cứu sinh, sinh viên đại học cũng chạy loạn xí ngầu. Có lẽ, chỉ có ai đã từng sống qua cái thời khắc đó, mới hiểu hết tâm trạng của chúng tôi.

Quả thực, tiền bạc, nơi ăn chốn ở, không phải là điều chúng tôi phải lo nghĩ tới. Bởi, sống ở Đức đã khá lâu, tiền bạc chúng tôi vẫn còn rủng rỉnh trong túi. Ngoài ra, nhà cửa, ăn uống, bảo hiểm ốm đau đều có xã hộ chu cấp. Nhưng tâm hồn ai cũng vậy, rất chông chênh và trống trải. Có thể nói, chúng tôi như những con chim lạc đàn, chưa định được đường bay. Thì thật may mắn thay, những người Đức, người Việt ở miền Tây đã mở rộng vòng tay, cùng nơi cửa Phật, Thánh đường che chở, bao bọc, lấp đầy những khoảng trống trong hồn người bơ vơ.

Tôi biết và đọc Hòa Thượng Thích Như Điển trong hoàn cảnh như vậy. Khi chùa Viên Giác nơi Hòa Thượng trụ trì còn ở phố Eichelkamp thuộc thành phố Hannover. Chiếu theo ba rem, tiêu chuẩn của Hòa Thượng Thích Như Điển, tôi không thể là Phật tử được. Bởi, ngay cái khoản bia rượu nhìn mặt đã thấy tưng bừng rồi, bị loại đầu tiên là cái chắc. Do vậy, để lấp đi khoảng trống trong tâm hồn, tôi tìm đến sách báo của chùa. Đặc biệt là những tùy bút, tâm bút, truyện ngắn, truyện dài về Đạo, về đời của Hòa Thượng Thích Như Điển. Có thể nói, tạp chí Viên Giác do Hòa Thượng Thích Như Điển chủ nhiệm là một trong những tờ báo mà tôi chịu ảnh hưởng nhiều nhất. Cái chất sống, và viết giản dị của Hòa Thượng như một luồng gió mới thổi vào hồn tôi. Để rồi cái nghiệp viết nó vận vào tôi từ lúc nào cũng chẳng hay.

Phải nói thẳng, Hòa Thượng Thích Như Điển là người có kiến thức sâu rộng, uyên bác. Do vậy, đọc Hòa

Thượng không phải ai cũng có thể lãnh hội hết những kiến thức có chiều sâu thăm thẳm ấy. Tôi cũng là kẻ chịu khó đọc, và ngẫm nghĩ, nhưng quả thực, chỉ có thể hiểu, cảm nhận về những tác phẩm thuộc lãnh vực văn học. Còn những tác phẩm chuyên sâu về Giáo lý của Hòa Thượng, đọc mãi tôi cứ thấy mình ù ù, cạc cạc. Có lẽ, do tri thức có hạn, hoặc nói như Hòa Thượng, thiếu một chút duyên chăng? Cho nên, trong bài viết này, tôi chỉ đi sâu vào chân dung Hòa Thượng, qua cái nhìn văn học. Và cũng để không bị gò bó, xin phép Hòa Thượng Thích Như Điển, các Tăng ni, Phật tử...trong khuôn khổ bài viết này, tôi được sử dụng các danh, đại từ: Nhà văn, hoặc ông, thay cho học vị, hay chức danh, Giáo phẩm...

Nhà văn Thích Như Điển tên thế tục là Lê Cường, sinh năm 1949 tại Duy Xuyên, Quảng Nam. Mười lăm tuổi, cậu bé Lê Cường xuất gia tại Tổ Đình Phước Lâm, Hội An. Sau khi đỗ tú tài, năm 1972 ông du học tại Nhật Bản, chuyên ngành giáo dục, và Phật Giáo. Năm 1977 ông sang Đức làm tiếp luận văn cao học tại Đại học Hannover. Tại đây, ông lập ra Niệm Phật Đường (nền móng của Chùa Viên Giác hiện nay) và tạp chí Viên Giác. Nhà văn Thích Như Điển hiện đang sống, nghiên cứu và viết văn tại Hannover, Đức Quốc.

Cho đến nay, tôi cũng chưa thể lý giải, với hàng nú công việc, từ việc Đạo cho đến việc đời, ấy vậy cứ sòn sòn, trung bình mỗi năm nhà văn Thích Như Điển cho ra đời một đầu sách. Thật vậy, gần 70 tác phẩm đã in ấn xuất bản, chứng minh cho sức lao động, cũng như trí tuệ của ông. Tuy nhiên, nhìn từ góc độ của (tôi) người viết, có chung hoàn cảnh xa quê, xa Tổ Quốc mấy chục năm, như ông, thì:

Dưới Bóng Đa Chùa Viên Giác, Hương Lúa Chùa Quê, và Vụ Án Một Người Tu là ba tác phẩm tiêu biểu nhất, làm nên chân dung nhà văn vạm vỡ xứ Quảng Thích Như Điển. Ngoài ra, bút ký và tùy bút chiếm một vị trí rất quan trọng trong sự nghiệp sáng tạo của ông. Những bài viết này, thường gắn liền với những chuyến đi Hoằng pháp của Hòa Thượng. Nhà văn không chỉ cho người đọc hiểu biết thêm lịch sử, địa lý, với danh lam thắng cảnh ở những nơi miền đất lạ, mà còn rút ra bài học cho người và cho chính mình vậy.

Đọc ông, ta còn có thể thấy, dù ở nơi cửa Phật, với cuộc sống vô thường, song cái tư tưởng, tâm hồn luôn gắn liền với thân phận đất nước và con người. Do vậy, đã gần nửa thế kỷ nơi đất khách, những trang viết ấy, vẫn thấm đẫm tình yêu quê hương, đất nước, với tấm lòng vị tha, nhân bản của nhà văn Hòa Thượng Thích Như Điển.

* Quê hương, nỗi đau và những nghịch lý của chiến tranh.

Có thể nói, lời văn kể chuyện giản dị, với những tình tiết, cùng mối liên hệ đan xen, không theo một một trật tự nhất định là thủ pháp nghệ thuật xuyên suốt những tác phẩm của nhà văn Thích Như Điển. Do vậy, dù tác phẩm có bố cục thật rõ ràng, song không nhất thiết phải đọc từ đầu, mà có thể đọc cắt ngang.

Nếu người đọc có một chút liên tưởng. Dưới Bóng Đa Chùa Viên Giác, và Hương Lúa Chùa Quê là hai tác phẩm đặc trưng nhất cho thi pháp này của nhà văn Thích Như Điển. Đây là những tác phẩm hồi tưởng, tuy mộc mạc, nhưng có lời văn rất đẹp. Đọc nó, dường như ta đang được cùng tác giả trở về tuổi thơ, với trò chơi bắn bi, đánh đáo...của những ngày tháng thật yên bình nơi quê nhà. Đoạn trích dưới đây, không chỉ có lời văn đẹp, ta còn thấy được trí tưởng tượng phong phú, và (hàm) tính triết lý luôn ẩn trong từng con chữ của ông:

"Thú vui của tuổi thơ ngoài việc bắn bi, đánh cờ gánh ra còn có thú vui chăn trâu hay chăn bò nữa. Nằm ngửa hay nằm sấp trên lưng trâu để trâu gặm cỏ, hay trâu trở về chuồng là một niềm vui khó tả. Tôi ngửa mặt lên trời để đếm từng lùm mây bay qua. Có khi là một ông Tiên râu bạc, có lúc có hình ảnh của Đức Quan Thế Âm. Đôi khi lại hiện ra một vài hình thù kỳ dị... tất cả là một trò cút bắt. Thoạt hiện ra đó rồ thoạt mất đó. Không có áng mây nào nhất định cả. Tất cả đều di động và thay đổi vô chừng". (Hương lúa chùa quê – sách đã dẫn)

Với cái chết của mẹ, chiến tranh đã bắn nát tuổi thơ của người học trò Như Điển. Vết thương ấy, đã đi qua quá nửa thế kỷ, song dường như vẫn không thể đóng thành sẹo trong tâm hồn nhà văn. Vâng! Nỗi đau này không riêng của nhà văn, mà nó là sự mất mát chung của cả dân tộc phải gánh chịu.

Hương Lúa Chùa Quê là một hồi ký văn học. Tuy là những lời tự sự về thân phận, cuộc đời của tác giả, nhưng nó gắn liền với thân phận đất nước và con người trong từng giai đoạn. Đọc nó, ta thấy hiện lên bức tranh sinh động nhất về cuộc chiến huynh đệ tương tàn. Cũng như Sợi Khói Bay Vòng của Phạm Ngọc Lư, hay Những Cơn Mưa Mùa Đông của Lữ Quỳnh, tác phẩm Hương Lúa Chùa Quê có cái nhìn công bình, thẳng thắn về chiến tranh. Cho đến nay, đây là ba tác phẩm rất hiếm hoi viết về hậu phương của cuộc chiến ở miền Trung- Cao Nguyên mà tôi đã được đọc (Nếu xếp Hương Lúa Chùa Quê vào trang văn học miền Nam). Có một điều đặc biệt, cả ba tác phẩm này đều chỉ ra những nghịch lý, và sự vô trách nhiệm của những kẻ cầm đầu, tạo ra cuộc chiến này. Ta hãy đọc lại đoạn trích dưới đây, không chỉ thấy được sự nghịch lý, mà còn thấy được sự tàn nhẫn của chiến tranh, và nỗi thống khổ của con người. Dù đây là những hình ảnh chỉ thoáng qua những trang sách của nhà văn Thích Như Điển:

"Ngày ấy chiến tranh rất tàn khốc ở miền quê, vào ban đêm thì mặt trận về, bắt dân phải đi học tập. Còn thanh niên thì đào hầm trú ẩn. Ban ngày thì lính quốc gia đi tuần, bắt dân phải lấp hết những hầm hố ấy lại. Rõ là cảnh khổ của người dân, phải sống trong vùng xôi đậu như thế... Tất cả những khó khăn, người dân phải lãnh hết, còn những cấp lãnh đạo họ ngồi tại Sài Gòn, Hà Nội, nào ai có biết đến thân phận của người dân là gì?

...Hôm đó chuẩn bị làm tuần 49 ngày cho anh trai thứ sáu của tôi, đi lính Nhân dân Tự vệ bị chết. Trên đường đi về từ chùa Phước Lâm, đến chợ Cẩm Hà, đối diện với tôi là xe chở thương từ trạm Nam Phước trở đến. Có người nhận ra tôi, nên đã báo tin, Mẹ tôi, Bác tôi đã qua đời, vì quả bom tối hôm qua nã từ cầu Câu Lâu vào nhà ông Trợ... Trong xe chở thương nầy có cả chị thứ năm của tôi nữa. Ôi! một nhà tan thương biết nói thế nào cho hết nỗi khổ của nhân sinh đây. Tôi lặng người, sau khi đã khóc hết nước mắt để tiến đưa Mẹ vào nơi chốn vĩnh viễn nghìn thu…" (Hương lúa chùa quê – sách đã dẫn)

Không dừng ở đó, nhà văn Thích Như Điển còn đẩy sự tàn khốc lên bằng hình ảnh với những cái chết lãng xẹt, quái dị. Nếu không muốn nói là quái đản. Cái sự quái dị, quái đản ấy, không chỉ là bản cáo trạng, luận tội những kẻ mua bán chiến tranh, mà còn là một lời cảm thông gửi đến những người bần cùng, ít học bị lừa phỉnh lao vào cái chết vô nghĩa này:

"Dọc đường đi, tôi thấy những xác người cháy đen còn nằm treo lửng lơ trên dây điện, vì họ lấy những cây rựa bằng sắt để chặt điện cao thế, nên bị điện giật chết. Không biết đây gọi là hy sinh cho việc gì? Tất cả đều do sự không học và không được đào tạo mà ra. Nếu người có học không ai dại gì mà lấy sắt để chạm vào điện cả. Trong cảnh tượng hãi hùng ấy, ai cũng ngán ngẩm; chỉ có tắc lưỡi và không nói nên lời." (Hương lúa chùa quê – sách đã dẫn)

Phải nói, nhà văn Thích Như Điển là người được đào tạo, tu luyện cơ bản, từ trong cho đến ngoài nước. Do vậy, ông sử dụng được nhiều sinh ngữ, và có kiến thức uyên bác, thâm hậu. Có lẽ, rất ít nhà văn có thể, đọc và viết văn trực tiếp bằng các thứ tiếng: Anh, Đức, Hán, Nhật như ông. Tuy học, hành đạo chủ yếu ở nước ngoài, nhưng ông vẫn giữ cốt cách giản dị, mộc mạc khi viết. Cái lời văn chầm chậm, đậm đặc từ ngữ địa phương ấy, nếu như không biết trước, chắc chắn tôi nghĩ, tác giả hiện đang trụ trì, hành đạo một ngôi chùa nào đó ở xứ Quảng. Là người xuất gia, sống xa Tổ Quốc gần hết cả cuộc đời, nhưng nhà văn Thích Như Điển vẫn dành nhiều trang viết về thời thế, tình người.

Không chỉ viết về sự tàn khốc của chiến tranh, ông còn vạch trần cái bẩn thỉu, đê hèn của chính trị và con người làm chính trị. Để từ đó, cho ta thấy, dù là thời nào chế độ nào, Phật Giáo cũng là một trong những nạn nhân đau đớn và tàn bạo nhất. Hình ảnh người lính quốc gia, theo lệnh của ông Nguyễn Cao Kỳ đã giúi truyền đơn, lựu đạn vào chùa, sau đó ập vào khám xét, nhằm cản trở việc đem bàn thờ Phật ra đường. Đó là hành động thật lưu manh, và bỉ ổi. Nó làm cho người đọc liên tưởng đến thủ đoạn bắt bớ, tù đày, cướp đất, chiếm nhà người dân lương thiện của các quan tham thời nay:

"... Bên ngoài chùa từng toán lính, từng toán lính nhảy qua cổng Tam quan vào chùa lục soát khắp nơi, không chừa một chỗ nào. Họ là lính quốc gia thuộc quân lực Việt Nam Cộng Hòa do chỉ thị của ông Kỳ vào tất cả các chùa Miền Trung bắt bớ, ngăn cản việc đem bàn thờ Phật ra đường theo lời chỉ đạo của Thượng Tọa Thích Trí Quang lúc bấy giờ.

Tôi đứng quan sát thật kỹ, đầu tiên họ nhúi cái gì đó vào lư hương chính giữa chánh điện và sau đó họ từ phía sau nhà Tổ mang một bao tời to tướng ra phía trước sân hô lớn lên, có truyền đơn. Tiếp đến họ vào những lư hương họ đào, bới mang ra nhiều lựu đạn. Đó là tang chứng trình diễn "gián điệp" một cách thật táo bạo và lố lăng..." (Dưới Bóng Đa Chùa Viên Giác, trang 43)

Hơn một lần tôi đã viết, nếu ngòi bút của nhà văn không chọc thẳng vào cái hiện thực xã hội đương thời, thì đó chỉ là những trang viết chết. Do vậy, tính chân thật là yếu tố chính tạo nên giá trị lâu dài cho một tác phẩm văn học. Dẫu biết rằng, sự chân thật ấy sẽ không làm hài lòng nhiều người, kể cả hai bên Quốc, Cộng. Vâng, Dưới Bóng Đa Chùa Viên Giác, là một tác phẩm đã làm được điều đó. Và thông qua đặc tính này, người đọc thấy rõ hơn ngòi bút dũng cảm của nhà văn Thích Như Điển. Thật vậy, là một nạn nhân của sự bắt bớ, tù đày và là người trực tiếp chứng kiến sự đàn áp Phật giáo (năm 1966) nên nhà văn lý giải, chỉ có minh bạch, đức tin, tình người thì chính quyền mới thu phục được nhân tâm con người. Sự ép buộc Tôn Giáo làm công cụ, phục vụ cho một thể chế, đảng phái là một tội ác, là nguyên nhân dẫn đến cảnh tranh đấu, nồi da xáo thịt:

"... Đa phần thuở ấy và bây giờ nhiều người vẫn nghi Hòa Thượng Thích Trí Quang là cộng sản, nhưng tôi lại nghĩ khác. Người cộng sản có thể đội lốt một tu sĩ để hoạt động, chớ một người tu sĩ chân chính đã tin luân hồi, nhân quả và nghiệp báo không thể là một người cộng sản được. Ranh giới giữa quốc cộng là chỗ ấy. Thật sự lúc ấy những người lãnh đạo quốc gia miền Nam chẳng chinh phục được lương tâm của người dân, trong đó có cả những vị lãnh đạo phật giáo, ngược lại dồn nén họ và đẩy họ vào thế bí đứng về hàng ngũ của phía bên kia. Thế nhưng điều đó họ đã lầm, cho đến sau nầy, sau ngày 30-4-1975 nhiều vị tướng tá miền Nam Việt Nam để lộ nguyên hình mình là những người cộng nằm vùng, chớ còn Phật Giáo vẫn là Phật Giáo và những người lãnh đạo Giáo Hội Phật Giáo Việt Nam Thống Nhất, như Hòa Thượng Thích Huyền Quang, Hòa Thượng Thích Quảng Độ, Hòa Thượng Thích Thiện Hạnh, Hòa Thượng Thích Tuệ Sĩ v.v... cho đến hôm nay (2005) sau 30 năm người cộng sản thống trị miền Nam, họ vẫn là những người bị tù tội... Một Tôn giáo phục vụ vụ đúng nghĩa cho tín đồ, không làm công cụ cho một chế thể độc tài, tham nhũng như vậy được. Trước năm 1975 Giáo Hội đấu tranh cho một đất nước Việt Nam như thế, thì sau năm 1975 cũng vì mục đích ấy mà thôi..." (Dưới Bóng Đa Chùa Viên Giác trang 45 và 46).

Sau cái chết tang thương của mẹ, rồi đến sự đàn áp Phật giáo vào những năm 1963- 1966, và đặc biệt biến cố 30-4-1975 đã tác động trực tiếp đến tư tưởng và ngòi bút của nhà văn Thích Như Điển. Vì vậy, có thể nói, mỗi trang viết là một bài học về đạo đức và lẽ sống được vắt ra từ trái tim mẫn cảm của nhà văn vậy.

* Tính nhân bản, lòng vị tha.

Tôi chưa thể đọc, nghiên cứu hết gần bảy mươi tác phẩm đã in ấn và phát hành của nhà văn Thích Như Điển. Nhưng có thể nói, ngoài truyện ngắn, tùy bút, ký sự, dịch thuật, thì dường như Vụ Án Một Người Tu là cuốn tiểu thuyết, truyện dài đầu tay của ông, được viết vào đầu hè năm 1995 tại Canada. Nếu Đức Phật đã dạy, và đem tính nhân bản, lòng vị tha đến cho chúng sinh, thì tôi nghĩ, đến với cuốn tiểu thuyết này, nhà văn Thích Như Điển cũng đã cho người đọc cảm nhận được điều đó. Ngoài lối kể và dẫn truyện truyền thống, ta còn thấy, tiểu thuyết Vụ Án Một Người Tu phảng phất đâu đó cái hồn vía, văn phong của những Khái Hưng, Nhất Linh với: Anh Phải Sống, Hồn Bướm Mơ Tiên, Gánh Hàng Hoa... trong Tự Lực Văn Đoàn từ nửa đầu thế kỷ trước. Tuy nhiên, cùng nơi cửa Phật, nếu ở Hồn Bướm Mơ Tiên, Khái Hưng chỉ để câu chuyện tình dừng lại ở mức độ nhàn nhạt, vô thưởng, vô phạt, thì đến với Vụ Án Một Người Tu, nhà văn Thích Như Điển đã đẩy tính vị tha, lòng cao thượng vượt lên trên câu chuyện tình ấy.

Đưa ra những vấn đề này, để cho ta thấy rõ cái khuôn phép, hoàn cảnh xã hội ở nửa đầu thế kỷ trước, dẫn đến hạn chế của tác phẩm, chứ hoàn toàn không phải so sánh tài năng. Bởi, Khái Hưng hay Nhất Linh… là những nhà văn tài năng, độc đáo, tên tuổi lớn trên văn đàn Việt.

Là người chân tu, khi viết về những điều kỵ húy, nhất là tình yêu tình iếc, trộm cướp, tù tội đâm chém, bạo lực ngay cùng giới tu hành, thì quả thật, nhà văn Thích Như Điển đã phải cởi bỏ bao quan niệm, những điều ràng buộc cũ kỹ, để viết nên một tác phẩm đầy tính hiện thực này. Phải nói, lột tả và đi đến tận cùng của sự thật này, là sự dũng cảm của nhà văn.

Thật vậy, xuyên suốt tác phẩm là nhân vật Tịnh Thường, một nhà Sư xuất thân trong một gia đình phú hộ từ miền Tây, Nam Bộ. Vượt qua được những ham muốn, dục vọng tầm thường, Tịnh Thường đi tiếp con đường mình đã chọn. Biến cố 1975, đã đưa nhà Sư trẻ Tịnh Thường đến với mảnh đất Âu- Mỹ. Trên con đường hành đạo nơi xứ người đầy sóng gió ấy, một nghi án oan đã đưa Tịnh Thường vào tù. Bảy năm tù, dường như càng tỏa sáng tính nhân bản, đức từ bi, tinh thần Bồ Tát Đạo nơi chốn Ta Bà của Tịnh Thường. Sự gian nan, khổ ải ấy, như một sự thử thách Đức tin và lòng nhân hậu của kẻ chân tu vậy. Đoạn trích dưới đây, không phải là đoạn văn hay của nhà văn Thích Như Điển, nhưng đức từ bi, tính nhân bản, đầy ăm ắp trong lòng người:

"Bảy năm trôi qua một cách tẻ nhạt trong tù... Người ta thường nói "ma cũ ăn hiếp ma mới" nhưng Sư thì không. Sư đối xử với mọi người như là những chúng sanh cùng một dòng máu. Sư không phân biệt đen, trắng, đỏ, vàng, nên đã được cảm tình với rất nhiều người và ngay cả cai ngục nữa... Sư mới thấy được hết mọi khổ đau của nhân thế và chính đây là cơ hội để Sư thể hiện tinh thần Bồ Tát Đạo ở chốn Ta Bà nầy. Ngày xưa khi còn là một Du Tăng Khất Sĩ, Sư phải đi xin để độ nhật. Còn chính bây giờ và nơi đây đúng là nơi mà Sư có thể tế độ họ một cách dễ dàng.

Sư han hỏi họ, chăm sóc họ, vỗ về họ. Sư giảng cho họ nghe về khổ đau, tục lụy... Hình ảnh của một nhà Sư đi ủy lạo những người bạn tù, đi săn sóc vấn đề tâm linh cho những người cùng một cảnh ngộ, đã làm cho nhiều người hoan hỷ, tán thán. Và chính Sư cũng rất vui khi thực hiện những công việc nầy..." (Vụ án một người tu- sách đã dẫn) Đọc và nghiên cứu, ta có thể thấy, Phật tính soi rọi, xuyên suốt sự nghiệp sáng tạo của nhà văn Thích Như Điển. Vì vậy, sự dung hòa giữa Đạo và đời như một chất liệu sống hình thành nên những tác phẩm của ông. Tuy nhiên, mạch viết thường bị ngắt bởi sự liên tưởng, với những lời bàn, tưởng chừng nhà văn bị lạc ra khỏi con đường đã định. Nhưng không phải vậy, tư tưởng, cái đích chuyển tải đã nối liền được mạch văn ấy. Cái đặc điểm này, tuy gây thích thú cho những ai đọc chậm, có nhiều suy nghĩ, trăn trở. Song nó lại có cảm giác nặng nề, giảm hưng phấn cho người đọc nhanh, nhất là giới trẻ ở thời công nghệ kỹ thuật số hiện nay.

Không phải chỉ những bài thuyết giảng, hay bút ký, tùy bút, mà ngay trong tiểu thuyết đầu tay Vụ Án Một Người Tu, nhà văn Thích Như Điển đã trộn Đạo vào đời, để cho ta thấy rõ, cái lẽ sống, cũng như giá trị của nó. Cái đức hy sinh cho người, cho đời, nếu không hiểu, không đi đến tận cùng của lẽ sống vô thường, thì chắc chắn không ai đủ lòng từ bi, can đảm làm được điều đó. Ta hãy đọc lại lời thoại giữa nhà Sư Tịnh Thường trước khi mất với cô y tá, một ân nhân, có tình yêu đơn phương dưới đây, để thấy rõ tấm lòng cao cả, vị tha của một bậc chân tu, và chứng minh thêm Phật tính trong mỗi một con người: "- Thưa Sư, theo em nghĩ, tụi mình sẽ giàu có lắm. Nếu Sư trở lại cuộc đời với em và chúng ta sẽ tạo lập hạnh phúc cho nhau. Và từ đó chúng ta sẽ đâm đơn kiện lại người đã bỏ tù Sư. Biết đâu chúng ta sẽ có vài triệu bạc hoạnh tài. Chúng ta tha hồ tiêu pha sung sướng. - Cô hiểu lầm rồi. Ở đây tôi cần phân định cho cô rõ: Thứ nhất, là cho đến giờ nầy tôi vẫn không có ý định hoàn tục. Mặc dầu mọi người chung quanh đều nguyền rủa tôi. Nhưng đó là cái nghiệp riêng của tôi phải chịu mà thôi. Thứ hai, ân tôi trả, oán thù tôi sẽ tha thứ. Tôi không muốn cái lợi về mình mà kẻ khác phải bị hại. Bởi họ cũng có gia đình vợ con, bè bạn. Nếu chẳng may họ phải trả nghiệp như tôi thì gia đình họ tan nát hết. Vợ con họ khổ sở lắm. Còn tôi, chỉ có một thân một mình, đâu có để khổ lụy cho ai. Tôi chịu oan cho bao nhiêu người được sung sướng..." (Vụ án một người tu- sách đã dẫn)

Tuy đọc, và viết bài cho tạp san Viên Giác do nhà văn Hòa Thượng Thích Như Điển chủ nhiệm đã gần ba chục năm, nhưng tôi mới được tiếp xúc, gặp gỡ ông vài, ba lần.

Có thể nói, ngoài kiến thức, ông còn là người dễ gần, bởi cái chất mộc mạc, chân quê. Một lần, tôi chở cô con gái đi tập huấn bóng bàn cho Đội tuyển trẻ Quốc gia CHLB Đức phải đi qua Hannover. Buổi tối quay về, tôi tạt vào Chùa Viên Giác, muốn hỏi Hòa Thượng Thích Như Điển về chương trình của nhà thơ Trần Trung Đạo, từ Mỹ sang như thế nào. Loanh quanh, vào đến Chùa đã muộn. Nghĩ, Hòa Thượng đã đi nghỉ. Ấy vậy, mà nghe một nhà sư trẻ thông báo, có Đỗ Trường đến thăm, Hòa Thượng xuống đón tiếp ngay. Cử chỉ hỏi han thân mật của Hòa Thượng, nhất là về gia đình, cuộc sống cũng như công việc viết lách làm tôi tự nhiên hơn. Chuyện văn học, rồi những câu chuyện về xã hội, tôi cứ nổ đều đều. Cứ ngỡ, Hòa Thượng ít quan tâm đến những đề tài chính trị xã hội, nhưng tôi đã lầm. Chuyện gì xảy ra ngoài xã hội ông cũng biết. Có những tin tức thế sự, tôi không biết, dù rất chăm chỉ đọc báo, vậy mà Hòa Thượng vẫn biết. Cho nên, có sự việc ông hỏi, tôi cứ ngớ cả người ra. Lúc xin phép ra về, Hòa Thượng tặng tôi một thùng caton sách truyện Đạo đời đủ loại. Bảo, Đỗ Trường về nhà chịu khó đọc và nghiên cứu nhé.

Nhà thơ Trần Trung Đạo hẹn tôi và nhà thơ Phù Vân (Tùy Anh) chủ bút tạp chí Viên Giác gặp nhau ở Chùa Viên Giác, Hannover. Bởi, từ nhỏ anh đã sống với Hòa Thượng Thích Như Điển ở Chùa Viên Giác, Hội An, tình như huynh đệ. Tuy nhiên, hiện nay, người ở Đức, kẻ ở Mỹ rất ít gặp nhau.

Vợ chồng nhà thơ Trần Trung Đạo và cháu út từ sân bay Berlin về tới chùa Viên Giác đã khá muộn. Tay bắt mặt mừng, mấy anh em được Hòa Thượng Thích Như Điển dẫn thăm và lễ Chùa. Chụp ảnh xong, bụng đói meo, biết khu vực Chùa không có quán ăn, tôi hỏi vị Sư trẻ, có lẽ là đệ tử của Hòa Thượng Thích Như Điển, đứng cạnh: Thày ơi, trong bếp còn gì ăn không? Vị Sư trẻ chưa kịp trả lời, Hòa Thượng Thích Như Điển đã quay lại nói: Còn ai đói nữa không? Tất cả cười ồ cả lên, ai cũng chợt nhớ ra, từ trưa đến giờ chưa kịp ăn gì. Thế là, chị Trần Trung Đạo vào bếp. Khi mì không người lái được bê ra. Hòa Thượng bảo vị Sư trẻ, làm ít rau cải, mọi người ăn cho mát. Đang chuyện trò bằng tiếng Anh với con gái của nhà thơ Trần Trung Đạo, đột nhiên Hòa Thượng hỏi: Này, Đỗ Trường sách đọc đến đâu rồi? Thì ra, Hòa Thượng vẫn chưa quên sách tặng, có lẽ hỏi để kiểm tra mình. Tôi lẩm bẩm như vậy, và đành phải thú thật với Hòa Thượng, mới đọc xong những cuốn sách văn học, còn sách Giáo lý và sách dịch đọc, nhưng hiểu lõm bõm lắm. Hòa Thượng cười, chưa thể cảm thụ ngay được đâu, phải từ từ, rồi lúc nào đó cánh cửa sẽ được mở ra thôi…Trước khi về phòng ngủ, Hòa Thượng sợ Trần Trung Đạo đi đường xa mệt, nên dặn nhà thơ Phù Vân và tôi nhớ ngủ sớm. Chúng tôi dạ dạ, vâng vâng. Vậy mà, đóng cửa phòng, chúng tôi chuyện trò, nhoẳng phát đã thấy trời gần sáng. Đường về gần ba trăm km, tôi đành từ biệt nhà thơ Trần Trung Đạo và Phù Vân ra xe cho kịp giờ làm việc.

Kể lại câu chuyện trên để thấy rằng, nhà văn Thích Như Điển không chỉ có trí nhớ tuyệt vời, mà còn ít thấy ai yêu mến, quan tâm đến những người viết văn như ông. Chẳng vậy mà Tết âm lịch năm nào, Nhà văn cũng không quên gửi bao lì xì mừng tuổi cho tôi, một kẻ viết văn tép riu này, dù ông đang ở Úc, Pháp, hay Hoa Kỳ. Vâng, cảm ơn nhà văn Thích Như Điển. Ông đã dắt tôi trở về quê hương với những cái tết của tuổi thơ khi còn cả cha lẫn mẹ đã xa, rất xa rồi.

Có thể nói, đến với văn thơ, song không bao giờ Hòa Thượng Thích Như Điển nghĩ, sẽ trở thành một nhà văn. Bởi, với ông văn thơ chỉ là sự giãi bày, hay một phương tiện chuyển tải tấm lòng, tinh thần Bồ Tát Đạo đến với chúng sinh.

Và cũng chính cái tình yêu, tấm lòng nhân bản, vị tha ấy (không ngờ) đã làm nên chân dung nhà văn Thích Như Điển.

Leipzig ngày 25-12-2018

VÀI SUY NGHĨ VỀ TIỂU THUYẾT LỊCH SỬ CỦA HÒA THƯỢNG THÍCH NHƯ ĐIỂN

Thời gian gần đây có khá nhiều nhà văn quay về với đề tài lịch sử. Sự đi sâu vào nghiên cứu cùng những trang viết ấy, họ đã tái hiện lại một triều đại, hay một giai đoạn lịch sử với góc độ, cái nhìn của riêng mình.

Tuy nhiên, không phải nhà văn nào cũng thành công với đề tài này. Gần đây ta có thể thấy, Hoàng Quốc Hải với hai bộ tiểu thuyết: Tám triều nhà Lý, và Bão táp triều Trần, hay Hồ Qúy Ly của Nguyễn Xuân Khánh…Và cách nay mấy năm, nhân kỷ niệm lần thứ 40, ngày thành lập Báo Viên Giác (Đức quốc) Hòa thượng Thích Như Điển đã trình làng cuốn tiểu thuyết lịch sử: Mối Tơ Vương Của Huyền Trân Công Chúa.

Thật ra, đây là cuốn (tiểu thuyết) phân tích, lời bàn về lịch sử thì chính xác hơn. Thật vậy, trên sáu trăm trang sách được bắt đầu từ sự suy tàn của nhà Lý vắt qua ba cuộc chiến chống ngoại xâm của nhà Trần, đến cuộc đời, duyên định của Huyền Trân Công Chúa với Chế Mân. Một cuộc hôn nhân nặng màu sắc chính trị, khởi đầu cho việc mở mang bờ cõi về phía Nam, được miêu tả, phân tích dưới góc độ, cái nhìn của một vị chân tu, mang mang hồn vía sử thi. Có thể nói, Mối Tơ Vương Của Huyền Trân Công Chúa là tác phẩm có tính đặc trưng nhất về thủ pháp nghệ thuật lồng ghép truyện trong truyện, đan xen tình tiết, cài cắm tư tưởng khi trần thuật của nhà văn Thích Như Điển. Còn một điều đặc biệt nữa, cũng như tiểu thuyết Vụ Án Một Người Tu, mười ba chương trong tác phẩm Mối Tơ Vương Của Huyền Trân Công Chúa, có thể hoán vị cho nhau khi đọc. Bởi, mỗi chương đều có bố cục chặt chẽ, độc lập cài xen tư tưởng với những lời giải bình cho từng sự kiện, nhân vật. Dù có thể hoán đổi vị trí cho nhau như vậy, nhưng kỳ lạ, khi ghép lại, nó vẫn (nằm trong tổng thể) cùng một mạch văn, mạch truyện xuyên suốt tác phẩm. Và cũng từ đó cho ta thấy: Khi viết Mối Tơ Vương Của Huyền Trân Công Chúa ngoài phương diện dân tộc, nhà văn Thích Như Điển chịu ảnh hưởng rõ nét cái tư tưởng, giáo lý của nhà Phật. Do vậy, tính chân thực cùng lòng nhân đạo, nỗi cảm thông đậm nét trong tác phẩm này.

* Trần Thủ Độ- dưới ngòi bút và cái nhìn khách quan.

Dù là người xuất gia, song có thể nói, nhà văn Thích Như Điển có cái nhìn cởi mở. Ngòi bút của ông đã thoát ra khỏi cái tư tưởng: Quân xử thần tử, thần bất tử bất trung. Do vậy, tính triết lý, qui luật của thiên nhiên, với sự công bình của cuộc sống và con người hiện rõ trên những trang viết của ông. Thật vậy, khi triều đình đến tận cùng của sự mục nát, và Lý Huệ Tông buông xuôi đến nhu nhược: "Nhìn xa rồi lại nhìn gần, cơ nghiệp của Nhà Lý đâu còn gì nữa mà trông, vì chung quanh ông toàn là những nịnh thần hay những người luôn muốn tạo phản để chỉ mong mang mối lợi về cho bản thân hay dòng tộc… mọi an nguy của xã tắc Huệ Tông đều hững hờ, cứ để cho thế sự xoay vần đến đâu thì hay đến đó. Bởi chính bản thân ông không đủ tài cán và chung quanh cũng không tìm ra người tâm huyết để giúp lèo lái con thuyền quốc gia đại sự đến được nơi chốn an bình, cho dân chúng an cư lạc nghiệp." (chương1) thì dưới lăng kính của nhà văn Thích Như Điển, không có gì gọi là vĩnh cửu. Những nguyên nhân ấy sớm muộn dẫn đến sự soán ngôi, hay sụp đổ của một vương triều là điều tất yếu: " ông vua nào lên ngôi cũng mong mình trị vì thiên hạ lâu năm, nên bắt thần dân phải tung hô "Vạn tuế". Thế nhưng đâu có ông vua nào làm vua được trăm năm, đừng nói gì đến ngàn năm, vạn năm thì chắc sẽ không bao giờ có" (chương 2). Trong bối cảnh như vậy, sự xuất hiện của Trần Thủ Độ dưới ngòi bút của nhà văn Thích Như Điển là một tội đồ đầy mưu mô, tàn nhẫn, và cũng là một đại công thần. Dường như, nhà văn đã bóc trần bức tranh hai mặt, bởi cho đến nay đã đủ độ lùi về thời gian để người đọc tự đánh giá chính xác, công bình nhất về nhân vật đầy mẫu thuẫn, và đặc biệt này. Khi đi sâu vào phân tích tâm lý, với những hành động được gọi là quỷ khóc thần sầu của Trần Thủ Độ, nhà văn Thích Như Điển phê phán một cách gay gắt: "Thật là một kẻ ác tâm, so với ngày xưa ở Ấn Độ A Xà Thế hại Vua cha, Đề Bà Đạt Đa hại Phật thì cũng không kém chỗ nào". Nhưng cùng đó nhà văn cũng phải đề cao tài năng của Trần Thủ Độ: "Vào năm 1226, nghĩa là sau 2 năm Chiêu Hoàng làm vua và chính thức nhường ngôi cho chồng, Trần Cảnh lên ngôi xưng là Trần Thái Tông. Tất cả đều do một tay của Thái sư Trần Thủ Độ đạo diễn, thật là tuyệt vời, không một giọt máu nào rơi giữa kinh thành Thăng Long" (chương 2) Thật vậy, nếu không xuất hiện một Trần Thủ Độ và lập nên triều Trần thì con dân Đại Việt đã bị thôn tính, đô hộ là cái chắc, làm gì có ba lần đại thắng giặc Nguyên Mông mang lại vẻ vang cho lịch sử nước nhà. Và việc thay triều Lý bằng nhà Trần là nhu cầu tất yếu của lịch sử ở thời khắc đó. Có thể nói, cuộc thay triều đổi đại này, mang tính nhân đạo cao cả. Bởi, nhìn lại lịch sử chưa có cuộc thay đổi triều đại nào là không dẫn đến một cuộc nội chiến đầu rơi máu chảy. Đi sâu vào đọc, và nghiên cứu, ta có thể thấy, không chỉ riêng tùy bút, tạp văn hay khảo cứu, mà ngay cả tiểu thuyết sự liên tưởng, mở rộng để từ đó bật ra những bài học, luận bàn là một nghệ thuật đã được nâng lên, mang tính đặc trưng trong thơ văn của Hòa thượng Thích Như Điển. Vâng! Đúng vậy. Nếu tùy bút, hồi ký Dưới Bóng Đa Chùa Viên Giác, Hương Lúa Chùa Quê, được mở rộng bằng những chuyến đi hoằng pháp, thì đến với tiểu thuyết Mối Tơ Vương Của Huyền Trân Công Chúa, nhà văn Thích Như Điển liên tưởng đến những Lý Long Tường hoàng tử, hay hậu duệ Lý Thừa Vãn Tổng thống của Nam Hàn, Lý Kính Huy Tổng thống Đài Loan, hoặc chính tác giả cùng mấy triệu con dân đất Việt phải rời bỏ quê hương sau 1975. Đây không chỉ là hậu quả, mà còn là một bài học, nỗi đau cho người đọc và cho chính tác giả vậy.

* Nhà Trần cùng Phật giáo với những dấu ấn trong lòng dân tộc.

Đọc Mối Tơ Vương Của Huyền Trân Công Chúa, ta có thể thấy, ngoài kinh kệ, thơ văn, hay trong cuộc sống cũng vậy, trải dài suốt gần hai trăm năm, dường như Vương triều Trần trộn Đạo vào đời. Và cửa Phật không chỉ là cái nơi thần dân hướng tới, mà là nơi các Quân Vương phải đi đến. Vì vậy, thời Trần, Phật giáo phát triển rực rỡ nhất kể từ khi lập quốc đến nay. Và việc thu phục nhân tâm, lấy đức để trị quốc tạo ra sức mạnh đoàn kết chống giặc ngoại xâm, cũng như xây dựng đất nước, như một sợi chỉ xuyên suốt thời kỳ đầu nhà Trần vậy. Có thể nói, Tuệ Trung Thượng Sĩ, và Trần Nhân Tông là hai nhân vật điển hình nhất về đặc điểm đó trong tiểu thuyết này của nhà văn Thích Như Điển. Là một người chân tu, do vậy với nhà văn Thích Như Điển: Nếu không có nền tảng, tư tưởng giáo lý của nhà Phật, thì chưa chắc quân dân nhà Trần đã có những chiến công hiển hách đến như vậy. Cho nên, khi trần thuật và phân tích về nhân vật Trần Nhân Tông, ngoài chính sách trị quốc, an dân, theo tinh thần khoan dung, bình đẳng của Phật giáo, thì việc mở mang bờ cõi mang đậm nét trong tư tưởng của ông. Sự định hôn Huyền Trân Công Chúa với Chế Mân để đổi lấy châu Ô và châu Lý, đã chứng minh cho cái tư tưởng ấy, và cái nhìn chiến lược rất sâu sắc của Trần Nhân Tông. Thật vậy, lời cảm nhận dưới đây, không chỉ cho ta thấy tài năng, tư tưởng, mà còn thấy được đức hy sinh của Phật Hoàng Trần Nhân Tông qua ngòi bút của nhà văn Thích Như Điển:

"Đây là cái phúc của dân tộc Việt Nam đã có được một ông Vua biết hy sinh hạnh phúc cá nhân của mình để đi tìm cái chung cho dân tộc là vậy. Dĩ nhiên ông không thể so sánh với Phật Tổ Thích Ca Mâu Ni của Ấn Độ được vì ông chỉ là một học trò của hàng cháu chắt của Ngài từ Thiên Trúc đến Trung Hoa rồi Việt Nam qua cả mấy chục đời như vậy, nhưng ông là một ông Vua tuyệt vời trên tất cả những sự tuyệt vời khác." (chương 4)

Không đi sâu vào trần thuật, phân tích, nhưng người đọc cảm được cái khí thế hừng hực cùng những chiến công oanh liệt của quân dân nhà Trần qua ba cuộc kháng chiến chống giặc Nguyên Mông. Câu nói khẳng khái của Trần Quốc Tuấn: "Nếu Bệ hạ muốn hàng, xin hãy chém đầu thần trước rồi hãy hàng" là hồn khí, biểu tượng tinh thần bất khuất của quân dân nhà Trần vậy. Có thể nói, nhà văn Thích Như Điển đã dành khá nhiều trang viết trân trọng, với những lời bình, phân tích rất hay và sâu sắc về tài năng, nhân cách của Trần Quốc Tuấn. Về những nhân vật lịch sử, có quá nhiều người trước đây, và cùng thời đã viết, có lẽ không dễ dàng gì với nhà văn Thích Như Điển, khi chọn đề tài này. Nhưng ông đã thuyết phục được người đọc, bởi lối dẫn chuyện truyền thống đơn giản, câu văn mộc mạc, cùng sự liên tưởng đan xen lời phân tích, diễn giải. Đoạn kết chương 6 rất xác đáng của nhà văn về Trần Quốc Tuấn sau đây, cho chúng ta thấy rõ điều đó. Tuy nhiên, đoạn văn này có những từ ngữ (suốt) lặp lại một cách không cần thiết, và câu văn quá dài có đến bốn đại từ sở hữu, cùng hai đại từ nhân xưng. Vì vậy, nó làm cho đoạn văn trở nên rối rắm:

"Nhìn xuyên suốt cuộc đời hành hoạt (của Hưng Đạo Đại Vương Trần Quốc) Tuấn qua (suốt) 4 đời Vua Thái Tông, Thánh Tông, Nhân Tông và Anh Tông, (ông) đã một lòng vì quốc gia đại sự và với tâm nguyện quên thù nhà để trả nợ nước, nên qua 3 cuộc kháng chiến chống quân Nguyên Mông vào năm 1258, 1285 và 1288 (chúng ta) đều thấy rõ nét sự hy sinh (của ông) lúc xông trận đánh giặc, lúc phò vua cứu giá, lúc thưởng phạt cho binh sĩ, lúc ra hịch thúc quân v.v…, lúc nào cũng như lúc nào bốn chữ: Trung Quân Ái Quốc vẫn nằm trong tâm khảm (của ông) và chưa một lần thất bại, dầu ở trận đánh nào. Cho nên Thượng Hoàng Thánh Tông và Hoàng Đế đương triều Nhân Tông phong cho ông là "Thượng Phụ" cũng quá xứng đáng cho một đời chinh y đầy bụi, và sĩ khí can cường kia đã làm cho người đời sau phải tự nghiêng mình trước những nghĩa cử cao cả của Hưng Đạo Đại Vương."

Thiền sư Tuệ Trung Thượng Sĩ là anh ruột Trần Hưng Đạo, và là người thầy đưa Trần Nhân Tông đến với nơi cửa Phật. Song văn sử, sách báo dường như, ông ít được nhắc đến với những trận chiến chống giặc Nguyên Mông. Tuy nhiên, dưới ngòi bút của nhà văn Thích Như Điển, ông hiện lên rất đậm nét, gây cho tôi nhiều ấn tượng thật đặc biệt, mới và ngạc nhiên. Dù đã ở nơi cửa Phật, nhưng khi đất nước bị giặc giã lâm nguy ông vẫn cởi áo cà sa để bước ra chiến trường.

Với văn võ song toàn, can đảm và đầy mưu lược, Tuệ Trung Thượng Sĩ đã sát cánh cùng Hưng Đạo Vương Trần Quốc Tuấn lập nên những chiến thắng hiển hách.

Do vậy, đọc Mối Tơ Vương Của Huyền Trân Công Chúa, ta có thể thấy, cùng với Trần Hưng Đạo, Tuệ Trung Thượng Sĩ là linh hồn chống giặc ngoại xâm và xây dựng đất nước của quân dân Đại Việt ở giai đoạn đó. Và đất nước bình yên, ông lại rũ bỏ vinh hoa trở về nơi cửa Phật để vá lại hồn người, hồn dân tộc sau chiến tranh. Cho nên, đọc những trang viết về Tuệ Trung Thượng Sĩ của nhà văn Thích Như Điển, có lẽ ai cũng phải bùi ngùi, và cảm động: "Ngoài ra, những ai nhận phái Trúc Lâm Yên Tử làm tông phái của mình để tu hành thì không thể không biết đến Ngài Tuệ Trung Thượng Sĩ, vốn là Thầy của Vua Trần Nhân Tông, người sáng lập ra Thiền phái nầy. Sự truyền thừa củaTrúc Lâm Tam Tổ rất rõ ràng. Đó là Điều Ngự Giác Hoàng, Pháp Loa và Huyền Quang, nhưng nếu không nhờ hình bóng của Tuệ Trung Thượng Sĩ ở chốn triều đình, thì làm sao ai có thể ảnh hưởng đến Vua Trần Nhân Tông được? Do vậy chúng ta cũng có thể kết luận rằng: Tuệ Trung Thượng Sĩ chính là người mở đường dẫn lối cho Vua Trần Nhân Tông đi vào cửa Đạo và sau nầy trở thành Sơ Tổ của Phái Trúc Lâm Yên Tử vậy" (chương 6)

Đọc Mối Tơ Vương Của Huyền Trân Công Chúa đã cho tôi một cảm nhận: Dường như, sở trường của Hòa Thượng Thích Như Điển là tâm bút, tùy bút, hồi ký chứ không phải là tiểu thuyết, hay truyện ngắn. Tùy bút, hồi tưởng của ông truyền cảm được đan xen vào những trang tiểu thuyết làm cho lời văn trở nên sinh động hơn. Thật vậy, đoạn tâm bút dưới đây có lời văn rất đẹp, mang mang hoài cổ của ông, được cảm tác từ bài thơ Đường của Bà Huyện Thanh Quan, khi nhà Trần sụp đổ, Thăng Long trở thành hoang phế, sẽ chứng minh cho điều đó. Vâng, nỗi u hoài ấy của Bà Huyện Thanh Quan, hay chính là nỗi buồn của nhà văn Thích Như Điển vậy:

"Thăng Long cũng đã trải qua nhiều nắng sớm sương chiều như vậy. Nơi ấy, hằng ghi lại bao nhiêu dấu tích của vết xe ngựa đã lăn qua. Chúng làm mòn cả lối đi cho bao nhiêu mùa Thu của cây cỏ, và lầu vàng gác ngọc ngày xưa ấy quanh năm suốt tháng được che chở bởi những tàng cây xanh mát, để mặt trời khỏi rọi chiếu vào. Thế nhưng những cụm đá được xây thành lâu đài ấy giờ đây nằm im lìm bất động ở đó, chỉ có non sông gấm vóc nầy vẫn còn lạnh nhạt với bao nhiêu sự đổi thay của các triều đại, không khác nào bãi biển ngày xưa đó, nhưng bây giờ đã trở thành những ruộng dâu rồi. Nếu lấy một ngàn năm để làm tấm gương chiếu hậu, soi lại cho chính mình và cho nước nhà Đại Việt, thì kẻ bên nầy hay người bên kia, kẻ đang được một triều đại tôn phong bao bọc bởi vinh hoa phú quý, rồi nhìn lại người ở đây bị thất sủng chầu rìa, bị bỏ rơi ra ngoài xã hội, thì nỗi đau nào còn sầu thảm hơn được như thế nữa chăng?" (chương 3)

Tuy không gay gắt, nhưng nhà văn Thích Như Điển đã phê phán thẳng thắn sự hợp hôn cận huyết thống của nhà Trần. Nhà văn miêu tả khá sâu sắc sự dày vò, day dứt nội tâm của Trần Thái Tông cũng như Trần Nhân Tông... Nhận ra, sự sai trái và tác hại của hợp hôn cận huyết, song họ không thể thoát ra khỏi cái vòng kim cô của Trần Thủ Độ để lại. Và có lẽ, đây cũng là một trong những nguyên nhân dẫn đến sự sụp độ của một vương triều chăng?

* Huyền Trân Công Chúa- Sự giải oan cho một cuộc tình.

Mở rộng cương thổ về phương Nam là sách lược nhà Trần. Có thể nói, đây là cái nhìn sáng suốt của Thượng hoàng Trần Nhân Tông và Vua Trần Anh Tông. Tuy nhiên, bằng hình thức, thủ thuật lớp lang che chắn có tính sân khấu, kịch trường của nhà văn Thích Như Điển: "Có nghĩa là nếu cả hai nước Đại Việt và Chiêm Thành đang có biên giới liền nhau và phong tục, tập quán, ngôn ngữ v.v... tuy khác nhau rất nhiều, nhưng tinh thần đề phòng sự xâm lăng phía Bắc từ Trung Quốc thì không khác. Nếu cả hai nước đều có mối giao hảo tốt hơn là mối giao hảo bình thường thì đó là một điềm lành, có lợi cho cả hai dân tộc, nên ý định gả Huyền Trân cho Chế Mân chỉ xuất phát từ ý định đó..." (chương 8) nhưng khi nhận hai châu Ô, Lý, thì sự gả bán này mang tính chính trị rõ ràng. Vậy là, phông màn đã được mở, khởi đầu cho việc sáp nhập Chiêm Thành vào đất Việt cho thế hệ sau, dưới ngòi bút của nhà văn Thích Như Điển.

Và có thể nói, ông rất công phu khi đi sâu vào miêu tả tính cách, tâm trạng từ thuở thiếu thời cho đến nhập Chiêm và quay về chốn tu hành của Huyền Trân Công Chúa. Mượn cảnh vật thiên nhiên để miêu tả, phân tích nội tâm nhân vật là thủ pháp nghệ thuật không mới, tuy nhiên không phải ai cũng viết được sâu sắc và nhẹ nhàng như nhà văn Thích Như Điển. Thật vậy, tác giả đã mượn Hoa Trà My để nói về tâm trạng, nỗi buồn của Huyền Trân Công Chúa trước khi phải vào làm dâu đất Chiêm. Sự hy sinh cao cả, cùng tâm hồn trong trắng đó làm người đọc không khỏi rưng rưng, thương cảm cho thân phận của bà. Đoạn văn so sánh, giầu hình ảnh dưới đây, cho ta thấy rõ điều đó: "Hoa Trà My vốn là một trong những loài hoa khi nở có màu trắng, mang hương sắc của một loài hoa vương giả, thế nhưng những loài ong bướm tầm thường khi tìm hoa hút nhụy, chúng đâu có tiếc thương, dẫu cho đó là loại hoa nào.Quả thật một đời của hoa sánh với cuộc đời của người con gái chẳng khác xa là bao nhiêu. Nếu có chăng, người con gái là một loài hoa biết nói, còn những loài hoa khác tượng trưng cho một trong những loại thực vật bình thường trong các loài kỳ hoa dị thảo vốn được sinh sống tự nhiên nơi những núi đồi cô quạnh, hay chúng được trồng trọt chăm sóc nơi vườn ngự uyển của cung vua" (chương 11)

Không đi sâu vào phân tích, nhưng dưới ngòi bút của nhà văn Thích Như Điển, Thượng tướng Trần Khắc Chung hiện lên một nhân cách lớn, văn võ song toàn, uyên bác về Phật học. Với những chứng cứ lịch sử chân thực đưa vào những trang văn của mình, dường như nhà văn Thích Như Điển muốn bác bỏ những ý kiến, quan điểm phiến diện, thiếu chứng cứ khoa học về việc Trần Khắc Chung tư thông với Huyền Trân Công Chúa. Thật vậy, viết cuốn tiểu thuyết này, nhà văn Thích Như Điển như muốn giải oan cho một cuộc tình vậy. Đoạn trích lời tự sự của Huyền Trân Công Chúa với một tỳ nữ, chứng minh cho ta thấy rõ điều đó:

"Thượng tướng Trần Khắc Chung cũng là một người tu Thiền với Thân Phụ ta. Ông đã có lần đề bạt cho tập "Tuệ Trung Thượng Sĩ Ngữ Lục" vốn là Ông cậu của ta, do Pháp Loa biên tập và Phụ thân của ta phụ đính....Ta nghĩ rằng ông là thế hệ của cha mình, làm quan cả mấy triều và danh vọng thật cao ngất trời xanh, tuổi đã lớn, còn ta chỉ xứng hàng con cháu thì quan tâm đến những việc nhỏ nhặt ấy làm gì. Vả lại theo tục lệ của Đại Việt cũng như của Chiêm Quốc, người con gái đã lấy chồng rồi thì phải thực hiện câu "Tam tòng, tứ đức" chứ ta đâu có phải là kẻ lang bạt giang hồ mà ông ta lại chẳng hiểu. Chồng ta bây giờ đã không còn thì ta vui chi với những lời hoa nguyệt..." (chương 12)

Đi sâu vào đọc và nghiên cứu Mối Tơ Vương Của Huyền Trân Công Chúa, ta có thể thấy, nhà văn Thích Như Điển đã dựng lại cả một giai đoạn lịch sử một cách sinh động. Thông qua các nhân vật từ Tuệ Trung Thượng Sĩ, Trần Nhân Tông rồi đến Huyền Trân Công Chúa... cái tư tưởng giáo lý của nhà Phật đã xuyên suốt tác phẩm của ông. Tuy nhiên, Mối Tơ Vương Của Huyền Trân Công Chúa có khá nhiều từ ngữ, câu văn lặp lại. Hoặc có những đoạn mang tính liệt kê: "Nếu nhìn vào "Tộc Phả" các thế hệ vua và quan đời Nhà Trần của những thế hệ đầu thì ta thấy như thế nầy: Trần Thừa sinh ra Trần Cảnh và Trần Liễu. Như vậy Trần Liễu ở vai anh và Trần Cảnh tức Vua Trần Thái Tông thuộc vai em... Hoặc: Thật ra việc nầy cũng không khó hiểu mấy. Sau đây là những lý do chính. Đầu tiên là việc đại thắng quân Nguyên Mông...". Nó làm cho mạch văn bị cắt rời, người đọc hơi bị hụt hẫng. Và dường như, ta ít tìm thấy những đoạn văn đẹp như ở Bóng Đa Chùa Viên giác, hay Hương lúa chùa quê.

Leipzig ngày 28-1-2021

VĂN BIỂN VỚI THU BỒN

Nhà văn Văn Biển (tác giả cuốn tiểu thuyết Que Diêm Thứ 8, xuất bản tại Hoa Kỳ) đã bước vào cái tuổi chín mươi. Vừa rồi, căn bệnh nhồi máu cơ tim, tưởng chừng đã quật ngã ông. Nhưng sự may mắn và nghị lực sống đã giúp ông thoát khỏi bàn tay của tử thần, trở về với bàn viết của mình.

Văn Biển họ Phạm, sinh năm 1930 tại Quảng Ngãi. Năm 1954 ông tập kết ra Bắc, học và trở thành kỹ sư địa chất. Ông là cháu ruột cố Thủ tướng Phạm Văn Đồng, và đã có mười bảy năm sống cùng nhà, nên ông hiểu khá rõ về sân khấu cung đình lúc đó. Với sự trải nghiệm ấy, sau này ông đưa vào trang văn một cách rất hiện thực và sinh động. Tuy nhiên, cả cuộc đời Văn Biển không đảng phái, không chức tước quyền hành, chỉ là người thợ mỏ và viết văn thuần túy. Ngòi bút ông đứng hẳn về lẽ phải, về đất nước và những người cùng khổ. Ông sống giản dị và chân thực, kể cả những ngày bơ vơ, lăn lộn nơi xứ người cùng chúng tôi. Ông cũng là người lập ra ban kịch tư nhân với Sân khấu thể nghiệm, dám đi chệch đường ray. Tất nhiên, chỉ một thời gian ngắn ban kịch của ông đã bị khai tử. Văn Biển hiện đang sống và viết tại thành phố biển Nha Trang.

Cũng như nhà văn Vũ Thư Hiên, nhà văn Văn Biển suýt soát tuổi cha tôi. Nhưng hai cụ nhà văn này rất thanh niên tính, lúc đầu dứt khoát bắt tôi phải gọi bằng anh. Tôi kiến nghị: Cháu gọi thế là hỗn lắm, dù các cụ đã cho phép. Nói mãi, các cụ đành chấp nhận, tôi gọi bằng chú cho phải đạo.

Hôm rồi, từ bệnh viện về, nhà văn Văn Biển viết bài Thu Buồn, gửi cho tôi và bảo: Đỗ Trường ơi, mình vừa cấp cứu ở bệnh viện về. Nhồi máu cơ tim, tưởng là đi đứt rồi. Tự nhiên, có một vài cảm xúc, vội ghi lại, gởi cho Đỗ Trường đọc chơi: *Suốt ngày mải mê công việc*

Trời đất thay mùa không hay
Áo ấm ai hong bờ giậu
Giật mình, ồ thu đã sang
Nỗi lạnh từ đâu bỗng ùa về
Tuổi già cảm thấy lòng hiu hắt
Nha Trang không có lá vàng phương bắc

Hơi thu bàng bạc ướp màu thời gianDường như con người càng lớn tuổi, càng sống thiên về những hoài niệm, những ký ức đã xa vời. Một kỷ niệm nhỏ cũng làm lòng người day dứt. Trong cái hoàn cảnh và tâm trạng ấy, ngồi ở Nha Trang, mà gợi cho Văn Biển về ký niệm xa vời vợi nơi đất Bắc chăng? Thật vậy, tuy sinh ra ở đất trời phương Nam, song những năm tháng dài ở phương Bắc đã cho ông lớn lên và trưởng thành về cả thể xác lẫn tâm hồn. Do vậy, đọc Thu Buồn, tôi cứ ngỡ khung cảnh, thời gian của bài thơ mang theo hồn cốt mùa thu đất trời phương Bắc vậy: "Áo ấm ai hong bờ giậu/ Giật mình, ồ thu đã sang".

Và nắng hanh vàng của phương Nam ấy, làm sao xua tan được cái lạnh ướp từ trong lòng cô độc của thi nhân: "Nỗi lạnh từ đâu bỗng ùa về/ Tuổi già cảm thấy lòng hiu hắt". Rồi cũng chính công việc, và trách nhiệm của người nghệ sĩ đã giúp Văn Biển đã vượt qua được bệnh tật, nỗi cô đơn, lạnh lẽo đó. Vì vậy, Văn Biển luôn là người lính đi đi đầu:

"Sức già lọm khọm
Tuổi sắp chín mươi
Lặc lè vác trên vai gầy cây Thánh Giá
Làm người lính
Diệt trừ cái ác..." (Mừng Sinh Nhật Con...)

"Nha Trang không có lá vàng phương bắc/ Hơi thu bàng bạc ướp màu thời gian" là một câu thơ kết, hay sự liên tưởng, man mác buồn tiếc nuối, với cái hơi thu bàng bạc như một hình ảnh so sánh ẩn dụ về thời gian cạn kiệt của một kiếp người vậy.

Leipzig ngày 26-9-2019

SÔNG LAM – MỘT THI PHẨM HAY CỦA TRẦN MẠNH HẢO

Cuộc hội ngộ cuối năm vừa rồi, trong lúc khật khừ, có ông bạn người Hà Tĩnh, đến từ Berlin, hỏi tôi: Từ khi có thơ mới đến nay, Đỗ Trường yêu mến tài năng nhà thơ nào nhất? Một câu hỏi, thật khó trả lời. Bởi, kể từ khi xuất hiện phong trào thơ mới, cho đến sau 1954 cắt thành hai nền văn học Bắc - Nam, rồi đến nay, chúng ta có nhiều thế hệ nhà thơ tài năng, đáng yêu, đáng kính (từ trong nước, ra đến hải ngoại). Tuy nhiên, khi đi sâu vào đọc, và nghiên cứu, ta có thể thấy, nhà thơ nào cũng vậy, đã có hay, chắc chắn phải có dở. Do đó, khó có thể làm một phép tính để phân biệt, so sánh rạch ròi. Song mỗi người đọc đều có cái gu riêng của mình. Nếu buộc phải trả lời, có lẽ, sau Huy Cận, thì hình ảnh so sánh, ẩn dụ cùng với tài năng liên tưởng của Trần Mạnh Hảo cho tôi cảm hứng, xúc động khi đọc nhất.

Ông bạn Hà Tĩnh nghe xong, tỏ vẻ gật gù, nhưng dường như chưa thỏa mãn cho lắm: Vậy Đỗ Trường có thể đưa ra một, vài ví dụ chăng? Không trả lời ngay, tuy nhiên, tôi hỏi ngược lại gã: Ông đã đọc bài Sông Lam của Trần Mạnh Hảo chưa? Gã lắc đầu. Tôi gõ Google, tìm bài thơ cho gã, và bảo: Chưa đọc, đó là một thiếu sót lớn của một người con Hà Tĩnh. Bởi, đây là một bài thơ viết về đất và người Nghệ Tĩnh, với những hình tượng mới lạ, hay nhất mà tôi đã được đọc:

SÔNG LAM

Sông bổ đôi Nghệ Tĩnh
Sông nằm hóa lục bát Nguyễn Du
Sông đứng thành Hồng Lĩnh
Sông đi thành ví dặm trời xanh

Sông vắt kiệt lòng mình nuôi đất cát
Thương đất nghèo sông xanh rớt mồng tơi
Sông ẩn hồn trong vại cà, vại nhút
Một củ khoai cũng lấp ló mây trời
Con cò mặc áo tơi đi học
Cá sông Lam còi cọc toát mồ hôi

Gió hào kiệt thổi xơ Nghệ Tĩnh
Cá gỗ nuôi lớn những thiên tài
Trời hào phóng mây trắng
Đất tằn tiện ngô khoai

Đến cỏ dại cũng mọc thành chữ nghĩa
Đồ Nghệ Sông Lam dạy biển cả học bài

Gió Lào thổi mây giòn bánh đa nướng
Sông Lam nuôi nứt nẻ mỗi hạt vàng
Gió lập ngôn đầu hồi luồng lĩnh xướng
Khoai lang gàn luống dọc thích bò ngang

Sông thao thức sóng tràn bờ bắc
Sông nằm mơ tĩnh lặng khói bờ nam
Thúy Kiều đến Tiên Điền tìm họ mạc
Hai trăm năm Tiền Đường mê mẩn nước Lam Giang
Để rú Quyết lặng thầm đi cứu nước
Sông veo veo trời đất thoắt sen vàng

Sông Lam ăn cát mà xanh, uống trời mà mát
Trăng cháy hết lòng sâu quyết liệt cả cơ hàn
Người giàu có nên đất nghèo khổ khát
Kìa gió Lào thổi cong sông Lam…

Có những nhận định từ trước đến nay: Chỉ có các nhà thơ, nhà văn viết về chính quê hương của mình mới có những tác phẩm hay, và chân thực. Nhưng đọc và đi sâu vào văn học sử, đã cho tôi một quan niệm ngược lại: Thường những mảnh đất, đồng quê xa lạ mới là đề tài để các nhà văn, thi sĩ đẻ ra những tác phẩm hay. Thật vậy, nếu không có cái nhìn xa lạ, tò mò khám phá của cậu bé đến từ nơi phố thị, thì chắc chắn, sau này Vũ Thư Hiên khó có thể viết được tác phẩm Miền Ấu Thơ về đồng quê hay, đặc sắc có sức sống bền bỉ, lâu dài. Và Trần Mạnh Hảo cũng vậy. Nếu sinh ra, và lớn lên ở Nghệ Tĩnh, chưa chắc ông đã viết được Sông Lam, với những hình tượng mới lạ, sâu sắc làm rung động không chỉ người đọc nơi xứ Nghệ.

Có lẽ, phải có mối quan hệ, tình yêu thật đặc biệt với đất và người nơi đây, để một phút xuất thần, Trần Mạnh Hảo đã cô cảm xúc của mình bằng con mắt khám phá, kiếm tìm thành thi phẩm Sông Lam. Viết đến đây làm tôi nhớ đến cảm xúc, nội tâm Trần Mạnh Hảo. Cũng như nhiều người, tôi nghĩ, Trần Mạnh Hảo phải là nhà thơ cứng cỏi, quyết liệt đến tận cùng trong cuộc sống, cũng như trong văn thơ. Nhưng tôi đã lầm. Cách nay chừng dăm năm, Trần Mạnh Hảo từ Việt Nam sang Đức. Tôi đón anh từ Frankfurt/Maiz. Trên đường về, đưa anh vào thăm nhà và quê hương của Đại thi hào Goethe ở thành phố Weimar. Rất không may, hôm đó là ngày đóng cửa, không ai được phép vào trong nhà của Goethe. Nắm chặt tay cửa nhà Goethe, Trần Mạnh Hảo như khuỵu xuống, lẩm bẩm câu gì đó, rồi hai mắt lệ tuôn rơi. Lúc này, tôi thấy dường như có một Trần Mạnh Hảo khác nữa. Không biết, anh đang khóc cho mình, hay khóc cho Goethe. Thì ra, nội tâm anh rất thơ trẻ, mềm nhũn, dễ xúc động nhiều hơn tôi tưởng. Từ cảm xúc ấy, đêm đó anh viết một bài thơ rất hay về Goethe và Weimar...

Ngay từ khổ thơ đầu Trần Mạnh Hảo đã hình tượng hóa Sông Lam như một cơ thể sống. Do vậy, động từ bổ, tách đôi chân Nghệ An, và Hà Tĩnh dường như đã hoán đổi mang tính chất, văn hóa linh hồn đất và người nơi đây: "Sông bổ đôi Nghệ Tĩnh/ Sông nằm hóa lục bát Nguyễn Du/ Sông đứng thành Hồng Lĩnh/ Sông đi thành ví dặm trời xanh".

Không chỉ dừng ở văn hóa, linh hồn, mà cái tình yêu, sự đùm bọc của đất và người đã bật lên những khát vọng: "Sông vắt kiệt lòng mình nuôi đất cát/ Thương đất nghèo sông xanh rớt mồng tơi/ Sông ẩn hồn trong vại cà, vại nhút/ Một củ khoai cũng lấp ló mây trời". Và "Con cò mặc áo tơi đi học" tuy là hình ảnh so sánh ẩn dụ về cái cặm cụi, lam lũ và đói nghèo, song nó vẫn chỉ dừng lại một câu khẩu ngữ thường nhật. Nếu đứng một mình nó chẳng liên quan tí tẹo gì đến thi ca, thơ phú cả. Nhưng kỳ lạ, đặt nó trong tổng thể đoạn thơ, trở nên hay đến xót xa, nao nao hồn ca dao ở đó: "Con cò mặc áo tơi đi học/ Cá sông Lam còi cọc toát mồ hôi".

Những từ ngữ, hình ảnh rất cũ kỹ như, cá gỗ, chỉ sự nghèo khó, và tính cách người dân xứ Nghệ. Tuy nhiên, khi nó được đặt đúng hoàn cảnh, vị trí trong câu thơ, trở thành hình tượng mới, sâu sắc, hay một cách thanh tao đến sang trọng. Phải nói, đó là tài năng sử dụng từ ngữ của người thi sĩ: "Gió hào kiệt thổi xơ Nghệ Tĩnh/ Cá gỗ nuôi lớn những thiên tài". Và cái tính ngang ngang, gàn gàn ấy của người xứ Nghệ đã được Trần Mạnh Hảo thi vị hóa một cách dân dã. Có lẽ, đọc những câu thơ này, người xứ Nghệ đều tìm thấy mình ở trong đó. Một cái nhìn, một cách viết thú vị: "Gió lập ngôn đầu hồi luồng lĩnh xướng/ Khoai lang gàn luống dọc thích bò ngang"...

Có thể nói, Sông Lam là một trong những bài thơ toàn bích nhất của Trần Mạnh Hảo. Và khó có thể nói, thích câu thơ này, bỏ câu thơ kia, bởi sự dính kết trong liên tưởng mang tính tổng thể. Và hình tượng so sánh ẩn dụ phảng phất hồn vía ca dao xuyên suốt cả bài thơ. Thật vậy, đây cũng là bài thơ viết về đất và người Nghệ - Tĩnh hay nhất từ trước đến nay, mà tôi đã được đọc.

Và tôi xin dừng bài viết, để người đọc tiếp tục tự tìm tòi, suy nghĩ, phân tích của riêng mình, hòng cảm nhận được cái khắc nghiệt, cũng như hồn khí của người dân xứ Nghệ, qua hình tượng câu thơ kết của nhà thơ Trần Mạnh Hảo: Kìa gió Lào thổi cong sông Lam...

Leipzig ngày 7-1-2020

TÔI VẪN SỐNG Ở NƠI MÌNH VẮNG MẶT – MỘT TẬP THƠ ĐÃ TÓM GỌN HỒN VÍA CON NGƯỜI, CŨNG NHƯ THI CA THẾ DŨNG

Cứ ngỡ, ở cái tuổi quá lục tuần, với những cuộc rong chơi cùng trời cuối đất, Thế Dũng đã lạnh nhạt với văn chương, song tôi đã lầm. Bởi, hôm rồi tôi gọi điện thúc giục gã viết cho xong cuốn Con Chữ Thiên Di. Điện thoại chuông đổ ầm ầm, lúc sau mới thấy gã cầm máy. Tiếng ồn nơi đông người thật khó nghe:

- Thế Dũng! Bác đang ở đâu đấy?

Nghe tiếng gã cười khùng khục ở đầu dây bên kia:

- Đang bẹt nhè ở Pleiku. Có vẻ được thì uống đỡ cho anh mày một chút.

- Rượu chè thế này, Con Chữ Thiên Di đến cuối năm xong thế chó nào được!

Tôi vặc lại Thế Dũng như vậy, làm cho gã giải thích như quát trong máy:

- Thằng em cứ đùa. Không xong cuốn này, thì anh mày xong cuốn khác. Văn thơ chứ đâu phải bổ củi. Đôi khi còn phụ thuộc vào cảm hứng nữa. Lắm lúc, định viết cái này, tự nhiên nó xọ mẹ sang cái khác. Vừa in xong cuốn: Tôi Vẫn Sống Ở Nơi Mình Vắng Mặt. Không nằm trong dự định, cũng đang định gửi cho thằng em...

Cứ tưởng bia rượu nói, không ngờ mấy tuần sau tôi nhận được tập thơ thật. Sách mới nóng hổi hổi. Với dòng chữ của Thế Dũng đề tặng, rất cảm động. Tuy nhiên, bìa in không được sắc cạnh cho lắm. Chữ và giấy y trang như một số sách in ở trong nước, mà tôi đã được tặng. Dù Vipen Berlin xuất bản, ghi nhận in ấn tại Đức, nhưng tôi nghĩ, đây là thủ thuật "vượt tường lửa" của nhà in chăng?

Có thể nói, đây là thi tập khá công phu của Thế Dũng. Chỉ vỏn vẹn 55 bài, viết trong thời gian gần đây nhất, được biên tập thật chắt lọc thành 5 phần: Từng đêm nhớ mặt từng người. Đau thương hành. Cứ sống cùng mình với trời xanh. Em vẫn sống cùng anh như gió chuyển. Và, Tôi vẫn sống ở nơi mình vắng mặt. Có lẽ, đây cũng là 5 đặc điểm tiêu biểu nhất về cuộc sống, cũng như tư tưởng, thi pháp sáng tạo của Thế Dũng.

Thật vậy, sau giai đoạn sung sức nhất, thời của những câu thơ sảng khoái, một mất một còn với kẻ thù ở biên giới phía Bắc:"Cởi trần mà bắn thôi! Trời xanh kia là áo..." thì, Tôi Vẫn Sống Ở Nơi Mình Vắng Mặt là một thi tập cho tôi trở về cái cảm xúc ban đầu đọc Thế Dũng. Bởi, vẫn thủ pháp thông qua hình tượng, mang tính đối thoại, trữ tình chuyển tải tư tưởng và tình cảm của thi sĩ đến với người đọc. Nhưng đến tập thơ này, sự trong sáng, tính khẳng khái, can trường, tình yêu quê hương, đất nước của Thế Dũng đã đẩy lên nấc cao hơn.

Càng lớn tuổi, dường như Thế Dũng lại càng đau đáu trăn trở, suy tư về đất nước và con người. Một kỷ niệm nhỏ đã xa vời vợi cũng làm cho nhà thơ day dứt. Nếu bài Từng Đêm Nhớ Mặt Từng Người, là chiếc kính chiếu yêu trong từng con chữ, hay lời khẩn nguyện tâm linh của một thời đã qua, thì Vui Buồn Mình Còn Kịp Tặng Cho Nhau, như một món nợ của Thế Dũng đối với gia đình, và tha nhân vậy:

*"Cứ mỗi bận chia tay và hẹn gặp
Như hôm nay mắc nợ một hôm nào
Lòng thấp thỏm một hôm nao tái ngộ
Vui buồn mình còn kịp tặng cho nhau?"*

Chiến trường xưa, một món nợ luôn làm người lính Thế Dũng phải day dứt. Hơn bốn mươi năm qua đi như một tia chớp, và người thi sĩ đã tìm về. Ta Có Ngày Về Như Đang Thu là một bài thơ thất ngôn mang tâm trạng như vậy của Thế Dũng. Tuy không phải là bài thơ hay nhất trong thi tập này, nhưng có hình ảnh, lời thơ đẹp và nhẹ nhàng. Tuy nhiên, hình ảnh hồi sinh lãng mạn:" Bốn mươi năm lẻ ta về lại/ Rừng xưa tan tác tự sinh hương" chỉ có trong trí tưởng tượng của thi sĩ, và trong văn học của bác Thiều (Nguyễn Quang Thiều), bác Thỉnh (Nguyễn Hữu Thỉnh) mà thôi. Chứ rừng Tây Nguyên trọc lông lóc như cái bình vôi, với những cơn lũ quét kinh hoàng đã từ lâu lắm rồi.

Và tiện đây, cũng xin phép bác Thế Dũng, trong câu thơ trích dưới đây, chữ thủa của bác, em đổi thành chữ thuở cho đẹp. Cũng nhiều lần được đọc bản thảo của Thế Dũng, tôi đã góp ý nên đổi từ này, hoặc từ bẩy (con số 7) cũng nên đổi thành bảy trong câu thơ. Bởi, bẩy này chỉ đúng và chính xác tên gọi của danh từ chiếc đòn bẩy, hoặc động từ bẩy lên... Thế Dũng ừ ừ, cạc cạc, rồi quên ngay. Không phải là người nghiên cứu ngôn ngữ học, nên tôi không bàn đúng sai ở đây. Và cũng không dám nghĩ, Thế Dũng là người bảo thủ.

Nhưng tôi cho rằng, từ thuở, và bảy đẹp, chính xác trong câu thơ hơn thủa và bẩy của Thế Dũng rất nhiều:

"Cao nguyên thủa (thuở) ấy thật lãng mạn
Đêm rừng tìm bạn vàng ký ninh
Sốt rét từ khi vào chiến dịch
Tăng võng màn chăn cũng như không Rúc xe
vào lá xong là ngủ
Rừng già như thể con phố đông...
Dĩ vãng dường như tia chớp xé
Ác mộng đi qua mấy hoang đường
Bốn mươi năm lẻ ta về lại
Rừng xưa tan tác tự sinh hương..."
(Ta có ngày về như đang thu)

Tình người, và nỗi đau trước thảm họa của đất nước luôn thường trực trong lòng, để từ đó cô thành chí khí, can trường của thi nhân: "Ta đập vỡ ta thành câu hát/ Biến khúc đau buồn. Biển phục sinh". Có thể nói, Đau Thương Hành, không chỉ là phần gồm những bài hay, và quan trọng nhất của thi tập, mà là một trong những bài Hành hay nhất của thi ca đất Việt. Vâng! Cuộc chiến hai mươi năm tương tàn để lại những gì? Hay cải tạo, tù tội, hoặc lại một lần nữa phải trốn chạy, phải vùi thân dưới lòng biển cả. Liệu máu và nước mắt ấy, có thể kết thành hoa? Một câu hỏi tu từ, Thế Dũng gây nhức nhối cho bao người đọc:

*"Ly biệt!- Mười chết, một sống sót
Sinh Nam Tử Bắc huyết lệ nhòa
Vạn xác trẻ già vùi đáy biển
Sinh Bắc Tử Nam máu thành hoa?"*
(Đau thương hành)

Những thi tập trước đây, Thế Dũng chỉ kịp đến Berlin ngồi nấc, với những băn khoăn tự hỏi: "Tuổi mười tám bị đánh lừa?/ Kẻ thù ở đâu chưa rõ/ Chỉ thấy máu đẫm mặt nhau" (Từ Tâm). Nhưng đến thi tập: Tôi Vẫn Sống Ở Nơi Mình Vắng Mặt, nhận thức, và tư tưởng của Thế Dũng khác hẳn. Thi sĩ đã hoàn toàn tháo bỏ được chiếc vòng kim cô ở trên đầu. Với bút pháp hiện thực, cùng sự can trường, lòng dũng cảm, tính trực diện, đối đấu với cường quyền, hắc ám xuyên suốt thi tập này của Thế Dũng. Ngoài Đau Thương Hành, Mẹ Việt Nam- Không Chỉ Nhìn Ra Biển... ta còn có thể thấy: Trì Hoãn Mãi Cũng Phải Đến Giờ Đối Mặt, Tác giả đã phẫn nộ, điểm mặt chỉ tên rõ ràng những kẻ lưu manh, phản quốc. Đây là một bài thơ có tính thời sự hay nhất, mà tôi đã được đọc trong thời gian gần đây:

"Lặng thinh mãi để bùng cơn thịnh nộ Mạt tướng nào ra lệnh súng phải câm Bọn phản quốc chẳng thể nào giấu mặt
Đừng ăn mày ăn nhặt máu nhân dân"

Và không những chỉ ra nguyên nhân dẫn đến khổ đau cho cả dân tộc: "Ngót bốn mươi năm liền một dải/ Hà cớ chi bức tử nhau/ Sợ bị thủ tiêu thà tự tử/ Độc đảng! Độc tài! Độc hành đau" (Đau thương hành) mà đến với thi tập này, thơ Thế Dũng còn mang tính dự đoán rất sâu sắc:

"Bao nhiêu mầm mống thiên tài
Đã tàn lụi đã quái thai nhãn tiền
Tan đàn biến khúc tam nguyên
Tàn canh độc đoán hóa quyền đa phương..."
(Mặc cho vàng-đá vỡ lời tiên tri)

Làm được điều: "Tàn canh độc đoán hóa quyền đa phương" dường như với Thế Dũng trước hết buộc phải: Không Thể Không Cùng Nhau Vượt Qua Sự Sợ Hãi. Và đó cũng bài thơ cùng tên, mà Thế Dũng đã chỉ ra cái vòng tròn luẩn quẩn thối nát của xã hội, và con người. Từ đó, tác giả mở ra lối thoát cho một thể chế độc tài. Bài thơ như một trường khúc luận, với qui tắc bắc cầu của toán học vậy. Có thể nói, bóc trần sự thật này, là một sự can đảm, không phải nhà thơ nào cũng làm được. Nhất là khi tác giả đang sống ở Berlin, xung quanh một cộng đồng đỏ rực, càng quí hiếm vô cùng:

*"Nếu Đảng trưởng độc tài
thì thể chế độc Đảng sẽ đẻ ra Quốc Hội gật gù quốc hội bù nhìn sẽ dung dưỡng các trùm tham nhũng.
Các trùm tham nhũng sẽ sinh ra lũ cướp chuyên nghiệp Chuyên ăn cắp, ăn chặn, ăn bẩn, ăn theo cơ chế Và sành sỏi gây án đồng bộ.
Nhân dân lầm lũi sống lầm than từ ăn vay ăn đong ăn nhặt đến ăn mày.
Bởi một thể chế chỉ biết sống bằng thủ thuật ăn đất thì quốc gia sẽ suy vong thảm bại
không thể không cùng nhau vượt qua sự sợ hãi..."*

Vẫn nối tiếp mạch thơ từ Từ Tâm, tình yêu của Thế Dũng càng mãnh liệt với cái tôi cuồng say. Tôi hiếm thấy có một nhà thơ nào, gần hết cả cuộc đời, thơ tình chỉ viết riêng cho một người. Thật vậy, sau Từ Tâm, thì thi tập Tôi Vẫn Sống Ở Nơi Mình Vắng Mặt, Thế Dũng đã dành cả một phần: Em vẫn sống cùng anh như gió chuyển, lấy cảm hứng từ người vợ của mình. Và cái tôi trữ tình ấy, cho người đọc tìm ra giá trị, tính chân thực trong thơ Thế Dũng. Nếu ở Từ Tâm tính chân thực cuồng si: "Cõi người giam lỏng thi nhân/ Tôi giam tôi với Minh Tâm giữa đời" thì đến với Tôi Vẫn Sống Ở Nơi Mình Vắng Mặt, dường như ta tìm thấy có sự bi lụy trong hồn thơ Thế Dũng: "Đã lâu rồi tưởng mình không thể khóc/ Chưa bao giờ Em tê bại thế đâu" (Đã lâu rồi không tin vào nước mắt). Có thể nói, thơ tình Thế Dũng chưa nổi bật so với những phần thơ khác, ở thi tập này. Tuy nhiên, Bất Lực Đành Văng Tục Với Thời Gian là một bài thơ hay.

Lời thơ đẹp, mong manh sương khói, với những nỗi niềm hoài cổ phảng phất đâu đây:

"Anh sẽ gọi em từ hồ Lục Thủy
Có một chiều ngựa phố cổ cô đơn
Hồ Tây biết vì sao em vắng mặt
Khi hồn hoang anh gọi nắng hoang hồn..."

Đọc thi tập: Tôi Vẫn Sống Ở Nơi Mình Vắng Mặt, còn sáng tỏ thêm một điều, Thế Dũng có sở trường về thất ngôn thơ. Dường như, bài nào của gã đọc cũng thấy thâm trầm, mang mang hồn cổ phong. Duy Nhất, tuy không phải là bài thơ hay trong tập thơ Tôi Vẫn Sống Ở Nơi Mình Vắng Mặt. Song nói vui, thơ thất ngôn tứ tuyệt nó như cái lò nén, nổ bỏng ngô vậy.

Cho nên, tôi mượn cái lò nén này, (nổ một phát) góp phần làm sáng tỏ thêm thân phận, tư tưởng, tình cảm Thế Dũng, cũng như để kết thúc bài viết này:

"Ngày này năm ấy tôi bỏ nước Vui
kiếp lao nô tận bây giờ
Quốc tịch đã thay râu đã bạc
Quê hương duy nhất vẫn là thơ" (Duy nhất)

Leipzig ngày 5-12-2019

VÀI SUY NGHĨ VỀ TUYỂN TẬP 2: THƠ VIỆT Ở ĐỨC

Tôi không bất ngờ lắm, khi nhận được tập 2, Thơ Việt Ở Đức, do Sa Huỳnh và Thế Dũng gửi tặng. Bởi, mấy tháng trước dù đang còn lật khật ở Pleiku, Thế Dũng đã dọa, sắp cho ra lò tuyển tập này. Và cũng từ lâu, tôi chỉ đọc và theo dõi, chứ dường như không còn nhiều hứng thú viết về thơ văn của những tác giả đang sống, và làm việc ở Đức nữa. Vì cái tính hịch toẹt của tôi đôi khi làm không vừa lòng nhau. Khen thì không thể, chê càng bỏ bà nữa. (Một sự kẹt cứng của ngòi bút). Biết là vậy, nhưng đã nhận sách từ Thế Dũng, thì không ít thì nhiều, sớm hay muộn kiểu gì cũng phải viết cho gã. Do vậy, tôi đọc, và viết ngay, bằng không, khó mà Ruhe (yên) trong những ngày giáp Tết này.

Có thể nói, đến tập hai này, Thơ Việt Ở Đức đã có sự thay đổi cả hình thức và nội dung chất lượng khá rõ rệt, nhất là khâu tuyển chọn. Tuy nhiên, cuốn sách nào cũng vậy, dù sàng lọc thật kỹ vẫn có những khiếm khuyết cần bàn. Sách dày 531 trang của 72 tác giả đang sống và làm việc ở Đức. Điều đáng mừng, đã xuất hiện một số tác giả mới, với thơ cộng đồng như vậy, có thể nói, viết khá chắc tay. Tuy nhiên, vẫn thiếu vắng những nhà thơ tài năng, gạo cội xuất thân từ miền Nam, hiện đang cư ngụ ở phía Tây nước Đức, điển hình như: Tùy Anh (Nguyễn Hòa) hay Trần Đan Hà... Tôi nghĩ, đây cũng là một trong thiếu sót của Thế Dũng. Nếu anh gửi lời mời riêng đến từng thi sĩ, thì Thơ Việt Ở Đức chắc chắn sẽ giá trị hơn nhiều. Bởi, những thi sĩ này, Thế Dũng đều quen, hoặc chí ít cũng biết tên tuổi của nhau.

Một điều nữa làm tôi hơi buồn, đó là bài thơ Tình Thu của Phúc Nguyễn (Chemnitz) có câu thơ khá hay và đẹp: "Vời vợi nhớ thương câu ca em thả/ Nửa vầng trăng, khuyết một câu thề." Nhưng rất tiếc trong bài còn có những câu: "Chia tay em- chia tay mùa thu/ Anh mang theo nồng nàn nỗi nhớ..." rất giống lời ca khúc Chia Tay Hoàng Hôn của Thuận Yến, phổ thơ Hoài Vũ, kể cả nhịp thơ: "Chia tay em chia tay hoàng hôn/ Em mang theo về tình yêu và nỗi nhớ...". Sa Huỳnh, nhất là Thế Dũng, các anh giải thích sao về những câu thơ này? Thật ra, trong văn xuôi (truyện ngắn, tiểu thuyết) có thể có một, vài câu viết trùng với tác phẩm khác, nhưng thơ thì thật khó có thể chấp nhận. Những bài thơ, ca khúc nổi tiếng này của Hoài Vũ và Thuận Yến, tôi nghĩ, anh Sa Huỳnh cũng như anh Thế Dũng đã đọc và nghe nhiều lần rồi.

Có thể nói, Nguyễn Quốc Hùng (Sonderhausen) là người viết đa năng. Lúc tôi thấy anh quần đùi, áo vắt, nhầy nhầy với cái món thơ rựa mận tự châm, tự trào. Khi thấy anh quần ly áo xếp với phong cách nhẹ nhàng gửi tình yêu và nỗi nhớ về miền ký ức xa xôi nào đó. Lần này, Nguyễn Quốc Hùng đóng góp cho tuyển tập 5 bài. Đã đọc Nguyễn Quốc Hùng khá nhiều, nên tôi nghĩ, đây chưa phải là những bài thơ hay của anh. Tuy nhiên, Hà Nội tình yêu và nỗi nhớ đã đi vào giấc mơ, để anh tan vào Hà Nội, hay Hà Nội đang hóa vào trong anh: "Lang thang phố cho hồn tôi tan chảy/ Mặt hồ Gươm xanh mỗi độ thu về" (Nhớ Thu Hà Nội). Vâng! Những câu thơ hay, và đẹp của Nguyễn Quốc Hùng, tôi thường bắt gặp ở những bài về Hà Nội, nơi mà anh sinh ra và lớn lên. Để rồi, khi trở về, tất cả đều trở nên xa lạ, và đường phố đã thay tên, cho anh một chút bâng khuâng, với những hoài niệm đã xa vời vợi. Và một chút bâng khuâng ấy hóa vào trong thơ, tuy nhẹ nhàng thôi cũng đủ làm cho người đọc phải tiếc nuối, nghẹn ngào: "Đường phố cũ năm nào nay đã thay tên/ Cây hoàng lan vẫn tỏa hương thơm ngát" (Bâng khuâng Hà Nội)

Và khác với sự tan chảy của Nguyễn Quốc Hùng, nỗi nhớ quê, nhớ Hà Nội của nhà thơ Bùi Nguyệt (Chemnitz) cuộn lại, có vẻ cồn cào và mãnh liệt lắm. Vâng, tĩnh và động, cùng tâm trạng, song thủ pháp nghệ thuật sử dụng, bộc lộ tình cảm của hai thi sĩ hoàn toàn khác nhau. Thật vậy, với hai động từ, cuộn và vỗ trong bài Bước Vào Thu, Bùi Nguyệt đã cho người đọc thấy sự xáo động và đồng cảm với tâm trạng ấy của chị. Bùi Nguyệt là một trong những thi sĩ hàng đầu của cộng đồng người Việt ở Đức. Ngoài tài năng, chị còn chịu khó tìm tòi đổi mới thi pháp sáng tạo, thể hiện. Sáu bài thơ của chị trong tuyển tập này, cũng như mang đến một phần diện mạo thơ người Việt ở Đức vậy. Và những hình tượng ẩn dụ dưới đây, cho ta thấy rõ điều đó:

*"Nơi quê nhà nay đã vào thu
Hương hoa sữa lan đến từng hơi thở
Sóng Tây Hồ cuộn những chiều lộng gió
Cứ chập chờn vỗ vào giấc chiêm bao"* (Bước Vào Thu)

Cùng mạch thơ về mẹ và tình yêu quê hương, Thanh Giang (Berlin) có bài thơ Thân Phận Chim Đa Đa rất hay. Có lẽ, đây là lần đầu tôi đọc thơ của tác giả này. Sáu bài được tuyển chọn của chị đều hay, so với mặt bằng chung của thi tập. Và nếu được phép chọn vương miện cho tập thơ này, thì Cảm Xúc Tìm Về và Thân Phận Chim Đa Đa hai bài thơ của chị, nằm trong số những bài thơ mà tôi nghĩ đến. Có thể nói, Thân Phận Chim Đa Đa không chỉ là một bài thơ hay, mà còn có tính đặc biệt, bởi âm hưởng của dân ca, ca dao Nam Bộ. Nó góp phần làm mới, phong phú và sinh động cho diện mạo Thơ người Việt ở Đức. Dường như, tác giả đã hóa mình vào đa đa, hay mượn tiếng khóc, tiếng kêu than của loài chim ấy, nói về thân phận của những kẻ xa phương cầu thực (nơi xứ người) như chúng tôi. Ngoài từ ngữ sáng và đẹp, ta có thể thấy tài năng nghệ thuật sử dụng láy từ, tạo ra hình ảnh có chiều sâu về khoảng cách, tâm hồn của Thanh Giang. Đây là một trong những bài thơ thất ngôn toàn bích nhất, mà tôi đã được đọc từ các nhà thơ cộng đồng ở Đức:

"Khắp bể cùng trời kiếp du ca
Lắng đọng hoàng hôn sóng nhạt nhòa
Tia nắng chiều lắng sâu đáy nước
Mang bóng hình ai xa rất xa

Đã lỡ mang kiếp sống đa đa
Ba chìm bảy nổi một đời hoa
Thu tàn lá rụng không bờ bến
Mơ những chiều buông nắng sông xưa..."

Tôi khuyên, bác nào thần kinh yếu không nên đọc Thymianka Thảo Nguyên, bởi dễ bị ám ảnh, mộng mị, kể cả thơ tình. Thật vậy, đi sâu vào đọc Thymianka Thảo Nguyên, ta có thể thấy, thiên nhiên là đối tượng chính trong thơ của chị. Hay nói một cách chính xác hơn, nhà thơ đã mượn cảnh vật, tĩnh vật để miêu tả, bộc lộ tâm trạng cũng như gửi tâm sự của mình vào đó. Và thơ chị nặng về phần trí, bố cục chặt chẽ, giàu trí tưởng tượng và liên tưởng. Bảy bài trong tuyển tập, chưa phải là những bài thơ hay nhất của chị. Thymianka Thảo Nguyên có bản thảo thơ rất hay cách nay mấy năm tôi đã được đọc. Không hiểu sao đến nay, chưa thấy chị cho xuất bản ra lò.

Nếu ta đọc Nhớ Một Người Khi Nắm Tay Em của Võ Thiên Nga (Dresden, một cây văn xuôi) có thể thấy, tình yêu trong thơ chị có một chút gì đó yếu mềm, mang tính vị tha, thì trong cùng tâm trạng, hoàn cảnh ấy, Thymianka Thảo Nguyên dứt khoát, mạnh mẽ hơn, dù có đớn đau. Thật vậy, nếu thơ Võ Thiên Nga nặng về Cảm, thì thơ Thymianka Thảo Nguyên nghiêng về phần Trí. Tuy khác nhau như vậy, song với tôi hai bài thơ này nằm trong số những bài thơ tình hay nhất trong thi tập 2, Thơ Việt Ở Đức. Ta hãy đọc hai đoạn trích của hai nhà thơ này dưới đây, để so sánh và thấy rõ điều đó:

"Có bao giờ khi nắm tay em
Mà lòng anh nhớ về người khác
Ừ thì có sao đâu
Bình thường thôi chẳng có gì khác lạ
Sao anh phải giả vờ ngó vào mắt em sâu
Đường đời quá dài...mà em thì sợ đớn đau
Nên vẫn muốn... ừ thì anh cứ dối
Miễn là đêm về đừng để em phải đợi
Em sợ đêm dài...
Em sợ tiếng dế kêu!" (Nhớ Một Người Khi Nắm Tay Em - Võ Thiên Nga)

"Biết là xa nhau trái tim ta sẽ đau
Đau như tự tay cầm dao khứa lên tay mình nhiều vết cứa
Mà sao ta không thể đi bên nhau được nữa
Rã một trời xanh...
Mình xa nhau thật rồi phải không anh
Người yêu hôm nay sẽ trở thành người yêu cũ
Xóa một tên trong đời đâu chỉ xóa đi nỗi nhớ
Đã hằn sâu..." (Buông- Thymianka Thảo Nguyên)

Mấy tháng trước, vô tình tôi gặp Hoàng Long (Leipzig) trong một bữa nhậu tân gia của người bạn.

Lúc người đã biêng biêng, Hoàng Long đọc cho tôi nghe mấy bài thơ, dường như ở thể ngũ ngôn vừa viết, nghe đã lắm. Do vậy, nhận được tuyển tập 2, Thơ Việt Ở Đức, tôi mở tìm gã để đọc ngay. Đọc mấy bài trong đó có những câu "Thiếu mùi Tết đến, thiếu mùa xuân/ Thiếu cả quê hương, nồi bánh chưng" (Nỗi niềm Tết xa xứ). Sao lại hịch toẹt đặt cái nồi bánh chưng vào câu thơ thế này? Một sự hẫng hụt của thơ, hay hẫng hụt tâm hồn? Thơ đọc đâu phải chỉ để hiểu, mà còn phải ngẫm. Quả thực tôi lẩm bẩm, trách Hoàng Long như vậy, rồi định lật trang. Nhưng mắt lại vướng vào bài Chỉ Một Ngày Vắng Em ở mặt sau. Đọc thấy khá hay, và khác quá. Bởi lời thơ đẹp và nhẹ nhàng trong cái tâm trạng trống vắng, hoài mong của tình yêu. Nếu bịt tên tác giả đi, tôi không nghĩ, Chỉ Một Ngày Vắng Em và những bài thơ trên cùng chung một tác giả. Thì ra, gã Hoàng Long có sở trường về ngũ ngôn thơ:

"Chỉ một ngày vắng em
Mà sầu lên vời vợi
Ngày Đông dài khắc khoải
--
Ngày cũng trở thành đêm
Buông rơi đầy nỗi nhớ ..." (Chỉ một ngày vắng em)

Vẫn mang nỗi nhớ, với những câu hỏi, và biện pháp tu từ so sánh, tác giả Vân Quyên làm cho tôi đang ngồi trong phòng ấm, mà lạnh buốt cả người. Thì ra, cái lạnh của Vân Quyên làm cho người đọc toát ra từ nội tâm. Có thể nói, bài thơ Chiều Nhớ của Vân Quyên chưa phải là bài thơ hay trong thi tập này. Nhưng những hình ảnh ẩn dụ trong thơ khá đẹp, và sinh động. Do vậy, ta có thể thấy, nếu ở tập

1, Hồng Trang (Berlin) với những câu chúc tụng, mang tính hề chèo:

"Ngày Tết em chúc mọi nhà/ Tiền vào như nước, tiền ra như rùa/ Làm ăn thắng lớn, không thua/ Hàng bán giá tốt, hàng mua giá mềm.." thì đến tập 2 lần này, với Vân Quyên (Berlin), Sa Huỳnh đã sàng lọc, tuyển chọn kỹ càng, sâu sắc hơn nhiều lắm:

"Phải chiều nay gió lạnh không anh?
Cánh rèm thưa đưa chòng chành nỗi nhớ
Phải tại xa em...vần thơ dang dở
Hay tại mây kia níu nắng chẳng rời..."

Ở tập 1, Thu Hà (Cottbus) có những bài thơ hay về tình yêu, đầy tính triết lý của cuộc sống và con người. Đến tập 2 này, dường như chị đã chững lại chăng? Có một bạn thơ cộng đồng đã nói với tôi như vậy. Tuy nhiên, với tôi không hẳn thế, bởi những câu thơ tự sự, mang hình ảnh với tính ẩn dụ ấy, như một lần chờ đợi và mất mát trong lòng nhà thơ, trong lòng người đọc vậy: " Mà phố ạ sao cứ chờ mãi thế/ Ngày nối ngày có trăm người qua lại/ Ngàn vạn lần đổ bước dài trên phố/ Đã một lần dừng lại bước chân ai?... Đừng đếm lá rơi thay thời gian đợi/ Đừng phố ạ chiều nay trời trở gió/ Lỡ chuyến đò người ấy chẳng qua sông." (Này phố cũ sao cứ buồn mãi thế).

Trước đây vài năm, nhân viết về Hữu Thỉnh với sứ mệnh đại đoàn kết dân tộc, tôi có đọc Trương Anh Tú (Frankfurt/M). Tôi nhận thấy, những bài ngắn được gọi là thơ tứ tuyệt, dường như Trương Anh Tú muốn đến với những triết lý của cuộc sống, nhưng thực sự vẫn chưa tới, chưa chín. Nhiều câu từ nhạt nhẽo, sên sến, cũ mềm cho ta cảm giác đã đọc nhiều lần ở đâu đó rồi. Tuy nhiên, đến với Thơ Việt Ở Đức lần này Trương Anh Tú được tuyển chọn 5 bài. Có thể nói, Những Mùa Hoa Anh Nói là một trong những bài thơ ngũ ngôn hay nhất trong thi tập này. Cái tính triết lý nhẹ nhàng ẩn đằng sau con chữ đã đạt đến độ chín, khi anh đi tìm cái giá trị chân thực của tự nhiên và con người. Ta hãy đọc đoạn trích tự sự có lời thơ rất đẹp dưới đây chứng minh cho điều đó:

"Tôi tìm những bông hoa
Nồng nàn từ đồng nội
Hương được hong từ gió
Sắc được hái từ mây
Cả hoa và cả lá
Từ giọt sương vơi đầy
Tôi yêu những loài hoa
Nhựa căng từ lòng đất Hương
được hong từ gió... Những
bông hoa anh nói
Phải tự trồng anh ơi!"

Vẫn mạch thơ về triết lý cuộc sống, Lương Thị Minh Hồng (Berlin) có bài thơ ngũ ngôn: Thu, khá hay. Tác giả đã mượn cái qui luật tuần hoàn của thiên nhiên, con người để nói lên cái khát vọng của mình. Nếu nói:

Tức cảnh sinh tình, (nghĩa là ngắm cảnh tạo ra cảm xúc) thì cả bốn khổ thơ dài, Lương Thị Minh Hồng mới chỉ là những câu thơ tả. Nhưng thật kỳ lạ, hai câu cuối cùng bật ra cảm xúc, và ước nguyện: "Thèm một bàn tay ấm/ Dắt nhau qua mùa Đông..." bài thơ trở nên tròn trịa đến vậy:

*"Con đường dài thẳng tắp
Sẽ đưa ta về đâu?
Trời vẫn xanh khát vọng
Tóc ta đã bạc màu*

*Thu đong đầy kỷ niệm
Của những ngày Hạ, Xuân
Gió Thu thì thầm nhắc
Mùa Đông sắp tới gần...*

*Thèm một bàn tay ấm
Dắt nhau qua mùa Đông..."*

Có điều đặc biệt, đến tuyển tập 2, thơ viết về đề tài thời sự, xã hội đã khởi sắc. Quê hương đất nước đã được các tác giả đặt lên hàng đầu. Từ mối quan tâm đó, dẫn đến chất lượng và hình thức thơ được nâng lên rõ ràng. Dường như, có nhiều nhà thơ viết về đề tài này. Ta có thể thấy, Duy Hảo (Chemnitz) với Uất ức biển ta ơi. Một bài thơ như một tiếng kêu thét căm hờn của những người lính, của những oan hồn, hay của cả một dân tộc trước nỗi đau khi biển đảo mất dần vào tay ngoại bang: " Hoàng sa đó đã vào tay lũ giặc/ Trường sa kia máu đổ tháng năm dài/ Bao thân xác nằm phơi lòng biển cả/ Những oan hồn thống thiết gọi tên ai". Có bài thơ của Trương Thị Hoa Lài (Rostock) trước đây đọc tôi đã phải bỏ nửa chừng. Nhưng gần đây, chị viết về mảng xã hội, con người, đọc cho ta cảm giác khác hẳn. Đến với bài thơ Gánh Đời, lời thơ của chị đằm thắm, và sâu lắng hơn. Tuy còn một số câu, từ cũ và chưa lọc kỹ, nhưng tôi nghĩ, Gánh Đời là một trong những bài thơ hay viết về mảng thời sự, xã hội:

*"...Mẹ gánh chiều họng cháy đắng khát khô
Chân nứt nẻ lội sông hồ kiếm sống
Dõi mắt về một phương trời vô vọng
Biết bao giờ mới thoát cảnh lầm than?
Tổ quốc mình từng tấc đất kêu van
Trên bờ biển thuyền úp giàn bỏ chuyến
Sóng không còn thì thầm ngàn câu chuyện
Đại dương xa đau đáu ngóng cánh buồm!"*

Gần đây, viết về thế sự, xã hội phải nói Sa Huỳnh rất chắc tay. Dường như, những biến cố gì xảy ra trên quê hương đất nước, hay nơi đang cư ngụ, anh đều có thơ. Sự đồng cảm ấy, đã cho anh nghị lực viết. Và để anh đứng về lẽ phải, đứng về những người dân thấp cổ bé họng. Khóc nữa đi các quan là bài như vậy của Sa Huỳnh. Có thể nói, đây là bài thơ thế sự hay, xúc động nhất của anh:

*"Khóc nữa đi các quan...
Những ruộng đất, chung cư, biệt phủ Những
sân vườn, phố Mỹ, phố Tây
Không chỗ trọ cho thân người bé nhỏ
Đang trôi đi trên sông chết, biển tàn
Cuốn về phía mặt trời mờ thoi thóp
Những hình nhân sống tạm cõi trăm năm..."*

Chưa bao giờ tôi thấy Thế Dũng thẳng thắn và can đảm như thời gian này. Không chỉ có trong thơ, mà trong văn, trong cuộc sống của anh cũng vậy. Có thể nói, anh là (một trong những) linh hồn của tuyển tập 2, Thơ Người Việt Ở Đức này. Bảy bài thơ của anh như bảy mũi tên xuyên thấu đích. Nhưng Trì Hoãn Mãi Cũng Phải Đến Giờ Đối Mặt, tôi nghĩ, là bài thơ hoàn bích nhất của anh. Ngoài tài năng thi pháp, nghệ thuật, ta có thể thấy sự phẫn nộ đã lên đến đỉnh điểm, Thế Dũng điểm mặt chỉ tên rõ ràng những kẻ lưu manh, phản quốc. Đây là một bài thơ có tính thời sự hay nhất, mà tôi đã được đọc trong thời gian gần đây:

"Lặng thinh mãi để bùng cơn thịnh nộ Mạt tướng nào ra lệnh súng phải câm Bọn phản quốc chẳng thể nào giấu mặt Đừng ăn mày ăn nhặt máu nhân dân"

Nối tiếp cái chí khí của Thế Dũng, ta có thể thấy sự can trường, dám hy sinh, dám đi đến tận cùng của Lê Thị Thanh Bình (Dresden). Vâng! Cả cuộc đời chị dường như chỉ đi tìm sự thật, và hướng con người đến cái tính chân thiện. Nghĩa khí, cái tính không khoan nhượng ấy, đã được chị đưa vào cả trong văn thơ của mình: "Thà một lần tôi chết/ Cho dân tộc trường tồn/ Hơn trăm năm sống nhục/ Hại muôn đời cháu con"
(Tôi thề).

Có thể nói, so với tập 1, tuyển tập 2 Thơ Người Việt Ở Đức đã bước tiến dài về mọi mặt. Tuy nhiên, vẫn còn những hạt sạn cần phải loại bỏ khi tuyển chọn, biên tập. Bởi, ngoài những bài thơ kém chất lượng, còn nhiều câu từ tối nghĩa cần bàn tay của biên tập. Ta có thể thấy, Hằng Nguyễn (Plauen) một cây bút khá quen thuộc của cộng đồng, trong bài Hà Thành còn mưa không anh, có câu: " Gió cuồng phong thổi phần phật bên hiên". Dường như, khi viết tác giả đã quên mất từ Hán Việt, phong cũng là gió này. Do vậy, câu thơ trên nên bỏ một trong hai từ phong hoặc gió.

Nêu ra một vài hạt sạn như vậy, mong những tập sách tiếp theo, tuyển chọn, biên tập kỹ càng hơn nữa. Xin cảm ơn Anh chị Sa Huỳnh và anh Thế Dũng đã gửi tặng sách cho tôi.

Và vẫn như tập 1, Thơ Việt Ở Đức tập 2 này, tôi đọc và viết trong vòng chưa đến một tuần, vào những lúc vắng khách, trên Theke (bia) nơi tôi làm việc. Đọc nhanh, viết vội như vậy, có lẽ còn nhiều tác giả, và những điều chưa thể giãi bày hết, hoặc còn tơ lơ mơ, không đúng. Do vậy, còn cần lắm những cây viết khác bổ sung cho thật đầy đủ. Hy vọng những tập tiếp theo sẽ chất lượng, hoàn hảo hơn, như lời nhà thơ Thế Dũng.

Leipzig ngày 15-1- 2019

VÀI SUY NGHĨ VỀ TUYỂN TẬP THƠ: NỐI HAI ĐẦU THẾ KỶ CỦA NGƯỜI VIỆT Ở NGA

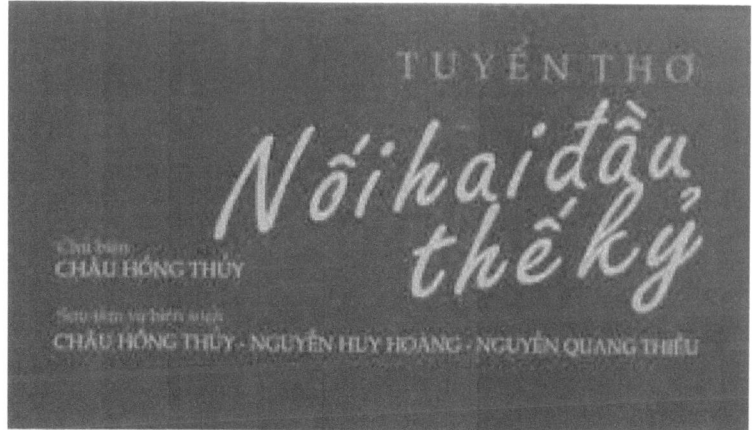

Trước đây gần hai chục năm, tôi có được đọc tuyển tập thơ của người Việt ở Hoa Kỳ, và gần đây là: Thơ người Việt ở Đức, cùng tuyển tập: Nối Hai Đầu Thế Kỷ của người Việt ở CHLB Nga. Mỗi tuyển tập đều có những đặc điểm, tính đặc trưng riêng biệt. Có lẽ, do hoàn cảnh xã hội, tư tưởng của tác giả, cũng như biên tập khác nhau chăng? Nên mỗi tuyển tập đều cho tôi những cảm xúc khác nhau.

Cũng từ điều kiện lịch sử, xã hội ấy, dẫn đến tác giả tuyển tập Nối Hai Đầu Thế Kỷ, dường như phần lớn là các nhà thơ tên tuổi, trí thức, sinh viên, công nhân lao động cùng xuất thân từ miền Bắc Việt Nam. Vì vậy, ta có thể thấy, xuyên suốt 600 trang thơ của 132 tác giả hầu như đều né tránh những vấn đề gai góc có tính thời sự xã hội, và thân phận của đất nước, con người. Có chăng chỉ lọt được vào tuyển tập chỉ vài ba bài của Nguyễn Đình Tâm, Trần Văn Thi hay Trần Mạnh Hảo. Thiếu vắng cái khoản này, có lẽ cũng tại bởi chủ biên, nhà thơ Châu Hồng Thủy. Dù ông đã sinh sống học tập, và làm việc ở Nga rất lâu rồi, song vẫn không thoát ra khỏi sự ràng buộc, tiêu chí, định hướng của cái Hội nhà văn ở trong nước chăng? Bởi, trong ban tuyển chọn, ngoài Nguyễn Huy Hoàng, ta thấy còn có cả Nguyễn Quang Thiều, Chủ tịch Hội nhà văn ở trong nước hiện nay. Theo tôi được biết, còn một số tác giả đã và đang sinh sống ở Nga có những bài thơ rất hay về đề tài xã hội và thân phận của con người không được tuyển chọn vào thi tập. Có lẽ, cái hạn chế cùng một tiếng gáy, một chất giọng này, làm cho tuyển tập hơi bị đơn điệu.

Bên cạnh những nhược điểm đó, song ta có thể thấy, Nối Hai Đầu Thế Kỷ là thi tập dày dặn, lực lượng viết hùng hậu, quy tụ được những nhà thơ, trí thức tên tuổi tài năng, chuyên nghiệp, lời thơ trau chuốt, mang tính nghệ thuật cao. Thật vậy, Con tàu thời gian của Châu Hồng Thủy là một bài thơ như vậy. Nó là một trong những bài thơ hay nhất trong tuyển tập này. Với hình ảnh so sánh ẩn dụ, Châu

Hồng Thủy đã mượn sân ga con tàu để vẽ ra cái vòng sinh tử của con người. Lời thơ tuy dân dã, mộc mạc, song làm cho người đọc chợt nhận ra cái hữu hạn của cuộc sống, cùng sự tiếc nuối trong cái nghiệt ngã của thời gian. Cảm ơn nhà thơ tài hoa Châu Hồng Thủy đã cho (hồn) tôi một khoảng lặng khi đọc bài thơ này:

"Ta lên tàu ở nhà ga Hộ Sinh
Những tiếng oa oa đầu tiên tựa hồi còi xuất phát
Người cầm lái vô hình, con tàu đi dích dắc
Theo đường ray định mệnh của riêng mình.

Địa điểm tháng năm và giờ phút khởi hành
Giấy khai sinh của ta thành chiếc vé
Ta đã qua 40 ga Quá khứ
Còn bao nhiêu ở phía trước Tương lai?..."

Tình yêu nước Nga, và nỗi nhớ đất Việt quê hương là đề tài xuyên suốt thi tập Nối Hai Đầu Thế Kỷ. Nó như sợi dây nối đôi bờ Nga Việt vậy. Nếu nỗi bâng khuâng khi phải tạm biệt nước Nga của Nguyễn Đình Chiến được trộn vào cảnh vật, thiên nhiên với lời thơ tuyệt đẹp: "Đàn sếu sắp về nam có phải/ Mặt hồ dâng sương khói quá êm đềm/ Con đường vắng bao giờ ta trở lại/ Mùi lá sồi đã dậy dưới sương đêm", thì trong cùng hoàn cảnh, tâm trạng ấy, nhà thơ Thụy Anh đã ủ tình yêu, nỗi nhớ thương vào trong đêm, vào giấc mơ của riêng mình: "Trăm ngàn lần mà chưa hết nôn nao/ Bao rung động vẫn vẹn nguyên tươi mới/ Tình yêu này muốn mà không thể nói/ Chỉ trái tim trong giấc ngủ vẫn rộn ràng". Người trở về bùi ngùi day dứt. Người ở lại vẫn còn đó, một nước Nga mờ ảo, tuyệt đẹp đọng lại hồn thơ. Chiều Riazan, một bài thơ ngũ ngôn điển hình như vậy của Trần Đăng Khoa. Lời thơ nhẹ nhàng, giàu nhạc tính mang mang hồn cổ phong ấy, làm cho người đọc không khỏi bùi ngùi, xúc động:

*"Bóng chiều đi êm ru
Trên những tầng tháp cổ
Có gì đang xôn xao
Trong khu vườn lặng gió
Thấp thoáng căn nhà gỗ
Nương hồn nước Nga xưa
Dòng sông trôi mộng mị..."*

Khi Trần Đăng Khoa đi vào Chiều Riazan, thì hồn thơ Nguyễn Bùi Vợi trở về nơi quê nhà. Tình yêu, nỗi nhớ ấy tan vào khói lam chiều, hay tan vào trong em. Sự liên cảm (không chỉ ở trong thơ) của Nguyễn Bùi Vợi bình an, đẹp như nét vẽ trong bức tranh chiều vậy:

*"...Anh ngồi viết. Chắc em đang nhóm bếp
Nên câu thơ thoảng vị khói quê nhà
Ghi đôi điều hôm anh về, em đọc
Mình gặp mình trong một chuyến đi xa..."*
(Viết cho em từ Matxcova)

Trở lại với dòng sông Nhêva, dường như Vân Long bồi hồi và tiếc nuối. Bởi, anh bây giờ đâu phải của ngày xưa nữa. Nhìn nước trôi chợt làm Vân Long nhớ về dòng sông cũ, một cảm xúc để thi sĩ viết nên Gợi Nhớ. Tuy không phải là bài thơ hay của Vân Long, cũng như trong tuyển tập, song nó điển hình về nỗi buồn trong cái đổi thay, mất mát của đất nước và con người: "Anh đâu còn là anh thuở ấy/

Nước Nga này đâu phải nước Nga xưa/ Dòng Nheva trôi, nước không trở lại/ Câu thơ bao rạo rực với sương mờ..." Cùng trong hoàn cảnh, tâm trạng ấy, nhưng dường như nhà thơ Phạm Quốc Ca không hề tiếc nuối, nhưng có một chút hoang mang, tự vấn. Vì vậy đọc Matxcova mùa xuân 1990 làm cho tôi nhớ đến tâm trạng của mình, cũng như toàn cảnh của nước Đức khi bức tường Berlin sụp đổ. Có thể nói, đây là bài thơ tự sự, với những hình ảnh như một câu hỏi tu từ, thuộc nhóm bài hay và toàn bích nhất của tuyển tập Nối Hai Đầu Thế Kỷ:

"...Đây năm tháng đổi thay, đổ vỡ Đủ màu da tôi gặp ở Hồng trường
Dòng người viếng uốn một hình dấu hỏi
Lê-nin còn là chân lý soi gương?..."

Đến với Phạm Công Trứ thì cái ảm đạm, bi quan về đất nước và con người đã đi đến tận cùng. Thủy Mặc là một bài thơ, hay là một bức tranh được nhà thơ Phạm Công Trứ vẽ ra, cho người đọc một cảm giác chờn chờn, rợn rợn. Đây là bài thơ lục bát duy nhất viết về tâm trạng, hình ảnh bi thương, hiện thực nhất trong một tuyển tập có đến hơn 400 bài:

"Tuyết rơi trắng rợn chân trời
Trên cành cây cụt quạ ngồi rỉa lông
Con tàu trôi giữa mênh mông
Thấy tuyết, thấy quạ, mà không thấy người"

Sau Cơn Bão của nhà thơ, nhà giáo Nguyễn Đình Tâm, nếu thoảng qua, người đọc ngỡ đó là bài thơ về thiên nhiên, cùng tâm trạng của con người sau cơn bão. Nhưng dừng lại một giây phút thôi, ta sẽ thấy được tư tưởng mang tính thời sự, xã hội của thi nhân.

Thật vậy, với thi pháp nghệ thuật hoán dụ, Nguyễn Đình Tâm đã mượn hiện tượng thiên nhiên để bóc trần sự dối trá, và lưu manh của chế độ xã hội và con người. Bài thơ này được viết vào năm 1989, khi thi sĩ đang sinh sống ở Nga, chứng kiến cơn bão mùa thu quật đổ bức tường Berlin, và sự sụp đổ hoàn toàn CNCS ở châu Âu và Nga-Xô. Từ ngữ mộc mạc, đơn giản, song có thể nói, Sau Cơn Bão là một trong những bài thơ hay, và cho tôi nhiều cảm xúc nhất trong tuyển tập Nối Hai Đầu Thế Kỷ:

"Đã tan hoang vườn tược, mái tranh
Sau cơn bão chẳng còn tin được gió
Dù một đời - hát ru cùng cây cỏ
Dù một thời - nâng bổng cánh diều bay."

Vẫn chất giọng khi thì bi tráng sắc lạnh, lúc thì ấm nồng như xé ruột xé gan hồn người. Đọc Đêm phương Bắc nhớ về Tổ Quốc của Trần Mạnh Hảo làm tôi nhớ đến những: Tổ Quốc Của Tình Yêu, Đất Nước Hình Tia Chớp, Mặt Trời Trong Lòng Đất...của ông. Đêm phương Bắc nhớ về Tổ Quốc được Trần Mạnh Hảo viết vào cuối năm 1988, khi ông đang tu luyện gì đó ở Moskau. Một bài thơ về thân phận đất nước và con người được bật ra từ nỗi đau, nỗi xót thương quần quại trong lòng người thi sĩ. Bài thơ nào cũng vậy, ngoài giọng điệu, chất trữ tình, cái hình ảnh ẩn dụ, liên tưởng làm nên hồn vía đặc trưng riêng biệt Trần Mạnh Hảo: "Người cày xới bằng xương sườn lấy máu mình gieo hạt/ Nứt nẻ vết chân cò, chân vạc toạc đồng sâu.". Thành thật mà nói, đọc mảng thơ viết về thân phận đất nước và con người của Trần Mạnh Hảo luôn cho tôi cảm giác chờn chờn, rợn rợn, trong nỗi xót thương đến tận cùng. Nếu được phép chọn vương miện cho tuyển tập, có lẽ Đêm phương Bắc nhớ về Tổ Quốc là bài thơ buộc tôi phải nghĩ đến:

*"...Đất nước tôi thuyền vỏ trấu vờn đỉnh sóng
Số phận neo người vào bóng Trường Sơn
Chẳng lẽ không còn con đường nào yên lành hơn Ngoài một lối vượt đá ngầm, dông bão?
Trời mắt ếch đáy giếng nào kiêu ngạo
Tổ Quốc tôi nằm ở đâu Trên
mùa gặt địa cầu?
Người cày xới bằng xương sườn lấy máu mình gieo hạt
Nứt nẻ vết chân cò, chân vạc toạc đồng sâu.
Loa Thành ơi, ai lường gạt Mỵ Châu?
Dấu lông ngỗng tình xưa còn trắng tóc
Tổ Quốc tôi đau mà không dám khóc
Hoa cau cười nhoè nhoẹt áo nàng Bân..."*

Dường như tuyển tập Nối Hai Đầu Thế Kỷ chưa (hay không) chú trọng khai thác, tuyển chọn thơ ca về thân phận của những công nhân hợp tác lao động. Một thành phần phong phú, đông đảo nhất ở Nga. Bởi, đọc tuyển tập đến mấy lần, (vậy mà trên 400 bài, hình như) tôi chỉ tìm được bài thơ duy nhất về thân phận: Cô thợ may của Trần Văn Thi. Và cũng thật may mắn, Cô thợ may là bài thơ khá hay và rất chân thực. Tình yêu cha mẹ, gia đình, quê hương bao trùm lên sự hy sinh, vất vả, và gian nan của người công nhân hợp tác. Có lẽ, đặc điểm này của họ không chỉ ở Nga, mà ở Đức ở Tiệp cũng vậy, nó đi vào trong thơ làm cho cho người đọc phải giật mình, xót xa. Đọc bài thơ này, chợt tôi liên tưởng đến câu thơ thật xúc động của Châu Hồng Thủy. Không phải là công nhân hợp tác lao động, nhưng có lẽ khi viết những câu thơ này, Châu Hồng Thủy có cùng tâm trạng với Trần Văn Thi chăng?: "Tay úp mặt thầm thì trong gió tuyết/ Xin ngàn lần tạ lỗi mẹ Quê hương". Nếu ta đã đọc tuyển tập Thơ Người Việt Ở Đức, thì chắc chắn khi đọc Cô Thợ may của Trần Văn Thi sẽ giảm đi cái sự bất ngờ. Và cái xót xa, đồng cảm (của người đọc) cũng xoa dịu đi phần nào cái gian nan, cay cực ấy:

"*...Có nhiều đêm bão tuyết mịt mùng*
Ngồi trong xưởng gió lùa không đủ ấm
Nghĩ còn hơn những nơi bụi bặm Chỗ
sợi tơ máy chạy buốt đầu.

Viết thư về chẳng nỡ kể khổ đâu
Thương mẹ buồn, xót cảnh mình cay cực
Chiếc bóng lẻ loi đêm hôm khuya khoắt Chốn
đồng sâu lặn lội một thân cò.

Bốn năm trời... bao nỗi sầu lo
Niềm vui thoảng như hơi gió thổi
Đời xuất khẩu bập bềnh con nước nổi
Bốn phía mênh mông... đâu là những bến bờ?..."

Có thể nói, người Việt ở Nga là một cộng đồng lớn, và có từ rất sớm. Nơi đó là chiếc nôi đào tạo ra nhiều các công nhân, trí thức, kể cả các văn nhân, nghệ sĩ cho đất Việt. Cùng với sự phát triển của cộng đồng, Hội văn học nghệ thuật Việt Nam ở Nga ra đời là điều thiết yếu. Hội qui tụ được nhiều nhà văn, nhà thơ tên tuổi, tài năng, và cũng là nơi ươm ủ cho nhiều cây viết mới ở mọi lãnh vực ngành nghề. Nhà thơ Châu Hồng Thủy là Chủ tịch hội hiện nay. Anh là nhà thơ tài hoa, và thẳng thắn. Nhận được tuyển tập Nối Hai Đầu Thế Kỷ do anh gửi tặng trước đây mấy năm, lần lữa mãi đến hôm nay, tôi mới viết được mấy dòng cảm nhận. Đây là những suy nghĩ chủ quan của cá nhân của tôi, có thể là không đúng. Tuy nhiên, dù thế nào đi chăng nữa, nó không ngoài mục đích cho những tuyển tập sau của người Việt ở Nga đa dạng, phong phú hơn.

Leipzig ngày 25- 12- 2020

NHƯ MỘT LỜI TỰ SỰ CỦA MÙA XUÂN

Có một bài thơ không hẳn viết về mùa xuân, nhưng có một điều lạ, nó lại ám ảnh lòng người suốt gần bốn mươi năm qua, cứ mỗi độ xuân về. Cho đến nay, tôi cũng không thể nhớ cái tựa bài thơ, và đã đọc nó ở thư viện Đại học Đà Lạt, hay Đại học Tây Nguyên? Ấy vậy, tôi nhớ gần như hoàn toàn chính xác cả bài, dù chỉ đọc một, hai lần. Một điều chắc chắn, tác giả là người sống ở miền Nam, và nếu ngoài Bắc, thì bài thơ phải được ra đời trước năm 1954. Bởi, ngoài hồn vía, tôi còn thấy bài thơ (có hai đoạn) chép tay, kẹp trong một cuốn sách, khi bới tìm đọc đống sách xuất bản thời Việt Nam Cộng Hòa còn sót lại. Kể từ ngày biết sử dụng máy vi tính, tôi đã bỏ khá nhiều công truy tìm tác giả, nguồn gốc bài thơ, nhưng đều vô vọng.

Lời thơ dung dị, như kể về mối tình tan vỡ và tuyệt vọng, nếu ta chỉ thoáng đọc qua. Nhưng hãy đọc lại một lần nữa thôi, sự diễn biến tâm lý của con người, tình yêu ấy nằm gọn trong cái qui luật tuần hoàn của tự nhiên được bật ra. Và từ đó, mùa xuân, tuổi trẻ tình yêu lại bắt đầu một vòng hành trình với cái kết buồn thăm thẳm:

"Dạo mười sáu chỉ mê màu đỏ
Mười tám buồn thích màu tím tương tư
Và hai mươi cho đến mãi bây giờ
Yêu duy nhất một màu đen đôn hậu
Ta yêu nhau mùa xuân,
Giận hờn nhau mùa hạ
Ly biệt nhau mùa thu
Trời tỏa xuống sương mù
Anh không là chinh phụ
Em không là cô phụ
Mang mối sầu thiên thu"

Có những lúc, ta như kẻ vô thần, chẳng hề tin vào tướng số. Nhưng những gì đến và đã đi qua, nó như nhát dao chém vào số phận của cuộc đời, làm cho ta giật mình thức tỉnh.

Cha tôi mất vào một sáng mùa xuân, khi tôi còn rất nhỏ. Kể từ đó, mùa xuân với tôi chỉ còn một nửa. Thiếu cha, tôi ngơ ngác bước vào đời với quá nhiều vấp ngã. Rồi một ngày đầu xuân, tôi lại mồ côi mẹ. Vậy là mùa xuân đã đi hết trong tôi, dù ngoài kia hoa vẫn nở và pháo đã nổ. Để rồi ba mươi năm trở về khắc đậm thêm nỗi buồn và những đơn côi: Bơ vơ đến cả khi về lúc đi.

Và với tôi, có lẽ mùa xuân là thời khắc ra đi và cũng là điểm dừng, kết thúc.

Khi tôi rời xa, Hà Nội đang lập xuân. Rồi số phận như chiếc đèn cù vòng quanh. Có những lúc đã đạp ra khỏi cái vòng định vị ấy, để ngày đầu xuân, một lần nữa tôi lại phải bỏ thành phố Leipzig, ra đi từ phi trường Tegel Berlin: Và tuyết rơi, mưa lại đổ, biết em nhìn mà anh không dám ngoái lại. Chúng ta phải chia tay nhau. Máy bay đã cất cánh. Bầu trời trong và xanh hơn. Trong cái bồng bềnh ấy, hình như anh đang lạc vào trong mắt em. Chợt trong anh bật lên một câu thơ: Ôi! mắt của em là cả bầu trời xanh của vũ trụ /Anh cứ đi tìm mãi/ Dù có hết đời anh/ Không bao giờ hết được/ Những gì trong mắt em... Đã bao lần như vậy, anh nguyện làm người địa chất, đi vào mắt em tìm bao điều chưa nói. Nhưng dường như, nó cứ sâu thẳm mãi không thôi. Giờ chia ly, để lại trong lòng anh thật đắng cay và trống vắng. Với em, những áng mây kia, không thể che hết những gì mà chúng ta đã đi qua: Để chiều nay em mải nhìn mãi lối đường xưa:

Ngày anh đi, trời mưa phùn và bão tuyết Bên cửa sổ, em ngơ ngẩn đứng nhìn theo

Biết em nhìn, mà anh không ngoái lại
Sợ mình, không can đảm bước ra đi
Chiếc chăn đơn, chúng mình thường đắp
Anh để lại hơi ấm ở bên em Sưởi cho
em, những đêm dài giá lạnh
Như những ngày còn sống ở bên nhau
Khi vắng anh, ai là người nhóm lửa Phụ
cho em những bữa cơm chiều?
Khi vắng anh, ai là người đứng đợi Đưa em
về sau những buổi tan ca?
Còn đâu nữa, những giờ nghỉ giữa ca
Anh hớt hải chạy xuống tìm em trong chốc lát
Để nhìn nhau, nói những chuyện vu vơ Thế là
đủ, anh lại về phân xưởng.
Bữa cơm trưa nay, ai là người đến trước Giữ
cho em chiếc ghế cuối cùng?
Căng tin hôm nay như rộng thêm ra mãi
Chiếc ghế còn nhưng chẳng thấy anh đâu.
Đường Leipzig không còn anh nữa
Để cùng em vào những quán ăn xưa.
Ngày cuối tuần, ai đưa em vào rạp hát?
Để chiều nay em mải nhìn mãi lối đường xưa...
(Lối Đường Xưa- Đỗ Trường-1989)

Tôi không phải là thi sĩ, nên không biết làm thơ, nhưng đôi khi có một chút lay động, văn xuôi dường như khó chuyển tải, buộc phải ủ nó vào những câu gọi là thơ vậy. Vâng! Có lẽ, tình yêu và mùa xuân là hai thứ dễ làm cho lòng người xao động. Và ba mươi năm làm thân đất khách, cũng là ngần ấy mùa xuân, nỗi nhớ với những cái tết xa vời vợi hồn quê:

"Xuân đã về, sao lòng anh hờ hững
Xuân quê người, tuyết trắng xoá ngoài hiên
Bánh chưng, pháo tết, mai, đào đủ
Lòng người choáng váng tựa men say.
Anh tìm xuân từ góc của tâm hồn...
Mơ xuân về mẹ mua tà áo mới
Đêm giao thừa, cha tặng bánh cóc con
Anh muốn tìm mảnh áo xưa còn vàng màu thuốc pháo
Kỷ niệm một thời ném pháo mừng xuân...
Chợ ngày xuân, anh cùng em đi sắm lễ
Ánh xuân hồng làm đỏ má em yêu...
Rồi anh mất một thời anh đã có
Để xuân hồng một bóng lẻ loi
Anh muốn lật những trang nhật ký
Giọt mưa buồn vẫn còn đọng y nguyên.
Anh muốn níu cả những gì còn lại
Để lòng anh đỡ trống trải, chênh vênh
Anh muốn xuân vào hồn anh như thuở ấy Nhưng
bóng xuân dần xa mãi hồn anh.
(Đỗ Trường)

Cái vòng tròn nghiệt ngã, đắng cay ấy, làm cho lòng người muốn nguội lạnh giữa trời đông. Và mùa xuân hay em cũng chỉ là những tiếng kêu tuyệt vọng trong anh. Phải chăng đó là sự kết thúc của cái qui luật vòng tròn, được bắt đầu từ mùa xuân:

"Xuân ơi! Xin em hãy đừng đến
Hãy cứ để lòng anh lạnh giá với mùa đông
Anh rất sợ xuân đến rồi tàn đi rất vội Như
người đến rồi, lại lặng lẽ ra đi...
Hãy cứ để mùa đông thành vĩnh cửu
Cây thông buồn trơ trọi giữa đồi hoang.

Đừng thức tỉnh những chồi non, chim hót.
Và xin người đừng nói những lời yêu
Vì tình ta đã chết tự bao giờ..."
(Nói Với Xuân- Đỗ Trường)

Leipzig 8-2- 2016- (Tết Bính Thân)

www.ingramcontent.com/pod-product-compliance
Lightning Source LLC
LaVergne TN
LVHW041658060526
838201LV00043B/482